മനുഷ്യപുത്രൻ

manushyaputhran • novel • k c varghese • first chintha edition april 2008 • typesetting by vega graphics • published by chintha publishers, thiruvananthapuram • distributed by deshabhimani book house • printed at akshara offset, thiruvananthapuram.

cover : shahul aliyar

വിതരണം : **ദേശാഭിമാനി ബുക്ക് ഹൗസ്**
H O തിരുവനന്തപുരം–695 001
ബ്രാഞ്ചുകൾ : തിരുവനന്തപുരം, കൊല്ലം, ആലപ്പുഴ, കോട്ടയം
എറണാകുളം, തൃശൂർ, കോഴിക്കോട്, കൽപ്പറ്റ, കണ്ണൂർ

CO - 1124 / 1927

മനുഷ്യപുത്രൻ

നോവൽ

കെ സി വർഗീസ്

ചിന്ത പബ്ലിഷേഴ്സ്
തിരുവനന്തപുരം-695 001

കെ സി വർഗീസ്

ജനനവും (1950) ബാല്യവും കോട്ടയം ജില്ലയിലെ പാമ്പാടിയിൽ. ഇംഗ്ലീഷിലും മലയാളത്തിലും ബിരുദാനന്തര ബിരുദം. ബാംഗ്ലൂർ യു റ്റി സിയിൽ നിന്നു തിയോളജിയിൽ ഉപരിപഠനം. ട്രഷറി ഡിപ്പാർട്ട്മെന്റിൽ 32 വർഷത്തെ സേവനം. കണ്ണൂർ ജില്ലയിലെ തളിപ്പറമ്പ് താലൂക്കിൽ കുടിയേറ്റ കർഷകൻ. രണ്ട് നോവൽ, ആറു വിവർത്തനഗ്രന്ഥങ്ങൾ എന്നിവ പ്രസിദ്ധീകരിച്ചിട്ടുണ്ട്.

ഭാര്യ : മേരിക്കുട്ടി
മക്കൾ : പ്രിയ, പ്രഭാത്, പ്രീതി

വിലാസം : അർക്കാഡിയ, പി.ഒ. കരിമ്പം,
തളിപ്പറമ്പ്, കണ്ണൂർ–67–142
ഫോൺ : 0460 2202660, 9446268581

സമർപ്പണം

ബിഷപ്പ് പൗലോസ് മാർപൗലോസ് തിരുമേനിക്ക്

ദാലി

ആമുഖം

***ബൈ**ബിളിനെ* കേന്ദ്രീകരിച്ച് മലയാളത്തിൽ ധാരാളം പുസ്തകങ്ങളുണ്ട്. എന്നാൽ ഒരു നോവൽ അതും യേശുക്രിസ്തുവിനെ മുഖ്യ കഥാപാത്രമാക്കിയുള്ളത് വേറെയുണ്ടായിട്ടില്ലെന്നു തോന്നുന്നു. ഇംഗ്ലീഷ് പോലുള്ള ലോകഭാഷകളിൽ ഇത്തരം കൃതികൾ നിരവധിയുണ്ട്. യേശുവിന്റെ ജീവിതത്തിലെ ചില വൈകാരിക മുഹൂർത്തങ്ങളെ നമ്മുടെയൊക്കെ ജീവിതാനുഭവങ്ങളുമായി തട്ടിച്ചു നോക്കാൻ ഇത്തരം കൃതികൾ വായനക്കാരെ സഹായിക്കാതിരിക്കില്ല. പരമ്പരാഗതമായി തുടർന്നുപോരുന്ന മതപാഠങ്ങളിൽ നിന്നു വ്യത്യസ്തനായ ഒരു യേശുവിനെ വായനക്കാർക്കു പരിചയപ്പെടുത്താനാണ് ഇവിടെ ശ്രമിക്കുന്നത്. യേശുവിന്റെ മരണം ഒരു ആസൂത്രിത കൊലപാതകമായിരുന്നുവെന്നും ഈ കുറ്റകൃത്യത്തിൽ പ്രത്യക്ഷമായും പരോക്ഷമായും പങ്കുവഹിച്ച പ്രതിലോമശക്തികൾ ഇന്നും നമ്മുടെയിടയിൽ സജീവമായി വ്യവഹരിക്കുന്നുവെന്നുമുള്ള യാഥാർത്ഥ്യത്തിലേക്കു ശ്രദ്ധക്ഷണിക്കുക എന്നതാണീ നോവലിന്റെ ദൗത്യം.

*ബൈബിളി*ന്റെ ഉപരിപ്ലവപരമായ വായനയിൽ അത്രയൊന്നും ശ്രദ്ധപിടിച്ചു പറ്റിയിട്ടില്ലാത്ത ഒട്ടേറെ സ്ത്രീപുരുഷന്മാർ ഈ നോവലിൽ കഥാപാത്രങ്ങളാക്കപ്പെട്ടിട്ടുണ്ട്. വഞ്ചകനെന്നു മുദ്രകുത്തപ്പെട്ട യൂദാസ്, കള്ളനും കൊലപാതകിയുമെന്ന് കുപ്രസിദ്ധി നേടിയ ബറാബ്ബസ്, യേശുവിന്റെ കുരിശു താങ്ങിക്കൊടുത്ത ശീമോൻ, യേശുവിന്റെ ബാല്യകാല സുഹൃത്തുക്കളായിരുന്ന ലാസറും സഹോദരിമാരും, വേശ്യാവൃത്തിയുടെ മാലിന്യങ്ങളിൽ നിന്നും വിശുദ്ധിയുടെ തീരത്തേക്കു ഉയർത്തപ്പെട്ട മഗ്ദലനയിലെ മേരി, കുറ്റമില്ലാത്ത രക്തത്തിന്റെ പാപക്കറ കഴുകിക്കളയാൻ ശ്രമിച്ച റോമാ ഗവർണ്ണർ പീലാത്തോസ്, യേശുവിന്റെ മൃതശരീരം ഏറ്റുവാങ്ങി വിധിപ്രകാരം സംസ്കരിക്കുവാൻ മുന്നോട്ട് വന്ന അരമഥ്യയിലെ ജോസഫ് ഇവരുടെയൊക്കെ വിചാരവികാരങ്ങളിൽ യേശു സംഭവം എങ്ങനെ പ്രതിഫലിക്കുന്നുവെന്ന ഒരന്വേഷണത്തിനാണിവിടെ മുതിരുന്നത്. ആരോപണവിധേയനായി പിടിക്കപ്പെട്ട് വിചാരണ കോടതികളെ അഭിമുഖീകരിക്കുന്ന നിമിഷം മുതൽ കാൽവരിയിലെ കുരിശിൽ യേശു ജീവൻ വെടിയുന്നതുവരെയുള്ള ഹ്രസ്വമായ ഒരു സമയവൃത്തത്തിനുള്ളിൽ ഈ നോവലിന്റെ ഇതിവൃത്തം പരിമിതപ്പെട്ടിരിക്കുന്നു.

*ബൈബിളി*ലെ സുവിശേഷ ഗ്രന്ഥങ്ങളെയും പ്രവാചക രചനകളെയും മുഖ്യമായും അവലംബിച്ചാണ് ഈ നോവൽ രചിച്ചിരിക്കുന്നത്. എന്നാൽ സുവിശേഷങ്ങളിൽ പരാമർശിച്ചിരിക്കുന്ന യേശുവിന്റെ പല അത്ഭുതപ്രവർത്തികൾ ഈ നോവൽ ശില്പത്തിൽ ഉൾക്കൊള്ളിച്ചിട്ടില്ല. യേശുവിന്റെ ദൈവീകസത്തയെ നിഷേധിക്കുവാൻ കരുതിക്കൂട്ടി ചെയ്തതല്ല ഇത്. യേശുവിന്റെ മനുഷ്യസത്തക്ക് കൂടുതൽ മിഴിവു നൽകി യേശുദർശനങ്ങളെ പൊതുജനമധ്യത്തിൽ അവതരിപ്പിക്കേണ്ട ഒരു കാലഘട്ടത്തിലൂടെയാണ് നമ്മൾ കടന്നു പോകുന്നത് എന്നതിനാൽ ഇതു വേണ്ടിവന്നു. വ്യവസ്ഥാപിതസഭകൾ കഴിഞ്ഞ ഒരു സഹസ്രാബ്ദക്കാലമായി യേശുവിന്റെ ദൈവത്വത്തിന് അമിതപ്രാധാന്യം നൽകുകയും സാമാന്യ മനുഷ്യരിൽ നിന്ന് യേശുവിനെ എല്ലാ വിധത്തിലും അന്യവത്ക്കരിക്കുകയും ചെയ്യുന്നു എന്ന വിമർശനത്തിൽ ഞാനും പങ്കുചേരുന്നു. ഒരു തരത്തിൽ–വിമോചന ദൈവ ശാസ്ത്രകാരന്മാർ ഉയർത്തുന്ന വിമർശനത്തിന്റെ ഒരു ഭാഗം തന്നെയാണീ നോവൽ.

യേശുവിന്റെ ദർശനങ്ങളെ കേവലം വിശ്വാസപ്രമാണങ്ങളെന്നതിലുപരി ഒരു കർമ്മ പദ്ധതിയാക്കി വളർത്തിയെടുക്കാൻ മാർക്സിസ്റ്റ് സാമൂഹ്യ വിശകലനത്തിന്റെ കൂട്ടുപിടിച്ചുകൊണ്ട് വളർന്നുവന്ന വിമോചന ദൈവശാസ്ത്രദർശനങ്ങൾ എന്റെ ക്രിസ്തു ദർശനത്തെ സ്വാധീനിച്ചിട്ടുണ്ട്. എന്റെ മാതൃസഭയിലെ ബിഷപ്പും അറിയപ്പെടുന്ന ഏഷ്യൻ ദൈവശാസ്ത്രജ്ഞനുമായിരുന്ന അഭിവന്ദ്യ പൗലോസ് മാർ ഗ്രിഗോറിയോസ്, കേരളത്തിലെ ചുവപ്പു ബിഷപ്പ് എന്നറിയപ്പെടുന്ന പൗലോസ്മാർ പൗലോസ്, മുൻ നാഗലാന്റ് ഗവർണ്ണറും പ്രസിദ്ധ ഗ്രന്ഥകാരനും മനുഷ്യാവകാശപ്രവർത്തകനും ആയിരുന്ന ഡോ എം എം തോമസ് ഈ മൂന്നു ധന്യാത്മാക്കളും ആയുള്ള സഹവർത്തിത്ത്വവും, സംവാദവും *ബൈബിളിൽ* നിന്നു പല പുതിയ ഉൾക്കാഴ്ചകളെയും സ്വാംശീകരിക്കാൻ എന്നെ സഹായിച്ചിട്ടുണ്ട്. ഏതാണ്ട് ഒരേ കാലത്തു തന്നെ നമ്മെ വിട്ടു പിരിഞ്ഞ ഈ ത്രിമൂർത്തികളുടെ ധന്യസ്മരണക്കു മുന്നിൽ ഞാൻ ശിരസ്സു നമിക്കുന്നു.

ഇതിനു പുസ്തകരൂപം നൽകുന്നതിനു സഹായിച്ച പലരെയും ഞാൻ നന്ദിയോടെ സ്മരിക്കുന്നു. എന്റെ സാഹിത്യപ്രവർത്തനങ്ങളിൽ താങ്ങും തണലുമായിരുന്നിട്ടുള്ള മൾബെറിയിലെ ഷെൽവി, പ്രൗഢസുന്ദരമായ ഒരു അവതാരികകൊണ്ട് ഇതിനെ അലങ്കരിച്ച പ്രസിദ്ധ നിരൂപകൻ പ്രൊഫ: എം ആർ ചന്ദ്രശേഖരൻ, രചനയുടെ വിവിധ ഘട്ടങ്ങളിൽ വേണ്ട പ്രോത്സാഹനങ്ങൾ നൽകിയ ശ്രീ പി ഗോവിന്ദപിള്ള തുടങ്ങി പലരോടും എനിക്കുള്ള നന്ദിയും കടപ്പാടും ഇവിടെ രേഖപ്പെടുത്തട്ടെ. ഇതിന് ഇത്രവേഗം ഒരു രണ്ടാം പതിപ്പ് ആവശ്യമാക്കിയ മലയാളത്തിലെ നോവൽ വായനക്കാർക്കും അവർക്കായി ഈ ആവശ്യം ഭംഗിയിലും വേഗത്തിലും സാധിച്ചുകൊടുത്ത ചിന്താപബ്ലിഷേഴ്സിനും പ്രത്യേകം നന്ദി.

തളിപ്പറമ്പ്
ഈസ്റ്റർ 2008

കെ സി വർഗീസ്

അവതാരിക

എം ആർ ചന്ദ്രശേഖരൻ

പ്രഖ്യാപിത ഇതിവൃത്തങ്ങളിൽ നിന്നുള്ള പലായനമായിട്ടാണ് നോവൽ ആരംഭിച്ചത്. അനുഭവജ്ഞാനം കൈമുതലായിട്ടുള്ളവരാണ് ആദ്യത്തെ നോവലുകൾ എഴുതിയത്. പിന്നീട് നോവലിലേക്ക് പ്രഖ്യാത ഇതിവൃത്തങ്ങൾക്കും പഠിച്ചറിവിനും പ്രവേശനം ലഭിച്ചു. മലയാളത്തിൽ നോവൽ മുഖ്യസാഹിത്യജനുസ്സായി മാറിയ ഈ കാലത്ത് എഴുത്തുകാർ അസ്ഥിബലവും നാടകീയതയും സാന്ദ്രസംഘർഷവും ഉള്ള കഥകൾക്ക് ഇതിഹാസങ്ങളെ ആശ്രയിക്കാൻ തുടങ്ങി. യവനേതിഹാസങ്ങളെ യവന നാടകകൃത്തുക്കൾ വൻതോതിൽ പ്രയോജനപ്പെടുത്തി. അത് നാടകങ്ങളുടെ കാലമായിരുന്നു.

സാഹിത്യത്തിൽ പുതുമകൾ പൊട്ടിമുളയ്ക്കുക അപൂർവ്വമായിട്ടാണ്. ഒരു പുതുമ സഹൃദയസമുദായത്തിന് സ്വീകാര്യമായിക്കണ്ടാൽ തുടർന്ന് തൂലികയെടുക്കുന്നവരൊക്കെ ആ മാതൃകയെ അനുവർത്തിക്കാൻ തുടങ്ങും. നോവൽ പേരു കൊണ്ടും പുതുമയുടെ പര്യായമാണല്ലോ. എന്നാൽ പ്രചാരം കൊണ്ട് നോവലും പഴമയായി മാറിയിരിക്കുന്നു.

എം ടി വാസുദേവൻ നായരുടെ *രണ്ടാമൂഴം* മലയാളത്തിൽ സഹൃദയമനസ്സിൽ ഗാഢമായി പതിഞ്ഞു. അതിനു മുമ്പ് രചിക്കപ്പെട്ട കൃതിയാണ് പി കെ ബാലകൃഷ്ണന്റെ *ഇനി ഞാൻ ഉറങ്ങട്ടെ*. രണ്ടുനോവലുകളും മഹാഭാരതകഥയെ ഉപജീവിച്ചുള്ളവയാണ്. രണ്ടും മികച്ച കൃതികൾ. എന്നാൽ, ഒരെഴുത്തുകാരൻ എന്ന നിലയ്ക്കുള്ള വാസുദേവൻനായരുടെ അധിക 'ഗ്ലാമർ' കൊണ്ട് *രണ്ടാമൂഴം* സഹൃദയ സമുദായത്തിന് വിശേഷാൽ ശ്രദ്ധേയമായി.

മഹാഭാരതകഥ വേറെയും നോവലുകൾക്ക് വിഷയമായിട്ടുണ്ട്. മലയാളത്തിൽ അന്യഭാഷകളിലെ മഹാഭാരത നോവലുകൾ മലയാളത്തിലേക്ക് തർജ്ജമ ചെയ്യപ്പെട്ടിട്ടുമുണ്ട്. അതേസമയം, എന്തുകൊണ്ടോ രാമായണ കഥയെ ആസ്പദിച്ചുള്ള നോവലുകൾ മലയാളത്തിൽ കണ്ടിട്ടില്ല. യൂറോപ്പിലാണ് നോവൽ ഉദയം കൊണ്ടത്. എന്തുകൊണ്ടങ്ങനെ?

യൂറോപ്പാണ് ലോകത്തിൽ, അക്ഷരത്തെ ബാഹുല്യേന കൈക്കൊണ്ട താദ്യം. പത്തൊമ്പതാം നൂറ്റാണ്ടറുതിയാവുമ്പോഴേക്ക് യൂറോപ്പിൽ നിന്ന് നിരക്ഷരത ഉച്ചാടനം ചെയ്യപ്പെട്ടിരുന്നു. ചെറുകഥയും അക്ഷരജ്ഞാന വുമായി ബന്ധപ്പെട്ട സാഹിത്യ ശാഖയാണ്. നോവലിനേക്കാൾ ഗഹന വുമാണ് ചെറുകഥ. അതുകൊണ്ടു തന്നെ അത് നോവലിന്റെ പുറകേ യാണ് വന്നത്ഇതു നോവലിന്റെ കാലം. മനുഷ്യ കാര്യങ്ങളെപ്പറ്റിയുള്ള ആഴമുള്ള ചിന്തകളുടെ മാധ്യമം ഇപ്പോൾ നോവലാണ്. കഥ കാര്യാ ലോചനയുടെ ഉൾക്കനം ഉള്ളതാവുമ്പോൾ നോവലായിത്തീരുന്നു കഥാ പാത്രങ്ങളെക്കൊണ്ടാണ് നോവൽ വിജയിക്കേണ്ടത്. കഥ ഏത് കാല ത്തേതുമാകട്ടെ. എന്നാൽ നോവലാകുമ്പോൾ അത് സമകാലികമായ ഒരു പ്രമേയത്തെ ഉൾക്കൊള്ളാതെ വയ്യ. അതുകൊണ്ടാണ് ഇതിഹാസ പുനരാഖ്യാനങ്ങളും ഇതിഹാസപ്രമേയങ്ങളെ ആസ്പദിച്ചുള്ള നോവ ലുകളും ഭിന്നങ്ങളാകുന്നത്.

മനുഷ്യപുത്രൻ എന്ന നോവൽ മി കെ സി വർഗ്ഗീസ് രചിച്ചത് ഇതൊക്കെ മനസ്സിലാക്കിക്കൊണ്ടാണ്. നോവലിന്റെ ആമുഖത്തിൽ അദ്ദേഹം അക്കാര്യം സൂചിപ്പിച്ചിട്ടുണ്ട്. ശ്രീ വർഗ്ഗീസിന്റെ പ്രസ്താവനകൾ ഉദ്ധരിക്കാം:

പരമ്പരാഗതമായി തുടർന്നു പോരുന്ന മതപഠനങ്ങളിൽ നിന്നു വ്യത്യസ്തമായ ഒരു യേശുവിനെ വായനക്കാർക്കു പരിചയപ്പെടുത്താ നാണ് ഇവിടെ ശ്രമിക്കുന്നത്.

യേശുവിന്റെ മരണം ഒരു ആസൂത്രിത കൊലപാതകമായിരുന്നു വെന്നും ഈ കുറ്റകൃത്യത്തിൽ പ്രത്യക്ഷമായും പരോക്ഷമായും പങ്കു വഹിച്ച പ്രതിലോമശക്തികൾ ഇന്നും നമ്മുടെ ഇടയിൽ സജീവമായി വ്യവഹരിക്കുന്നുവെന്നുമുള്ള യാഥാർത്ഥ്യത്തിലേക്ക് ശ്രദ്ധക്ഷണിക്കുക എന്നതാണീ നോവലിന്റെ ദൗത്യം.

യേശുവിന്റെ ഈ കഥയിൽ ദുഷ്ടശക്തിയായി നിലകൊള്ളുന്നത് യിസ്രയേലിലെ പരീശന്മാരും ശാസ്ത്രികളും ശ്രേഷ്ഠന്മാരുമാണ്. റോമാ ഗവർണ്ണർ ഇതിൽ ഒരുദാസീനന്റെ പങ്കാണ് വഹിക്കുന്നത്. 'ശുദ്ധൻ ദുഷ്ടന്റെ ഫലം ചെയ്യു'മെന്നത് പീലാത്തോസിന്റെ സംഗതിയിൽ അച്ച ട്ടാണ്. ജനസമുദായം ഇടയൻ തെളിയിച്ച വഴിക്കുപോകുന്ന അജയൂഥം പോലെ വർത്തിച്ചു.

റോമാഗവർണ്ണർക്കു മുമ്പാകെ യേശുവിനെതിരായി സമർപ്പിച്ച കുറ്റ പത്രത്തിൽ പറയുന്നു:

"നസ്രേത്തുകാരൻ തച്ചൻ ജോസഫിന്റെ മകൻ എന്നു വിളിക്ക പ്പെടുന്ന ഈ മനുഷ്യൻ യഹൂദസമൂഹത്തിൽ കലാപം ഉണ്ടാക്കുന്ന ആശ യങ്ങൾ പ്രചരിപ്പിക്കുന്നു. സർവ്വോപരി, ഇവന്റെ പ്രസംഗങ്ങൾ യഹൂദമ തത്തിന്റെ ന്യായപ്രമാണങ്ങൾക്കും റോമാസാമ്രാജ്യത്തിന്റെ സുരക്ഷി തത്വത്തിനും ഒരു ഭീഷണിയാണ്.

കയ്യാഫസ്സും അതു തന്നെയാണ് ഗവർണ്ണർ പീലാത്തോസിനോട് പറഞ്ഞത്:

"യഹൂദനിയമപ്രകാരവും അഭിവന്ദ്യറോമാ സാമ്രാജ്യത്തിന്റെ നിയമപ്രകാരവും ഇവൻ മരണശിക്ഷ അർഹിക്കുന്നു. താൻ സ്വയം ദൈവമാണെന്നു പറയുകവഴി യഹൂദരുടെ ദൈവമായ യഹോവയെ ഇവൻ നിന്ദിച്ചിരിക്കുന്നു. ഞാൻ രാജാവാണെന്നു പറയുക വഴി റോമാചക്രവർത്തിയെ ഇവൻ അവഹേളിച്ചിരിക്കുന്നു. ദൈവത്തേയും രാജാവിനെയും നിന്ദിക്കുന്ന ഒരുവന് മരണശിക്ഷയാണ് യഹൂദ നിയമം അനുശാസിക്കുന്നത്.

കയ്യാഫസ്സ് യേശുവിന്റേമേൽ കുറ്റം ചാർത്തുക മാത്രമല്ല, ശിക്ഷ വിധിക്കുകയും ചെയ്തു. കയ്യാഫസ്സ് അത്ര കട്ടിയായി അതിനു മുതിർന്നതെന്തുകൊണ്ട്? കയ്യാഫസ്സിന്റെ വിചാരങ്ങളിൽ അതിന്റെ ഉത്തരമുണ്ട്.

"വിശുദ്ധലിഖിതങ്ങൾ തലതിരിഞ്ഞവരുടെ ഭാവനയാണ്. അത് സാമാന്യം ജനങ്ങൾക്കു മനസ്സിലാവുകയില്ല എന്നതാണ് തന്നെപ്പോലുള്ള ശ്രേഷ്ഠന്മാരുടെ നിലനിൽപ്പിനു തന്നെ ആധാരം"

യേശുവിന്റെ ആശയങ്ങൾ; യേശുവിന്റെ പ്രസംഗങ്ങൾ. അതാണ് യഹൂദയാഥാസ്ഥിതികത്വത്തിന് സഹിക്കവയ്യാതിരുന്നത്. ആശയങ്ങളെ, അതിന്റെ പ്രചാരത്തെ തടയുക എന്നതായിരുന്നു കയ്യാഫസ്സുമാരുടെ ഉദ്ദേശ്യം.

"യേശുവിനെ ക്രൂശിക്ക" എന്ന മുദ്രാവാക്യം മുഴങ്ങി.

അവർ ജനങ്ങളെ പറഞ്ഞിളക്കി. "ഒരു മുദ്രാവാക്യവും അതു വിളിച്ചു കൊടുക്കാനാളുമുണ്ടായാൽ ഏറ്റുവിളിക്കാനാളെക്കിട്ടാനാണോ വിഷമം?" പീലാത്തോസിന്റെയാണ് വാക്കുകൾ!

അതേ പീലാത്തോസിന്റെ ദൃഷ്ടിയിൽ യേശു അപരാധിയായിരുന്നില്ല.

"ഈ മനുഷ്യനിൽ ഞാനൊരു കുറ്റവും കാണുന്നില്ല." എന്നാണ് പീലാത്തോസ് പറഞ്ഞത്. യേശുവിനെ ശിക്ഷിക്കാൻ തന്റെ മേൽ സമ്മർദ്ദമേറിയപ്പോൾ, യേശുവിന്റെ കേസ്സ് തീർപ്പാക്കേണ്ടത് ഹെറോദസ് രാജാവാണെന്ന് പീലാത്തോസ് വിധിച്ചു. എന്നാൽ, രാജാവ് യേശുവിന്റെ കേസ് വിധിക്കാൻ തയ്യാറായില്ല. കേസ്സ് വീണ്ടും, പീലാത്തോസിന്റെ മുമ്പിലെത്തി.

യേശു അചഞ്ചലനായിരുന്നു. ആ മുഖത്ത് നിറഞ്ഞുനിൽക്കുന്ന നിഷ്കളങ്കതയും ദൃഢനിശ്ചയവും അദ്ദേഹത്തെ (പീലാത്തോസിനെ) ആശ്ചര്യപ്പെടുത്തി.

ഭാര്യ പ്രൊകുള പീലാത്തോസിന്റെ അടുത്ത് യേശുവിനുവേണ്ടി വാദിച്ചു. പീലാത്തോസ് യേശുവിനെ വിട്ടയക്കുമായിരുന്നു. എന്നാൽ, യഹൂദപ്രമാണിമാർ യേശുവിന്റെ കാര്യത്തിന്മേൽ തനിക്കുപരി, റോമിൽ ചക്രവർത്തിയുടെ അടുത്ത് കേസ്സെത്തിച്ചാലോ? ഉദ്യോഗസ്ഥന് സത്യവും നീതിയും ധർമ്മവുമല്ല, ഉദ്യോഗവും നിലനിൽപ്പുമാണ് പ്രധാനം. അത് ഇന്നും അന്നും ഒരുപോലെതന്നെ. പീലാത്തോസ് ചിന്തിച്ചു:

"താനിവനെ ശിക്ഷിക്കാതെ വിട്ടയച്ചാൽ ഈ പുരോഹിത പരിഷകൾ തനിക്കെതിരെ പരാതിയുമായി റോമിലെത്തും. ഒരു ചെറിയ കാര്യ

ത്തിനും വേണ്ടി ജനങ്ങളെ പിണക്കിയതെന്തിനെന്ന സീസറിന്റെയും അദ്ദേഹത്തിന്റെ ഉപദേഷ്ടാക്കളുടെയും ചോദ്യങ്ങൾക്കു താൻ സമാധാനം ബോധിപ്പിക്കേണ്ടിവരും"

യേശു നിശ്ശബ്ദനായിരുന്നു. യേശുവിന്റെ ഭാഗം വാദിക്കാൻ ആരും ഉണ്ടായിരുന്നില്ല. യേശുവിന്റെ ശിഷ്യന്മാർ പോലും യേശുവിനെ തുണയ്ക്കാനെത്തിയില്ല. ജനങ്ങൾ മറുപുറത്തായിരുന്നു.

"വേണ്ടപ്പോൾ വേണ്ടത് സംസാരിക്കാൻ പൊതുജനങ്ങൾക്ക് നാവു പൊന്താത്തതാണല്ലോ ചരിത്രത്തിലെ എല്ലാ ദുരന്തത്തിനും കാരണം." യേശുവിന്റെ പ്രിയശിഷ്യൻ യോഹന്നാൻ മനസ്സിൽ പറഞ്ഞു. യോഹന്നാൻ ചിന്തിച്ചു:

"ജനങ്ങളെ ഇളക്കി മറിച്ച ആ നാവ് പീലാത്തോസിന്റെ മുമ്പിൽ നിശ്ശബ്ദമായിരിക്കുന്നതത്ഭുതം തന്നെ. ഇന്നലെവരെ പരീശന്മാരെയും ശാസ്ത്രിമാരേയും ശാസിച്ചിരുന്ന ആ നാവ് നിശ്ചലമായിരിക്കുന്നതെന്തുകൊണ്ട്?"

നോവലിന്റെ ഒരു ഭാഗത്ത് ഇങ്ങനെ പറയുന്നു:

"കഴിഞ്ഞ രാത്രി ശിഷ്യന്മാരോടൊപ്പം അത്താഴം കഴിച്ചതാണ്. വിശപ്പും ദാഹവും തോന്നുന്നു. അതിനു പുറമെ പട്ടാളക്കാരുടെ ചമ്മട്ടി പ്രയോഗവും."

"ഇതു നേരത്തെ പ്രതീക്ഷിച്ചിരുന്നതല്ലേ?" യേശു വിചാരിച്ചു. ഓരോ ചുവടുവെപ്പിലും അപകടത്തിലേക്ക് നടന്നടുക്കുകയായിരുന്നു. ഒരുപക്ഷേ ഇത്രവേഗം കൈകളിൽ ചങ്ങലവീഴും എന്നു കരുതിയിരുന്നില്ല. ചുരുങ്ങിയ ദിവസങ്ങൾക്കുള്ളിൽ എല്ലാം സംഭവിച്ചിരിക്കുന്നു. എതിർക്കുന്നവരെ അപ്പഴപ്പോൾ അരിഞ്ഞുവീഴ്ത്തുക എന്നതാണ് യാഥാസ്ഥിതികത്വം അവലംബിച്ചുപോന്ന പതിവ്."

യേശുവിന്റെ പ്രസിദ്ധമായ കഥയിൽ നോവലിസ്റ്റ് സാരമായൊന്നും വെട്ടിത്തിരുത്തിയിട്ടില്ല. കഥയുടെ ചുരുൾ അഴിഞ്ഞഴിഞ്ഞു വരുന്ന വടിവിൽ വിവിധ കഥാപാത്രങ്ങളുടെ ചിന്തയിലൂടെ അനുവാചക മനസ്സിലേക്ക് യേശു ചരിത്രത്തിലെ പ്രധാന സംഗതികളൊക്കെ സംക്രമിക്കുന്നു. ആഴത്തിലുള്ള അനുഭവമാണതനുവാചകന്.

നോവലുകളിൽ ഗ്രന്ഥകാരൻ നേരിട്ട് കഥപറഞ്ഞുപോകുന്ന രീതിക്ക് ഇന്ന് പ്രചാരമില്ല. എഴുത്തുകാരൻ കഥ പറഞ്ഞു തുടങ്ങുന്നു. ശേഷമെല്ലാം കഥാപാത്രങ്ങളുടെ മനസ്സിലൂടെയാണ് വരുന്നത്. *മനുഷ്യപുത്ര*നിൽ കഥയുടെ വലിയഭാഗം യേശുവിന്റെ മനസ്സിലുയരുന്ന ചിന്താതരംഗങ്ങളായിട്ടാണനുബന്ധിച്ചിട്ടുള്ളത്. ലോകമര്യാദകളെപ്പറ്റിയുള്ള യേശുവിന്റെ വിചിന്തനങ്ങൾ വിപ്ലവകരമാണ്. സ്ത്രീ സമുദായത്തിന്റെ സ്ഥിതിയെപ്പറ്റി യേശു ചിന്തിച്ചിരുന്നു. ചരിത്രത്തിൽ സ്ത്രീ ഭാര്യയാകും മുമ്പ് വെപ്പാട്ടിയായിരുന്നു. വെപ്പാട്ടി പിന്നീട് ഭാര്യയായി. സ്ത്രീയുടെ ഭാഗത്ത് അതൊരുപുരോഗതിയോ? യേശു ചിന്തിക്കുന്നുണ്ട്. തിരുവെഴുത്തുകളിലെ സ്ത്രീയെക്കുറിച്ചുള്ള പരാമർശങ്ങൾ പുരുഷമേധാവിത്വത്തിന്റെ വികലവീക്ഷണ

ങ്ങളായി കരുതിയ യേശു ഇടപെടുന്നു. സാത്താന്റെ പ്രലോഭനങ്ങളെ അതിവർത്തിക്കാൻ യേശുവിന് പ്രയാസമുണ്ടായില്ല. യേശുവിന്റെ തത്വങ്ങൾക്ക് സാത്താനുമായുള്ള സംവാദത്തിൽ വ്യക്തത ലഭിക്കുന്നു.

കെ സി വർഗ്ഗീസിന്റെ ഈ നോവൽ യേശുചരിത്രത്തിന്റെ ഒരു പുനർനിർമ്മിതിയാണ്. *മനുഷ്യപുത്ര*നിൽ നിരപരാധി ശിക്ഷിക്കപ്പെട്ടു. ശിക്ഷ വിധിച്ചത് ശിക്ഷിക്കാൻ മനസ്സില്ലാത്ത ഭരണാധികാരി. എന്നാൽ തന്റെ മനഃസാക്ഷിയോടു നീതി കാട്ടാനുള്ള മനോദാർഢ്യം ശിക്ഷവിധിച്ച ഉദ്യോഗസ്ഥനില്ലാതെ പോയി.

"മരണശിക്ഷ അർഹിക്കുന്ന എന്തുകുറ്റമാണ് ഈ മനുഷ്യൻ ചെയ്തത്? എനിക്കു മനസ്സിലാവുന്നില്ല." പീലാത്തോസ്

യേശുവിന്റെ വിചാരം: "തീരുമാനങ്ങൾ എടുക്കുന്നതിൽ മനുഷ്യർ എത്ര ദുർബലരാണ്. തികച്ചും ശരി എന്നറിയാവുന്ന കാര്യങ്ങളിൽ പോലും തീരമാനം എടുക്കാൻ മനുഷ്യർ മടിക്കുന്നു. സ്വന്തം തീരുമാനങ്ങളുടെ അനന്തരഫലങ്ങളെക്കുറിച്ച് മനുഷ്യൻ വല്ലാതെ ശങ്ക പ്രകടിപ്പിക്കുന്നു."

യേശുചരിത്രം നോവലിനു വിഷയമാക്കുമ്പോൾ, എഴുത്തുകാരൻ അതീവജാഗ്രത പുലർത്തേണ്ടതുണ്ട്. ഹോമർ ഇതിഹാസങ്ങൾ തർജ്ജമ ചെയ്യുന്ന ആൾക്കുണ്ടായിരിക്കേണ്ട ഗുണങ്ങളെപ്പറ്റി മാത്യു അർണോൾഡ് ഉപന്യസിച്ചിട്ടുണ്ട്. ഹോമർ താർജ്ജമികന്, ഹോമർ ഇതിഹാസത്തോടു ഭക്തിയും ഗൗരവബുദ്ധിയും വക്രവും കുലീനവുമായ ശൈലിയും ഉണ്ടായിരിക്കണമെന്നാണ് അർണോൾഡ് നിഷ്കർഷിച്ചത്. ക്രിസ്തു കഥ പുനരാഖ്യാനം ചെയ്യുന്ന ആൾക്കും വേണം അമ്മാതിരി ഗുണങ്ങൾ.

ക്രിസ്തുചരിത്രം ഏതു മനസ്സിനേയും സ്പർശിക്കുന്നതും വികാരം കൊള്ളിക്കുന്നതുമാണ്. ഈ നോവലിന്റെ പല ഭാഗങ്ങളും വായിക്കുമ്പോൾ കണ്ണീരടക്കാൻ പ്രയാസമായി തോന്നിയിട്ടുണ്ട്. ആഴത്തിലാഴത്തിലേക്ക് ചുഴിഞ്ഞിറങ്ങുന്ന ഒരു കഥനരീതിയാണ് വർഗ്ഗീസിന്റേത്. മാനസികാപഗ്രഥനത്തിന്റെയും ബോധധാരാമാർഗത്തിന്റെയും കൃത്രിമതയിലേക്കു പാളാത്ത, സ്വച്ഛരീതിയാണ് പ്രതിപാദനത്തിൽ മി വർഗ്ഗീസ് സ്വീകരിച്ചിരിക്കുന്നത്. ആധുനാതന ജീവിതത്തിന്റെ പ്രശ്നങ്ങൾ യേശുവിന്റെ കഥയിലേക്ക് കൊണ്ടുചെല്ലുകയെന്നത് അഭംഗിതന്നെ. എന്നാൽ, യേശുകഥയിലെ പ്രശ്നങ്ങൾ ഇന്നത്തേയും പ്രശ്നങ്ങളാണ്; ആകയാൽ അത് ഇന്നിന്റെയും കഥയാണെന്ന് തോന്നിക്കും വിധത്തിലുള്ള പ്രമേയനിബന്ധനം നോവലിന് വർത്തമാനകാല സ്പർശം കൊണ്ടുള്ള സജീവത നൽകുന്നു. മലയാളനോവലിനും മലയാളത്തിലെ ക്രിസ്തു സാഹിത്യത്തിനും, സ്വതന്ത്ര ചിന്തയ്ക്കും ഒരു മുതൽക്കൂട്ടാണ് ഈ കൃതി.

ഈ അവതാരികയിലൂടെ തന്റെ സാഹിത്യസംരംഭങ്ങളോട് ബന്ധപ്പെടാൻ എനിക്കു സസ്നേഹം അവസരം നൽകിയ ശ്രീ കെ സി വർഗ്ഗീസിനോടുള്ള നിസ്സീമമായ കൃതജ്ഞതയോടെ *മനുഷ്യപുത്രൻ* എന്ന നോവൽ സഹൃദയകരങ്ങളിൽ സവിനയം സമർപ്പിക്കുന്നു.

ഒന്ന്

"ആ മനുഷ്യനെ ഞാനറിയുന്നില്ല"

*"ദൈവമേ എന്നോടു നീ ന്യായം നടത്തേണമെ
എന്നോടു പോരാടുന്നവരോടു നീ പോരാടേണമെ
ആയുധവും പരിചയും പിടിച്ച് എന്റെ സഹായത്തിനായ്
എഴുന്നേൽക്കേണമെ"*

നീസാൻ മാസം 13-ാം തീയ്യതി പെസഹ ആഘോഷത്തിന്റെ ഒന്നാം നാൾ എല്ലാവരും തന്നോടൊപ്പം പെസഹായുടെ വിരുന്നിന് ഇരിക്കണമെന്ന് ഗുരു നിർബന്ധിച്ചു. സ്വന്തം വീടുകളിലെത്തി ബന്ധുക്കളോടൊപ്പം പെസഹാ ഭക്ഷിക്കണം എന്നാഗ്രഹിച്ചവർക്ക് നിരാശതോന്നി. എങ്കിലും ഗുരുവിന്റെ മുഖത്തുനോക്കി എതിരുപറയാൻ ആരും ധൈര്യപ്പെട്ടില്ല.

മാസങ്ങൾക്കുമുമ്പേ വീടുവിട്ടിറങ്ങിത്തിരിച്ചവരാണ്, പലരും. ഭാര്യ, കുഞ്ഞുങ്ങൾ, വൃദ്ധരായ മാതാപിതാക്കൾ ഒക്കെ വീടുകളിൽ കാത്തിരിക്കുന്നുണ്ടാവും. പക്ഷെ ആരും അതേക്കുറിച്ച് ഒന്നും ചിന്തിക്കുന്നില്ല. ഗുരുവിനോട് അടുക്കുന്തോറും അവർ വീടുകളിൽ നിന്ന് അകലുകയായിരുന്നു. ഇത്തവണയെങ്കിലും പെസഹാ സ്വന്തം വീട്ടിൽ ആഘോഷിക്കണമെന്ന് വിചാരിച്ചിരുന്നതാണ്. അപ്പോഴാണ് ഗുരുവിന്റെ വിലക്ക്. പീറ്ററിന്റെ മനസ്സ് അസ്വസ്ഥമായി. ഗുരു അത് മനസിലാക്കിയെങ്കിലും പുറമെ കാണിച്ചില്ല 'വരു നമുക്ക് ഒലിവ് മലയിലേക്ക് പോകാം' അവൻ വിളിച്ചു. ആരും മറുത്തൊന്നും പറഞ്ഞില്ല. എല്ലാവരും അവനെ പിൻതുടർന്നു.

യെരുശലേമിൽ നിന്ന് അരമൈൽ മാത്രം അകലെ വരുന്ന ഒലിവുമല. യഹൂദന്റെ ചരിത്രത്തിലെ എത്രയോ സംഭവങ്ങൾക്ക് സാക്ഷ്യം

വഹിച്ച മലയോരം!

സംഘത്തിനാകെ അതൊരസാധാരണ രാത്രിയായിരുന്നു. രാത്രിയിലെ ഈ മലകയറ്റം എന്തിനെന്നറിയാതെ പലരും അന്യോന്യം പിറുപിറുത്തു. സംഘം മലമുകളിലെത്തിയപ്പോൾ അടുത്തുകണ്ട ഒരു പാറയിലിരിക്കാൻ ഗുരു നിർദ്ദേശിച്ചു. പെസഹായുടെ പതിവ് സങ്കീർത്തനങ്ങളിലൊന്ന് അവൻ ഉറക്കെ ആലപിച്ചു. സംഘാംഗങ്ങൾ അതേറ്റുപാടി.

'യഹോവയെ സ്തുതിപ്പിൻ, അവൻ എളിയവനെ പൊടിയിൽനിന്ന് എഴുന്നേൽപ്പിക്കുകയും ദരിദ്രനെ കുപ്പയിൽ നിന്ന് ഉയർത്തുകയും ചെയ്തു. അവൻ അവരെ തന്റെ ജനത്തിന്റെ പ്രഭുക്കന്മാരോടുകൂടെ ഇരുത്തുന്നു. അവൻ മച്ചിയായവളെ മക്കളുടെ അമ്മയായി സന്തോഷത്തോടെ ഭവനത്തിൽ വസിക്കുമാറാക്കുന്നു. ഇസ്രയേൽ മിസ്രേമിൽ നിന്നും യോക്കോബിൻ ഗൃഹം അന്യജാതിക്കാരുടെയിടയിൽ നിന്നും പുറപ്പെട്ടപ്പോൾ യഹൂദ അവന്റെ വിശുദ്ധമന്ദിരവും ഇസ്രയേൽ അവന്റെ ആധിപത്യവുമായിത്തീർന്നു, സമുദ്രം കണ്ട് ഓടി, ജോർദ്ദാൻ പിൻവാങ്ങി, പർവ്വതങ്ങൾ മുട്ടാടുകളെപ്പോലെയും കുന്നുകൾ കുഞ്ഞാടുകളെപ്പോലെയും തുള്ളുന്നു. ഭൂമിയെ, നീ കർത്താവിന്റെ സന്നിധിയിൽ യാക്കോബിൻ ദൈവത്തിൻ സന്നിധിയിൽ, വിറകൊള്ളുക. അവൻ പാറയെ ജലതടാകവും തീക്കനലിനെ നീരുറവയുമാക്കിയിരിക്കുന്നു.

പാട്ട് തീർന്നപ്പോൾ യേശു അവരോട് സംസാരിച്ചു, അവന്റെ വാക്കുകൾ വല്ലാതെ ഇടറിയിരുന്നു, അന്തരീക്ഷത്തിൽ നേരിയ തണുപ്പുണ്ടായിരുന്നിട്ടും അവന്റെ ശരീരം വിയർത്തിരുന്നു. പുറങ്കുപ്പായത്തിന്റെ അഗ്രമുയർത്തി അവൻ മുഖത്തെ വിയർപ്പ് ഒപ്പി.

"ഈ രാത്രിയിൽ നിങ്ങൾ സർവ്വരും എന്നെ വിട്ട് പോകും. ഇടയന് അടിയേൽക്കും. ആടുകൾ ചിതറിപ്പോകും".

അവൻ പറഞ്ഞതിന്റെ അർത്ഥം ആരും ഗ്രഹിച്ചില്ല. എന്തുകേട്ടാലും ആദ്യം പ്രതികരിക്കുന്നത് പീറ്ററായതിനാലാകും സുഹൃത്തുക്കൾ അയാളുടെ നേരെ നോക്കി. കൂടുതലൊന്നും ആലോചിക്കാതെ നെഞ്ചത്ത് കൈവെച്ചു കൊണ്ട് പീറ്റർ പ്രഖ്യാപിച്ചു. 'ആരെല്ലാം നിന്നെ വിട്ടുപോയാലും ഞാൻ നിന്നെ വിട്ടുപോവില്ല'. അത് പറഞ്ഞു തീർന്നതോടെ അയാൾ ആ മാറിലേക്ക് ചായുകയായിരുന്നു. യേശു ഗാഢമായ ഒരാലിംഗനത്തിൽ അയാളെ അമർത്തി.

ഗുരുവിന്റെ തലയ്ക്കുമുകളിൽ ചന്ദ്രൻ പ്രഭ ചൊരിയുന്നു. ആകാശത്തിലവിടവിടെ കാണപ്പെട്ട ഏതാനും ചില നക്ഷത്രങ്ങൾ അവരെ നോക്കി പുഞ്ചിരിക്കുന്നു. തങ്ങളോടൊപ്പം മുന്നോട്ട് നീങ്ങുന്ന ആ ആകാശഗോളങ്ങളിലേക്ക് യേശു ഉറ്റു നോക്കുന്നുണ്ടായിരുന്നു. കിദ്രോൻ തോടിന്റെ മറുകരയിലുള്ള ഗെത്സമേന എന്ന തോട്ടത്തെ ലക്ഷ്യം ആക്കി ആയിരുന്നു ആ യാത്ര. തോട് അക്കരെ കടന്നപ്പോൾ യേശുപറഞ്ഞു 'നിങ്ങൾ ഇവിടെ വിശ്രമിപ്പിൻ ഞാൻ അക്കരെപ്പോയിപ്രാർത്ഥിച്ചിട്ടുവരാം.'

ജോണും ജേക്കബും അവനെ അനുഗമിച്ചു. അതു കണ്ടപ്പോൾ

പീറ്ററിനും തോന്നി അവരോടൊപ്പം പോകണമെന്ന്. ഗുരുവിന്റെ മുഖത്ത് കഠിനദുഃഖം. ശിഷ്യൻമാർക്ക് അത് സഹിക്കാൻ കഴിയുന്നില്ല. ചുവന്ന് കലങ്ങിയ കണ്ണുകളിൽ നിന്നും നീർത്തുള്ളികൾ ഇടതടവില്ലാതെ പ്രവഹിക്കുന്നു. "എന്റെ ഉള്ളം മരണവേദനകൊണ്ടെന്നപോലെ അതിദുഃഖിതമായിരിക്കുന്നു" അവൻ പറഞ്ഞു. ഗുരുവിനെ എങ്ങനെ ആശ്വസിപ്പിക്കണമെന്നാർക്കും ഒരു പിടിയും കിട്ടുന്നില്ല. മറ്റുള്ളവരുടെ കണ്ണുനീർ ഒപ്പുകമാത്രം ചെയ്തിട്ടുള്ള തങ്ങളുടെ ഗുരു ഇന്ന് തങ്ങളുടെ മുമ്പിൽ കരയുന്നു. ഇതിനു മുമ്പ് ഒരിക്കൽ മാത്രമാണ് അവൻ കരയുന്നത് കണ്ടിട്ടുള്ളത്. അന്നൊരിക്കൽ ഒലിവുമലയിൽ പ്രാർത്ഥിക്കുവാൻ എത്തിയപ്പോൾ അവൻ യെരൂശലേമിനെ നോക്കി കരഞ്ഞിട്ട് പറഞ്ഞ വാക്കുകൾ ഒർമ്മയിൽ പോറലേൽപ്പിക്കുന്നു. "യെരൂശലേമേ യെരൂശലേമ! പ്രവാചകൻമാരെ കൊല്ലുകയും കല്ലെറിയുകയും ചെയ്തവളേ! കോഴി തന്റെ കുഞ്ഞുങ്ങളെ ചിറകിൻ കീഴിൽ സൂക്ഷിക്കുന്നതുപോലെ നിന്നെ സൂക്ഷിക്കാൻ എനിക്ക് മനസ്സായിരുന്നു. എന്നാൽ നിനക്കോ മനസ്സായില്ല." ആ വാക്കുകളുടെ അർത്ഥം ആർക്കും മനസ്സിലായെന്ന് തോന്നുന്നില്ല. ഗുരു അനുഭവിക്കുന്ന ദുഃഖം വളരെ കഠിനമാണ്. അവനെ ആശ്വസിപ്പിക്കാൻ തങ്ങൾക്ക് എങ്ങനെ കഴിയും എന്നായിരുന്നു കണ്ണുനീർ തുടച്ചു. "നിങ്ങളിവിടെ അല്പസമയം ഉണർന്നിരിക്കുക." ഇത് പറഞ്ഞിട്ട് അവൻ മുന്നോട്ട് നടന്നു. അവനെന്തു ചെയ്യുന്നുവെന്നറിയാൻ അവർ ആകാംക്ഷയോടെ എത്തി നോക്കി.

അവൻ കമിഴ്ന്ന് വീണു. ആ നാവിൽ നിന്ന് പുറത്തുവന്ന ശബ്ദം ശിഷ്യന്മാരുടെ കാതുകൾ പിടിച്ചെടുത്തു.

"പിതാവെ കഴിയുമെങ്കിൽ ഈ പാനപാത്രം എന്നിൽ നിന്ന് നീങ്ങിപ്പോകേണമേ; എങ്കിലും ഞാനിച്ഛിക്കുംപോലെയല്ല നീ ഇച്ഛിക്കുംപോലെയാകട്ടെ".

കാര്യമായ എന്തോ അപകടം തങ്ങളെ പിടികൂടാൻ പോകുന്നതായി എല്ലാവർക്കും തോന്നി. വരാൻ പോകുന്ന അപകടം അവൻ മുൻകൂട്ടി മനസ്സിലാക്കിയിരിക്കുന്നു. കഴിഞ്ഞ രണ്ടുദിവസങ്ങളായി അവനെന്തു പറഞ്ഞാലും മരണത്തെക്കുറിച്ചുള്ള സൂചനയിലാണ് പര്യവസാനിക്കുന്നതെന്ന കാര്യം ഓർമ്മ വന്നു. ഉറക്കം കൺപോളകളെ തൊട്ടുതടവി. കലുഷമായ ചിന്തകൾ മനസ്സിനെ പീഡിപ്പിക്കുമ്പോൾ ഉറക്കം ഒരനുഗ്രഹമാണല്ലോ. തങ്ങൾ ഇരുന്ന പാറപ്പുറത്തു തന്നെ അവർ തലചായ്ച്ചു. ആകാശത്തിൽ അതുവരെ തെളിഞ്ഞു നിന്നിരുന്ന ചന്ദ്രന്റെ മുഖം ഗുരുവിന്റെ മുഖംപോലെ മ്ലാനമായി കാണപ്പെട്ടു. ചന്ദ്രനെ വലയം ചെയ്തു നിന്നിരുന്ന നക്ഷത്രങ്ങൾ കാർമേഘങ്ങൾക്കിടയിൽ തലപൂഴ്ത്തുകയായിരുന്നു. പ്രാർത്ഥന കഴിഞ്ഞ് മടങ്ങി വന്നപ്പോൾ ശിഷ്യന്മാർ കൂർക്കം വലിച്ചുറങ്ങുകയായിരുന്നു. അവൻ അവരെ വിളിച്ചുണർത്തി.

'എന്നോടു കൂടെ ഒരു നാഴിക പോലും ഉണർന്നിരിപ്പാൻ നിങ്ങൾക്ക്

കഴിഞ്ഞില്ലയോ? അവൻ ചോദിച്ചു.' "പരീക്ഷയിൽ അകപ്പെടാതിരിപ്പാൻ ഉണർന്നിരുന്ന് പ്രാർത്ഥിപ്പിൻ. ആത്മാവ് ഒരുക്കമുള്ളത്. ജഡമോ ബല ഹീനമത്രെ." അവൻ വീണ്ടും അവരെ വിട്ടുപോയി ഒരിക്കൽ കൂടി നിലത്തു വീണ് കിടന്ന് പ്രാർത്ഥിച്ചു വീണ്ടും മടങ്ങിയെത്തി. ശിഷ്യന്മാ രുടെ കൺപോളകളിൽ നിദ്രാഭാരം ഘനം പിടിപ്പിച്ചിരുന്നു. ഗുരു അവരെ നോക്കി പറഞ്ഞു. "ഇനി നിങ്ങൾ ഉറങ്ങി ആശ്വസിച്ചുകൊള്ളുവിൻ സമയം അടുത്തു മനുഷ്യപുത്രൻ പാപികളുടെ കയ്യിൽ ഏല്പിക്കപ്പെ ടുവാൻ പോകുന്നു." അവർ കെദ്രോൻ തോട്ടിനക്കരയെത്തി മറ്റു ശിഷ്യ ന്മാരെയും കൂട്ടി ഒലിവ്മലയുടെ താഴ്‌വാരത്തിലൂടെ യെരുശലേമിനെ ലക്ഷ്യമാക്കി നടന്നു.

അകലെ നിന്ന് തീവെട്ടികളുടെ പ്രകാശം. ഒരു സംഘം ആളുകൾ അവർക്കെതിരെ നടന്നടുക്കുന്നു. തീവെട്ടികളുടെ മങ്ങിയ വെളിച്ചത്തിൽ അവർ ആരൊക്കെയാണെന്ന് കാണാൻ കഴിയുന്നില്ല. അവർ അടുത്ത് വന്നു കഴിഞ്ഞു. അതാര്? യൂദാസല്ലേ. ഇവനെങ്ങനെ ഈ അപരിചിത ന്മാരുടെ സംഘത്തിൽ വന്നുപെട്ടു?. പീറ്റർ ആലോചിച്ചു. യൂദാസ് അടുത്ത് വന്നപാടെ യേശുവിനെ കടന്നു പിടിച്ച് ചുംബിച്ചു. "റബ്ബീ വന്ദനം! ഉടൻ തന്നെ സംഘത്തിലൊരുവൻ യേശുവിന്റെ കയ്യിൽ കടന്ന് പിടിച്ചു. പീറ്റർ തന്റെ അരക്കെട്ടിൽ തിരുകിയിരുന്ന വാൾ ഉറയിൽ നിന്നൂരി തന്റെ ഗുരു വിന്റെ കൈകളിൽ പിടിച്ചവനെ വെട്ടാൻ ഓങ്ങി. യേശു അത് തടഞ്ഞു. "വാൾ ഉറയിലിടു. വാളെടുക്കുന്നവൻ വാളാൽ നശിക്കും". യേശുവി നോടൊപ്പമുണ്ടായിരുന്ന ശിഷ്യന്മാർ നാലു വഴിക്കും ഓടി.

കൂട്ടുകാർ ഓടി മറഞ്ഞുവെന്ന് ബോധ്യമായപ്പോൾ അക്രമികൾ വടിയും വാളുമായി യേശുവിനെ വളഞ്ഞു. അവർ അവന്റെ കൈകൾ ബന്ധിച്ചു. "ഒരു കള്ളന്റെ നേരെയെന്നപോലെ വാളും വടിയുമായി നിങ്ങൾ വന്നിരിക്കുന്നതെന്തിനാണ്? ഞാൻ ദിവസേന ഉപദേശിച്ചുകൊണ്ട് ദേവലയത്തിൽ ഇരുന്നിട്ടും നിങ്ങൾ എന്തെ എന്നെ പിടിച്ചില്ല.?" ആരും ഉത്തരമൊന്നും പറഞ്ഞില്ല. അവർ അവനെ ഒരു കുറ്റവാളിയെ എന്ന പോലെ പരിഹസിച്ചു. ചിലർ ആ മുഖത്ത് തുപ്പി, ചിലർ അവന്റെ ചെകി ട്ടത്തടിച്ചു. അക്രമികളുടെ ആർപ്പുവിളി അത്യുച്ചത്തിലായി. ബഹളം കേട്ട് പലരും ഓടിക്കൂടി.

ഓടിയൊളിച്ച ശിഷ്യന്മാർ എങ്ങോട്ടു പോയി എന്നാർക്കും അറി ഞ്ഞുകൂടാ. ബന്ധനസ്ഥനായ തങ്ങളുടെ ഗുരുവിനെ അവർ എന്തുചെയ്യു ന്നുവെന്നറിയാൻ പീറ്ററും ജോണും ആൾക്കൂട്ടത്തിന്റെ പിന്നിലായി ആള റിയാതെ സഞ്ചരിച്ചു. യേശുവിനെ മതദ്രോഹവിചാരണയ്ക്ക് പാത്രമാ ക്കാനാണ് അവർ മുതിരുന്നതെന്ന് മനസ്സിലായി. മഹാപുരോഹിതന്റെ അരമനയെ ലക്ഷ്യമാക്കിയാണ് അവർ നീങ്ങിയത്. യഹൂദനിയമങ്ങളുടെ നൂലാമാലകളെക്കുറിച്ചവരിൽ ചിലർ സംസാരിക്കുന്നുണ്ടായിരുന്നു. മത ദ്രോഹവിചാരണയ്ക്ക് പിടിക്കപ്പെടുന്ന കുറ്റവാളിയുടെ കുറ്റം തെളി ഞ്ഞാൽ വധശിക്ഷയൊഴികെ എന്തു ശിക്ഷയും നൽകാം. വധശിക്ഷ

യാണർഹിക്കുന്നതെങ്കിൽ പ്രതിയെ റോമാഗവർണ്ണറുടെ സന്നിധിയിൽ ഹാജരാക്കണം. ഗവർണ്ണർക്ക് മാത്രമാണ് വധശിക്ഷ നൽകാൻ അവകാശം.

രാത്രിയുടെ അന്ധകാരത്തെ കീറിമുറിച്ചു കൊണ്ട് അക്രമിസംഘം യെരുശലേമിന്റെ തെരുവീഥികളിലൂടെ നടന്നു നീങ്ങി. ഇരുട്ടിൽ ആളറിയാതെ അവരെ പിന്തുടർന്നിരുന്ന പീറ്ററും ജോണും മഹാപുരോഹിതന്റെ കൊട്ടാരവാതിൽക്കൽ എത്തിയപ്പോൾ ഇനിയെന്തുവേണമെന്ന് തമ്മിൽത്തമ്മിൽ ആലോചിച്ചു. പട്ടാളക്കാർ യേശുവിനേയും കൊണ്ട് അരമനവളപ്പിൽ പ്രവേശിച്ചു.

ആ രാത്രിയിൽ അന്നാസും കയ്യാഫസും മറ്റു പുരോഹിതപ്രമാണിമാരും അടങ്ങുന്ന ന്യായാധിപസംഘം കയ്യാഫസിന്റെ അരമനയിൽ സമ്മേളിച്ചു. ആൾക്കൂട്ടം അരമനവളപ്പിൽ കടന്നുകഴിഞ്ഞപ്പോൾ മറ്റു കൂട്ടുകാരെപ്പോലെ യേശുവിനെ വിട്ടുപോകാൻ മനസ്സനുവദിച്ചില്ല. കയ്യാഫസിന്റെ കൊട്ടാരം കാവൽക്കാരിൽ ഒരുവൻ ജോണിന്റെ ബന്ധുവാണ്. അയാളെ സ്വാധീനിച്ചാൽ ഇരുവർക്കും അകത്തുകടക്കാൻ കഴിയും. തങ്ങളാരാണെന്ന് അവിടെയാരും അറിയാൻ പോകുന്നില്ല. ജോൺ നിർദ്ദേശിച്ചു. പീറ്ററതിനോട് യോജിച്ചു.

അവരിരുവരും കൊട്ടാരമുറ്റത്ത് പ്രവേശിച്ചു. കൊട്ടാരത്തിന്റെ അകത്തളത്തിലാണ് ന്യായാധിപസംഘം സമ്മേളിച്ചിരുന്നത്. കൊട്ടാരത്തിന്റെ മുറ്റത്ത് ഒരു സംഘം ഭൃത്യന്മാർ തീ കാഞ്ഞുകൊണ്ടിരുന്നു. വല്ലാത്ത തണുപ്പ്. ജനാലയഴികൾക്കിടയിലൂടെ ബന്ധനസ്ഥനായ യേശു വെളിയിലേക്ക് നോക്കി. പീറ്ററിന്റെയും യേശുവിന്റെയും ദൃഷ്ടികൾ തമ്മിലിടഞ്ഞു. ആ നോട്ടം അയാളെ ഭയപ്പെടുത്തി. ആരെങ്കിലും കണ്ടാൽ. പീറ്ററിന്റെ നെഞ്ചുപിടച്ചു.

താൻ അവന്റെ ശിഷ്യന്മാരിൽ ഒരുവനാണെന്നറിഞ്ഞാൽ എന്തായിരിക്കും സംഭവിക്കുക. അല്പം ദൂരെ മാറിനിൽക്കുന്നതാണ് ബുദ്ധിയെന്ന് അയാൾക്ക് തോന്നി. കൊട്ടാരത്തിലെ തൂപ്പുകാരിയായ ഒരു മധ്യവയസ്ക പീറ്ററെ നോക്കിപ്പറഞ്ഞു. “ഈ മനുഷ്യനും അവന്റെ ഒരു ശിഷ്യനാണത്രെ”. അതുകേട്ടപാട് പീറ്റർ ഞെട്ടി. അയാൾ എല്ലാവരോടുമായി പറഞ്ഞു. “ഞാൻ ആ മനുഷ്യനെ അറിയില്ല”. മറ്റുള്ളവർ അവനെ നോക്കി അടക്കം പറഞ്ഞ് ചിരിച്ചു. ഇനി അവിടെ നിൽക്കുന്നത് പന്തിയല്ലെന്ന് അയാൾക്ക് തോന്നി. കൊട്ടാരത്തിന്റെ തെക്കുവശത്തെ മുറ്റത്ത് യേശുവിനെന്ത് സംഭവിക്കുന്നു എന്നറിയാനുള്ള കൗതുകംകൊണ്ട് മാത്രം തടിച്ചു കൂടിയ ഒരു സംഘം ചെറുപ്പക്കാരോടൊപ്പം നിലയുറപ്പിച്ചു. പെട്ടെന്ന് അവരിൽ ഒരാൾ പീറ്ററെ ചൂണ്ടികൊണ്ട് പറഞ്ഞു. “ഇയാളും ആ മനുഷ്യനോടൊപ്പം നടന്നിരുന്ന ഒരുവനാണ്”. പീറ്റർ പെട്ടെന്ന് നിഷേധിച്ചു. “ഹേ മനുഷ്യാ, നിങ്ങളെന്തസംബന്ധമാണീപ്പറയുന്നത്? ഞാനാ മനുഷ്യനെ അറിയുന്നില്ല”.

ചെറുപ്പക്കാരുടെ സംഘത്തിൽ നിന്നുയർന്ന ഒരു പൊട്ടിച്ചിരിയായി

രുന്നു അതിനുള്ള പ്രതികരണം. പീറ്ററിനാകെ പരിഭ്രമം. തന്റെ അസ്തിത്വം തന്നെ വേട്ടയാടപ്പെടുന്നതുപോലെ. ഇവിടെ നിന്നെങ്ങനെയാണ് രക്ഷപ്പെടുക? എല്ലായിടത്തും തന്നെ അറിയുന്ന മുഖങ്ങൾ. മഹാപുരോഹിതന്റെ സേവകന്മാർ തന്നെയും പിടിച്ചുകെട്ടി യേശുവിനോടൊപ്പം വിചാരണ ചെയ്യുമോ? ഒരു പിടിയും കിട്ടുന്നില്ല. എങ്ങനെ ഇവിടെ നിന്ന് രക്ഷപ്പെടും? സ്വന്തം നിഴലിനെപ്പോലും അയാൾ ഭയന്നു. യേശുവിനെ ഒരു നോക്കുകൂടി കണ്ടിട്ട് കൊട്ടാരവളപ്പിന് വെളിയിൽ കടക്കുക. ഇങ്ങനെ നിശ്ചയിച്ചുറച്ചുകൊണ്ട് പീറ്റർ ആൾക്കൂട്ടത്തിൽ ആർക്കും മുഖം കൊടുക്കാതെ പുറത്തേക്കുനടന്നു. ജോൺ ഇപ്പോഴും അതേ നിൽപ്പ് തുടരുകയായിരുന്നു. ദൃഷ്ടികൾ യേശുവിന്റെ മുഖത്തു നിന്നും പറിക്കുന്നതേയില്ല. പീറ്റർ യേശുവിനെ തിരിഞ്ഞു നോക്കി, അപ്പോൾ രണ്ട് യുവാക്കൾ അവന്റെ അടുത്ത് വന്നു. കണ്ടിട്ട് പട്ടാളക്കാരാണെന്ന് തോന്നുന്നു. അവർ ചോദിച്ചു.

"നിങ്ങളാ മനുഷ്യന്റെ ശിഷ്യനല്ലേ?"

എന്തൊരു നാശം! പീറ്റർ ക്ഷോഭിച്ചു. ഉള്ളിലുയർന്ന ഉൾക്കിടിലത്തെ അമർത്തി നിറുത്തിക്കൊണ്ടയാൾ മറുപടി പറഞ്ഞു "ഞാനാ മനുഷ്യനെ അറിയില്ല" പെട്ടെന്ന് കോഴി മൂന്ന് പ്രാവശ്യം കൂവി.

പീറ്ററിന്റെ ഓർമ്മകൾ ഗത്സമേൻ തോട്ടത്തിലേക്ക് പാഞ്ഞു. യേശു വീണ്ടും പീറ്ററെ നോക്കി. തന്റെ ഹൃദയത്തിലേക്ക് മൂർച്ചയേറിയ ഒരു കത്തി കുത്തിക്കയറ്റുന്നതുപോലെ അനുഭവപ്പെട്ടു. ആ നോട്ടം അയാളെ കീറിമുറിച്ചു. പീറ്ററിന്റെ കണ്ണുകൾ നിറഞ്ഞു കവിഞ്ഞു. കരച്ചിലടക്കാനാവാതെ ഒരു ഭ്രാന്തനെപ്പോലെ അയാൾ കൊട്ടാരത്തിന്റെ വാതിൽക്കെട്ടിന് വെളിയിലിറങ്ങി.

സമയം പ്രഭാതമാകുന്നു. യേശുപിടിക്കപ്പെട്ട വാർത്ത അവന്റെ ബന്ധുക്കളും സുഹൃത്തുക്കളും അറിഞ്ഞു. അവരിൽ ചിലർ അവനെ കാണാൻ കയ്യാഫസിന്റെ കൊട്ടാരത്തിലേക്ക് ഓടിക്കിതച്ചു വരുന്നു. യേശുവിന്റെ അമ്മ മേരി, മഗ്ദലനക്കാരി മേരി, ലാസറിന്റെ സഹോദരി മാർത്ത തുടങ്ങിയ ഒരു സംഘം സ്ത്രീകൾ. മാർഗ്ഗമധ്യേ പീറ്ററെ കണ്ടു. അവർ കരച്ചിലടക്കികൊണ്ട് യേശുവിന്റെ വിവരം അന്വേഷിച്ചു. പീറ്റർ കണ്ണുനീർ തുടച്ചുകൊണ്ട് തലേന്ന് രാത്രിയിൽ സംഭവിച്ചതത്രയും അവരെ പറഞ്ഞു കേൾപ്പിച്ചു. അവരോടൊപ്പം അയാളും നടന്നു. അവർ മഹാപുരോഹിതന്റെ കൊട്ടാരവളപ്പിലെത്തി. അവർ യേശുവിനെ വെളിയിൽ നിന്നും കാണാവുന്ന അകലത്തിൽ നിലയുറപ്പിച്ചു.

അകത്ത് വിചാരണ ഘട്ടംഘട്ടമായി തുടരുകയായിരുന്നു. ന്യായാധിപസംഘം ചോദിക്കുന്ന ചോദ്യങ്ങൾക്കൊന്നും അവർ പ്രതീക്ഷിക്കുന്ന ഉത്തരമല്ല ലഭിക്കുന്നത്. മിക്ക ചോദ്യങ്ങളേയും മറുചോദ്യങ്ങൾകൊണ്ട് നേരിടുകയായിരുന്നു യേശു. ആരൊക്കെയാണ് നിന്റെ കൂട്ടുകാർ എന്ന ചോദ്യത്തിന് യേശുവിന്റെ മറുപടി ഇതായിരുന്നു. "സത്യത്തെ പിന്തുടരുന്നവർ". ഇത്തരം മറുപടികൾ പുരോഹിതസംഘത്തെ ചൊടിപ്പിച്ചു.

അവരുടെ കുത്തിക്കുത്തിയുള്ള ചോദ്യങ്ങൾക്ക് മറുപടിയെന്ന നിലയിൽ യേശു ഒരു പ്രസ്താവനതന്നെ നടത്തി. "ഞാൻ ലോകത്തോടു പരസ്യമായി സംസാരിച്ചിരുന്നു. ജനങ്ങൾ കൂടുന്ന പൊതുസ്ഥലത്ത് വച്ച് പരസ്യമായി ഞാൻ ഉപദേശിച്ചുവന്നു. ഞാൻ രഹസ്യമായി ഒന്നും ചെയ്തിട്ടില്ല. എന്നിട്ടും നിങ്ങൾ എന്തിനിങ്ങനെ എന്നെ ചോദ്യം ചെയ്യുന്നു?. ഞാൻ സംസാരിച്ചത് എന്തെന്ന് അതു കേട്ടവരോട് ചോദിക്കൂ."

യേശു പറഞ്ഞു നിർത്തിയപ്പോൾ "മഹാപുരോഹിതനോട് ഇങ്ങനെ ധിക്കാരത്തോടെയോ സംസാരിക്കുന്നതെന്ന് ചോദിച്ചുകൊണ്ട് ഒരു സേവകൻ യേശുവിന്റെ കവിളിൽ അടിച്ചു. അടിയുടെ വേദനകടിച്ച മർത്തികൊണ്ട് അവൻ വിദൂരതയിൽ ദൃഷ്ടികൾ ഊന്നി. "നീ ക്രിസ്തുതന്നെയോ?" വീണ്ടും ചോദ്യം "ഞാൻ നിങ്ങളോട് പറഞ്ഞാൽ നിങ്ങൾ വിശ്വസിക്കുകയില്ല." യേശുവിന്റെ മറുപടി. "നീ ദൈവപുത്രൻ തന്നെയോ?" ന്യായാധിപന്റെ അടുത്ത ചോദ്യം. ചോദ്യങ്ങളും ഉത്തരങ്ങളും നീണ്ടുപോകുന്നതല്ലാതെ കാര്യങ്ങൾ ഒന്നും നടക്കുന്ന ലക്ഷണമില്ല. മഹാപുരോഹിതന്മാരും ന്യായാധിപസംഘവും കയ്യാഫസിന്റെ ആലോചനാമുറിയിൽ ഒരുമിച്ചുകൂടി.

തലേ ശാബതിൽ കയ്യാഫസ് പള്ളിയിൽ പരസ്യമായി പ്രസംഗിച്ചതാണ്. "അനേകർക്കുവേണ്ടി ഒരുവൻ മരിക്കുന്നതാണ് നല്ലത്." അത് ആരെ ഉദ്ദേശിച്ചു പറഞ്ഞുവെന്ന് ശ്രോതാക്കൾക്കു വ്യക്തമായിരുന്നു. കലാപകാരിയായ ഈ മനുഷ്യനെ വിട്ടയച്ചാൽ യഹൂദമതവും അതിന്റെ ന്യായപ്രമാണവും തകരും. വധശിക്ഷയ്ക്ക് മതിയായ പ്രത്യക്ഷകാരണങ്ങൾ ഒന്നും ചൂണ്ടികാണിക്കാനില്ലെങ്കിലും റോമാഗവർണ്ണറെ സ്വാധീനിച്ചാൽ ഈ മനുഷ്യന് വധശിക്ഷ നൽകുക അത്രയൊന്നും ബുദ്ധിമുട്ടായിരിക്കുകയില്ലെന്ന് കയ്യാഫസിനറിയാമായിരുന്നു. അയാൾ തന്റെ വാദഗതികൾ ന്യായാധിപസംഘത്തിൽ അവതരിപ്പിച്ചു. അയാളുടെ വാദഗതികൾ സംഘത്തിലെ സർവ്വർക്കും ബോദ്ധ്യപ്പെട്ടു.

കയ്യാഫസ് ഗവർണ്ണറുടെ ഉപദേശകസമിതിയിലംഗമാണ്. ഗവർണ്ണർ പുതുതായി വന്നയാളാണ്. ചെറുപ്പക്കാരൻ, സമർഥൻ, യഹൂദപാരമ്പര്യങ്ങളോട് ആദരവുള്ളയാൾ. കഴിഞ്ഞ ദിവസം നടന്ന സംഭവം കയ്യാഫസ് ഓർത്തു. ഗവർണ്ണർ പീലാത്തോസും അദ്ദേഹത്തിന്റെ ഭാര്യയും കൂടി നഗരത്തിൽ സായാഹ്നസവാരി നടത്തുകയായിരുന്നു.

പ്രൊകുള-അതാണാസ്ത്രീയുടെപേര്.

ദേവാലയത്തിന്റെ ശില്പസൗന്ദര്യവും ആ റോമൻ പ്രഭുകുമാരിയെ ആകർഷിച്ചിരിക്കണം. പിറ്റേദിവസം ആ സ്ത്രീ ചില ദാസിമാരേയും കൂട്ടി ദേവാലയത്തിലേക്ക് വന്നു. ദ്വാരപാലകന്മാരുടെ അനുവാദത്തിന് കാത്തുനിൽക്കാതെ അവർ നേരെ ശ്രീകോവിലിനകത്തേക്ക് കയറിപ്പോയി. വേഷത്തിൽ നിന്നുതന്നെ റോമക്കാരി സ്ത്രീകളെ തിരിച്ചറിഞ്ഞ ദ്വാരപാലകർ ക്ഷോഭിച്ചു. 'റോമൻ പരിഷകൾ' യഹൂദർ രഹസ്യമായി അവരെ സംബോധനചെയ്യുന്നതിങ്ങനെയാണ്. അവരുടെ സ്ത്രീകൾ യഹൂ

ദർക്കൊരു കാഴ്ചവസ്തുവാണ്. യഹൂദസ്ത്രീകൾ ശിരസ്സും കാൽപ്പാദവും പോലും മൂടിയാണ് വസ്ത്രം ധരിക്കുന്നത്. എന്നാലീറോമാക്കാരികൾക്കാകട്ടെ ഒരു നാണവും മാനവുമില്ല. കാൽമുട്ടുകൾക്കു താഴെ അവർ വസ്ത്രം ധരിക്കാറേയില്ല. കഴുത്തും മാറിടവും പുരുഷന്മാരെ മാടിവിളിക്കുകയാണെന്നേ തോന്നൂ.

അത്തരത്തിലുള്ള മൂന്നു സ്ത്രീകൾ തങ്ങളുടെ ദേവാലയത്തിൽ അതിക്രമിച്ചു കടന്നിരിക്കുന്നു. അവരിലൊരാൾ തങ്ങളുടെ ഗവർണ്ണറുടെ ഭാര്യയാണെന്ന് ദ്വാരപാലകന്മാർക്ക് മനസ്സിലായില്ല. അവരാസ്ത്രീകളെ തടഞ്ഞു. "ഈ സ്ത്രീ ആരാണെന്നറിയാമോ? ഗവർണ്ണറുടെ ഭാര്യയാണ്. കൂടെയുണ്ടായിരുന്ന ഒരു ദാസി അഹങ്കാരത്തോടെ വിളിച്ചുപറഞ്ഞു. ദ്വാരപാലകൻ ഒന്ന് ഞെട്ടി. എങ്കിലും അയാൾ തന്റെ പരിഭ്രമം പുറത്തുകാണിച്ചില്ല.

റോമാക്കാർക്ക് ഈ നാട് ഭരിച്ചാൽ പോരെ. ഞങ്ങളുടെ ദേവാലയം തീണ്ടി അശുദ്ധമാക്കുകയും വേണോ? അയാൾ മനസ്സിൽ റോമൻവംശജരെയാകെ ശപിച്ചു. അസാധാരണ സന്ദർശകരുടെ ആഗമനം ദേവാലയത്തിൽ കൂടിയിരുന്നവരുടെയെല്ലാം ശ്രദ്ധയാകർഷിച്ചു. ആരോ വിവരം കയ്യാഫസിന്റെ ശ്രദ്ധയിൽപ്പെടുത്തി. വിശിഷ്ടാതിഥിയെ കയ്യാഫസ് തന്റെ സ്വകാര്യമണ്ഡപത്തിലേക്കാനയിച്ചു. ആ രംഗം അയാളുടെ മനസ്സിൽ മിന്നിമറഞ്ഞു. യഹൂദരുടെ വിചിത്രവും പൗരാണികവും ആയ ആചാരവിശേഷങ്ങളും ശില്പസൗന്ദര്യവും നിറഞ്ഞുതുളുമ്പുന്ന പൗരാണിക ദേവാലയവും ആ റോമൻ വനിതയെ വല്ലാതെ വശീകരിച്ചിരുന്നു എന്ന് വ്യക്തം. എന്തെല്ലാം ചോദ്യങ്ങളാണാസ്ത്രീ തന്നോടു ചോദിച്ചത്. ഏദൻ തോട്ടത്തിലെ ആദം ഹവ്വാമാരുടെ കഥ തുടങ്ങി സോളമനും ശേബാരാജ്ഞിയും തമ്മിലുണ്ടായിരുന്ന പ്രണയബന്ധം വരെ നീണ്ടുപോയ നൂറുനൂറു ചോദ്യങ്ങൾ. പലതിനും ഉത്തരം പറയാൻ തനിക്കു തൊട്ടടുത്തുണ്ടായിരുന്ന ശാസ്ത്രിമാരുടെ സഹായം തേടേണ്ടിവന്നു.

യഹൂദമതത്തെക്കുറിച്ചുള്ള അവരുടെ അന്വേഷണകൗതുകം ശ്രദ്ധിച്ചപ്പോൾ അവർ മതപരിവർത്തനം ചെയ്ത് യഹൂദവിശ്വാസം സ്വീകരിച്ചേക്കുമോ എന്നുപോലും സംശയിച്ചുപോയി. ക്രമേണ അവരുടെ അന്വേഷണം ഹേരോദസ്സ് ശിരസ്സ് ഛേദിച്ചുകൊന്ന സ്നാപകയോഹന്നാനിലേക്കും അയാളിൽ നിന്നും സ്നാനം സ്വീകരിച്ച് വിചിത്രമായ ആശയങ്ങൾ പ്രചരിപ്പിക്കുകയും അത്ഭുതകൃത്യങ്ങൾ ചെയ്തുകൊണ്ട് അലഞ്ഞുനടക്കുകയും ചെയ്തിരുന്ന യേശുവിലേക്കും വ്യാപിച്ചു. അവർക്കു പ്രധാനമായും അറിയേണ്ടിയിരുന്നത് യഹൂദരുടെ തിരുവെഴുത്തുകളിൽ പരാമർശിച്ചിരുന്ന, വരുവാനുള്ള ലോകരക്ഷകൻ നസ്രേത്തിലെ യേശു തന്നെയാണോ എന്നായിരുന്നു ഈ റോമൻ വനിത യഹൂദമതദർശനങ്ങളെക്കുറിച്ചും യേശുവിനെക്കുറിച്ചും തന്നെക്കാളേറെ ഗ്രഹിച്ചിരിക്കുന്നതായി കയ്യാഫസിനു തോന്നി. ഇവൾ മാത്രമല്ല വേറെയും ധാരാളം റോമാക്കാർ യേശുവിന്റെ രഹസ്യ ആരാധകരായി ഉള്ളതായി കേട്ടിരി

ക്കുന്നു. ആ നിലയ്ക്കും ഈ മനുഷ്യനെ പീലാത്തോസിന്റെ മുമ്പാകെ ഹാജരാക്കിയാൽ തങ്ങളാഗ്രഹിക്കുന്ന പ്രകാരം ഇയാൾക്കു വധശിക്ഷ വാങ്ങിക്കൊടുക്കുവാൻ കഴിയാതെ പോകുമോ എന്ന ശങ്ക കയ്യാഫസിനെ അലട്ടി. ഒരു പക്ഷെ ഇയാൾ തിരുവെഴുത്തുകളിൽ സൂചിപ്പിച്ചിരുന്ന രക്ഷകൻ, തന്നെയായിരിക്കുമോ എന്ന നേരിയ സംശയവും തോന്നാതിരുന്നില്ല. ഇല്ല, 'അത് സാധ്യമല്ല' യഹൂദർക്ക് ഇപ്പോൾ ഇങ്ങനെ ഒരു രക്ഷകൻ ആവശ്യമില്ല. ഇവൻ പറയുന്നതും പ്രവർത്തിക്കുന്നതുമെല്ലാം ന്യായപ്രമാണതത്വങ്ങൾക്കു വിരുദ്ധമാണ്. ഇവനെ ജീവിക്കുവാൻ അനുവദിച്ചാൽ സഹസ്രാബ്ദങ്ങൾ പിന്നിട്ട യഹൂദമതത്തിന്റെ അടിവേരുകൾതന്നെ ഛേദിച്ചുകളയും. തിരുവെഴുത്തുകളിലെ രക്ഷകൻ അതിനുള്ളിൽതന്നെ കഴിയട്ടെ. വിശുദ്ധലിഖിതങ്ങൾ തലതിരിഞ്ഞ കവികളുടെ ഭാവനയാണ്. അത് സാമാന്യജനങ്ങൾക്ക് മനസ്സിലാവുകയില്ല എന്നതാണ് തന്നെപ്പോലെയുള്ള ശ്രേഷ്ഠന്മാരുടെ നിലനിൽപ്പിനുതന്നെ ആധാരം. വിശുദ്ധലിഖിതങ്ങൾ വ്യാഖ്യാനിക്കാനും വിശദീകരിക്കാനുമുള്ള അവകാശത്തിനുമേൽ സാധാരണജനങ്ങൾ കൈവച്ചുകൂടാ. യേശുവിന്റെ ശ്രമം ഈ വഴിക്കാണ്. ഇതു തടയുകതന്നെ വേണം.

അല്ലെങ്കിലും ഈ പ്രവാചകന്മാർ പുരോഹിതന്മാരുടെ വർഗ്ഗശത്രുക്കളാണ്. പ്രവാചകവേഷം ധരിച്ച് ജനക്കൂട്ടത്തെ വഴിതെറ്റിക്കാൻ ശ്രമിച്ച എത്രയെത്രപേരെയാണ് തന്റെ പൂർവ്വികന്മാർ കല്ലെറിഞ്ഞു കൊന്നിരിക്കുന്നത്. ഈ റോമാസാമ്രാജ്യത്തിന്റെ മേധാവിത്വം നിലവിലില്ലായിരുന്നുവെങ്കിൽ യേശുവിനെ മാത്രമല്ല അവന്റെ ശിഷ്യന്മാരെയും കല്ലെറിഞ്ഞു കൊല്ലുവാൻ മോശയുടെ ന്യായപ്രമാണത്തിൻമേൽ തനിക്കുള്ള പിന്തുടർച്ചാവകാശം ഉപയോഗിച്ച് കല്പിക്കാമായിരുന്നു. ഇത്തരം അവകാശാധികാരങ്ങളാകെ ഒന്നൊന്നായി നഷ്ടപ്പെടുകയാണ്. ഇപ്പോൾ എന്തിനും ഏതിനും റോമിന്റെ അനുവാദം വേണ്ടിയിരിക്കുന്നു. എങ്ങനെയും ഗവർണ്ണറെ സ്വാധീനിച്ച് ഈ മനുഷ്യന് വധശിക്ഷ നൽകേണ്ടിയിരിക്കുന്നു. കയ്യാഫസ് തീരുമാനിച്ചുറച്ചു. തന്റെ തീരുമാനം എളുപ്പം നിറവേറ്റുവാനായി അയാൾ യഹൂദരുടെ പിതാക്കന്മാരുടെ ദൈവമായ യഹോവയെ മനസ്സിൽ സ്മരിച്ചുകൊണ്ട് പ്രാർത്ഥനാശകലങ്ങൾ ഉരുവിട്ടു.

രണ്ട്

"ഞാൻ നിങ്ങളെ മനുഷ്യരെ പിടിക്കുന്നവരാക്കും"

'എന്റെ ആത്മാവിനെ അന്വേഷിക്കുന്നവർ ലജ്ജിച്ചു പോകട്ടെ. എനിക്കു വിരോധമായി തിന്മ വിചാരിക്കുന്നവർ പിന്തിരിഞ്ഞു നാണിച്ചു പോകട്ടെ".

പെസഹായുടെ രണ്ടാം ദിവസം. പ്രഭാതത്തിന്റെ പൊൻകിരണങ്ങൾ യെരുശലേം ദേവാലയത്തിന്റെ താഴികക്കുടങ്ങളെ തൊട്ടുതഴുകിയപ്പോൾത്തന്നെ ദേവാലയവും പരിസരവും ജനനിബഡമായിക്കഴിഞ്ഞിരുന്നു. യഹൂദയിൽ നിന്നും ശമര്യയിൽ നിന്നും ഗലീലയിൽ നിന്നുമെത്തിയ തീർത്ഥാടകരുടെ തിക്കും തിരക്കും നഗരത്തിലാകെ അനുഭവപ്പെടുന്നുണ്ട്. രാത്രിയിലെ സംഭവങ്ങൾ ജനങ്ങൾ കൗതുകത്തോടെ ചർച്ച ചെയ്യുന്നു.

"നസ്രേത്തിലെ യേശു പിടിക്കപ്പെട്ടിരിക്കുന്നു". "കഴിഞ്ഞ ഞായറാഴ്ച ദേവാലയത്തിൽ കയറി ബഹളമുണ്ടാക്കിയ യേശുവിന്റെ കഥ കഴിഞ്ഞതുതന്നെ". ജനങ്ങൾ അവിടെയും ഇവിടെയും കൂടി നിന്ന് സംസാരിക്കുന്നു. പലരുടെയും മുഖത്ത് മ്ലാനത. കഴിഞ്ഞ ഒരു വർഷക്കാലം പാലസ്തീനിലാകെ കൊടുങ്കാറ്റഴിച്ചുവിട്ട ആ മനുഷ്യൻ യഹൂദന്മാർ നോക്കിപ്പാർത്തിരുന്ന മിശിഹതന്നെയെന്ന് പലരും വിശ്വസിച്ചിരുന്നു. ആ വിശ്വാസത്തിനിളക്കം തട്ടിയിരിക്കുന്നു. തങ്ങളുടെ പുരോഹിത പ്രമാണികൾ അവനെ എന്ത് ചെയ്യും എന്ന കാര്യത്തിൽ ജനങ്ങൾക്കുറപ്പില്ല. ഓരോരുത്തരും അവരവരുടെ ഭാവനയ്ക്കനുസരിച്ചോരോന്ന് പറയുന്നു.

സഹോദരൻ അന്ത്രയോസിനോടൊപ്പം പീറ്ററും ദേവാലയത്തെ ലക്ഷ്യമാക്കി നടക്കുകയാണ്. എല്ലാവരുടെയും സംസാരവിഷയം യേശുവാണ്. നമ്മൾ ഇങ്ങനെ പരസ്യമായി നടക്കുന്നത് ആപത്തല്ലേ. അവർ

നമ്മളേയും പിടിച്ചാലോ അന്ത്രയോസ് ജ്യേഷ്ഠനോട് സംശയം പ്രകടിപ്പിച്ചു. "നമ്മളെ പിടിക്കാൻ അവർക്ക് പരിപാടിയുണ്ടെന്ന് തോന്നുന്നില്ല". പീറ്റർ പറഞ്ഞു. തന്നെയും യോഹന്നാനേയും യാക്കോബിനേയും അവർ തിരിച്ചറിഞ്ഞതാണ്. പിടിക്കണമെന്നുണ്ടെങ്കിൽ അവർക്കപ്പോൾ ആകാമായിരുന്നു. പീറ്റർ വിചാരിച്ചു. ഈ പുരോഹിതന്മാർക്കും അവരുടെ കിങ്കരന്മാർക്കും യേശുവിന്റെ ശിഷ്യന്മാരെക്കുറിച്ച് പുച്ഛം തോന്നിക്കാണും. ഒരു സാധാരണ പട്ടാളക്കാരൻ അയാളുടെ അരയിൽനിന്ന് വാളൂരി ഒന്ന് വെറുതെ വീശിയപ്പോൾ ജീവനും കൊണ്ടോടിയ ഭീരുക്കൾ എന്നായിരിക്കില്ലേ തങ്ങളെക്കുറിച്ച് ധരിക്കുക. ലജ്ജാഭാരത്താൽ ശിരസ്സ് കുനിഞ്ഞു. എവിടെപ്പോയി ഇവരുടെയൊക്കെ ധൈര്യം? എന്തെല്ലാം വീരവാദങ്ങളാണ് ഓരോരുത്തർ മുഴക്കിയിരുന്നത്. ആരേയും കുറ്റപ്പെടുത്തുന്നതിൽ അർത്ഥമില്ല. താൻ പോലും ഭയന്നുപോയി. മഹാപുരോഹിതന്റെ വീട്ടുമുറ്റത്തുവച്ച് മൂന്ന് പ്രാവശ്യം ഗുരുവിനെ തള്ളിപ്പറയുകയെന്ന മഹാപാതകം മറ്റാരും ചെയ്യാത്തതാണ്. കഷ്ടം! ഈ അപമാനം എങ്ങനെ സഹിക്കും?. യാക്കോബും യോഹന്നാനും ക്രിസ്തുവിന്റെ പിന്നാലെ വിട്ടുമാറാതെ കൂടുന്നുണ്ടാവും. എന്തൊക്കെപ്പറഞ്ഞാലും അവർക്കു തന്നെ ഗുരുവിനോട് അധികം സ്നേഹം. മറ്റുള്ളവരൊക്കെ എവിടെ ഓടി ഒളിച്ചു?. ഓരോരുത്തരുടെയും ചിത്രം പീറ്ററിന്റെ മനസ്സിൽ മിന്നിമറഞ്ഞു. വീരശൂരപരാക്രമിയെന്ന് സ്വയം ഭാവിക്കുന്ന തോമസ്, ഗുരുവിന്റെ വാക്കുകൾ കേട്ട് മാനസാന്തരപ്പെട്ട് ചുങ്കം പിരിവ്പോലും നിർത്തി തങ്ങളുടെ കൂട്ടത്തിൽ കൂടിയ മത്തായി. എല്ലാവരും ഒരുമിച്ച് നിന്നെങ്കിൽ എന്തെങ്കിലും ചെയ്യാൻ പറ്റുമോയെന്ന് നോക്കാമായിരുന്നു.

ഓർമ്മകൾ ഇളകി തുടങ്ങിയപ്പോൾ ഒട്ടേറെ ഭൂതകാലസംഭവങ്ങൾക്കു മുമ്പിൽ പുനർജ്ജനിക്കുന്നതുപോലെ. കഫന്നർഹൂമിന്നടുത്തുള്ള ബേത്ത്സയിദാഗ്രാമം. ഗ്രാമത്തിലെ തന്റെ കൊച്ചുകുടിൽ. അവിടെ ഭാര്യയോടും കുട്ടികളോടുമൊത്ത് കഴിഞ്ഞിരുന്ന തനിക്ക് മത്സ്യം പിടിക്കുന്നതിലല്ലാതെ മറ്റൊന്നിലും താൽപ്പര്യമുണ്ടായിരുന്നില്ല. അനുജനായ അന്ത്രയോസാണ് തന്നെ യേശുവിങ്കലേക്കാകർഷിച്ചത്. അന്ത്രയോസ് സ്നാപകയോഹന്നാന്റെ ശിഷ്യനായിരുന്നു. ഗലീലാക്കടലിന്റെ കരയിൽ മരവുരിയും മാൻതോലും ധരിച്ച് കാട്ടുതേനും ഫലമൂലാദികളും ഭക്ഷിച്ച് ജനക്കൂട്ടത്തോട് വരാനിരിക്കുന്ന ശിക്ഷാവിധികളെക്കുറിച്ച് ഘോരഘോരം പ്രസംഗിച്ചുനടന്ന സ്നാപകന്റെ ശിഷ്യഗണത്തിൽ ആദ്യം ചേർന്നത് തന്റെ അനുജൻ അന്ത്രയോസ് ആയിരുന്നു. ആദ്യമൊക്കെ അനുജനോടും അവൻ പറയുന്ന ആശയങ്ങളോടും തനിക്ക് പുച്ഛമായിരുന്നു. അനുജനെ പ്രോൽസാഹിപ്പിക്കുവാൻ അപ്പൻ തയ്യാറായിരുന്നു, ന്യായപ്രമാണഗ്രന്ഥങ്ങളുടെയും പ്രവചനഗ്രന്ഥങ്ങളുടെയും തുകൽച്ചുരുളുകൾ സിനഗോഗിൽ* പോയിരുന്ന് വായിച്ച് ശീലമാക്കിയ തങ്ങളുടെ അപ്പൻ, യോന അനുജനെ പ്രോൽസാഹിപ്പിച്ചു. സ്നാപകന്റെ ആകസ്മികമായ ദുരന്തം അദ്ദേഹത്തിന്റെ ശിഷ്യന്മാരെ

യേശുവിങ്കലേക്കാകർഷിച്ചു. അന്നൊരിക്കൽ തങ്ങൾ കടപ്പുറത്ത് വലിച്ചുകയറ്റിയ വലിയ വലയിൽ നിന്ന് മീൻ ശേഖരിക്കുമ്പോൾ തങ്ങൾക്കു നേരെ നടന്നുവന്ന ഗുരുവിന്റെ പ്രൗഢഗംഭീരമായ രൂപം മനസ്സിൽ നിറഞ്ഞുനിൽക്കുകയാണ്. "എന്റെ പിന്നാലെ വരുവിൻ ഞാൻ നിങ്ങളെ മനുഷ്യരെ പിടിക്കുന്നവരാക്കും". ആ ആജ്ഞാശക്തിയുടെ മുന്നിൽ അലിഞ്ഞുപോയി. ആ കണ്ണുകളിലെ നിശ്ചയദാർഢ്യം, സ്നേഹവാത്സല്യം!

മറ്റൊന്നും ആലോചിക്കുവാൻ അപ്പോൾ കഴിഞ്ഞില്ല. മീൻ നിറഞ്ഞ വല കടൽക്കരയിൽ ഉപേക്ഷിച്ചിട്ട് അവന്റെ പിന്നാലെ നടന്നു. കടപ്പുറത്തെ മണലിൽ പതിഞ്ഞ അവന്റെ കാൽപ്പാടുകൾ ആദരപൂർവ്വം നിരീക്ഷിച്ചുകൊണ്ട് തങ്ങൾ മുന്നോട്ട് നീങ്ങുകയായിരുന്നു. കുറെ നടന്നു ചെന്നപ്പോൾ യാക്കോബും യോഹന്നാനും കടപ്പുറത്തെ തങ്ങളുടെ കുടിലിന്റെ മുറ്റത്ത് അപ്പനായ സെബദിയോടൊപ്പമിരുന്ന് വലക്കണ്ണികളുടെ കേടുപാടുകൾ തീർക്കുകയായിരുന്നു. തലേശാബത്തിൽ ബെത്ത്സെയിദാഗ്രാമത്തിലെ സിനഗോഗിൽ യേശു യെശയ്യ പ്രവാചകന്റെ പുസ്തകം നിവർത്തിവച്ചുകൊണ്ട് നടത്തിയ പ്രസംഗം സെബദിയേയും അയാളുടെ ഭാര്യ ശാലോമിയേയും വല്ലാതെ ആകർഷിച്ചിരുന്നു. യേശുവിന്റെ പ്രസംഗം എവിടെയുണ്ടെന്ന് കേട്ടാലും ആ കുടുംബം ഒന്നടങ്കം പ്രസംഗം കേൾക്കാൻ പോകുമായിരുന്നു. സെബദിയുടെ ഭാര്യ ശലോമിയും യേശുവിന്റെ അമ്മ മറിയവും സഹോദരിമാരായിരുന്നു. യേശുവുമായി രക്തബന്ധമുണ്ടായിരുന്ന രണ്ട് ശിഷ്യന്മാർ യാക്കോബും, ജോണും മാത്രമായിരുന്നു. അന്നൊരുദിവസം തങ്ങളുടെ സംഘം സെബദിയുടെ വീട്ടിൽ നിന്ന് പൊരിച്ചമീനും തിന്ന് മുന്തിരിച്ചാറും കുടിച്ച് വയറുനിറച്ചിട്ട് വെളിയിലിറങ്ങുമ്പോൾ യാക്കോബും യോഹന്നാനും തങ്ങളുടെ സംഘത്തിൽ ചേരാൻ തയ്യാറെടുത്ത് ഒപ്പം ഇറങ്ങിത്തിരിക്കുകയായിരുന്നു. അതിൽപ്പിന്നെ ആ രണ്ട് ജ്യേഷ്ഠാനുജന്മാരും ഗുരുവിന്റെ പാദാന്തികത്തിൽ നിന്നും വിട്ടുമാറിയിട്ടില്ല. ഈ അന്ത്യഘട്ടത്തിൽ അവരും വല്ലാതെ ഭയന്നിരിക്കുന്നു. എങ്കിലും ഗുരുവിന്റെ പിന്നാലെ നിഴൽ പോലെ കൂടാനുള്ള ധൈര്യം അവർ സംഭരിച്ചിരിക്കുന്നു. മറ്റാർക്കും ആ ധൈര്യവും ഉണ്ടായില്ല. ഗുരുവിനെ മാത്രമല്ല ശിഷ്യന്മാരെയും അവർ പിടിച്ചേക്കുമെന്ന പേടി എല്ലാവർക്കും ഉണ്ടായിരുന്നു. ആർക്കും അപകടമൊന്നും സംഭവിച്ചതായി കേട്ടില്ല. ഇവരൊക്കെ എവിടെയാണ് ഒളിച്ചിരിക്കുന്നത്. പീറ്ററിന്റെ ഓർമ്മയിൽ ഓരോരുത്തരായി കയറിയിറങ്ങി. ഏറ്റവും അടുത്തയാളാണ് പിലിപ്പോസ്. തന്റെ സ്വന്തം ഗ്രാമക്കാരൻ. ഹീബ്രു ഭാഷയ്ക്കു പുറമെ യവനഭാഷയും നന്നായി കൈകാര്യം ചെയ്തിരുന്ന പിലിപ്പോസ് കൂട്ടത്തിലെ മികച്ച പണ്ഡിതനായിരുന്നു. പിലിപ്പോസ് മുഖേനയാണ് നാഥാനിയേൽ എന്ന ബർത്തലോമി സംഘത്തിൽ ചേർന്നത്. യേശുവിന്റെ പ്രസംഗങ്ങൾ കേൾക്കുകയും പഠിക്കുകയും ചെയ്തിട്ട്

* *സിനഗോഗ്–യഹൂദർ ശനിയാഴ്ച ആരാധനയ്ക്കു വരുന്ന പ്രാദേശിക കേന്ദ്രം*

ധൈര്യമായി തന്റെ സ്നേഹിതൻ ബർത്തലോമിയോട് യേശുവിനുവേണ്ടി സാക്ഷ്യം പറഞ്ഞു.

"ന്യായപ്രമാണത്തിൽ മോശയും പ്രവാചകന്മാരും ആരെക്കുറിച്ച് എഴുതിയിരിക്കുന്നോ അവനെ ഞാൻ കണ്ടെത്തിയിരിക്കുന്നു." അതായിരുന്നു പിലിപ്പോസിന്റെ സാക്ഷ്യം. ബർത്തലോമിയാക്കും അത് വിശ്വാസമായില്ല. ന്യായപ്രമാണങ്ങളിലും യഹൂദപാരമ്പര്യങ്ങളിലും അവഗാഹം നേടിയിരുന്ന ബർത്തലോമി തിരിച്ചു ചോദിച്ചു. ആര് ജോസഫിന്റെ പുത്രനായ യേശുവോ? "നസ്രേത്തിൽ നിന്ന് വല്ല നന്മയും വരുമോ?" എന്ന പഴമൊഴി ഉദ്ധരിച്ചുകൊണ്ട് പിലിപ്പോസിനെ പരിഹസിക്കുകയാണ് ബർത്തലോമിയാ ചെയ്തത്. "നീ വന്നു കാണുക" പിലിപ്പോസിന്റെ മറുപടി ബർത്തലോമിയായെ യേശുവിന്റെ സന്നിധിയിൽ എത്തിച്ചു. യേശുവിനെ പരീക്ഷിക്കുവാൻ തയ്യാറെടുത്തു കൊണ്ടായിരുന്നു അവന്റെ വരവ്. അവന്റെ തിളക്കമുള്ള കണ്ണുകളും വിശാലമായ നെറ്റിത്തടവും സൂക്ഷിച്ച് നോക്കിയിട്ട് ഗുരു ക്ഷണമാത്രയിൽ തന്നെ പറഞ്ഞു.

"ഇതാ സാക്ഷാൽ യിസ്രായേല്യൻ. ഇവനിൽ കാപട്യം ഇല്ല. "അതെങ്ങനെ നീയറിയും? ബർത്തലോമിയായുടെ സംശയം.

"പിലിപ്പോസ് നിന്നെ വിളിക്കുംമുമ്പ് നീ അത്തിയുടെ കീഴിൽ ഇരിക്കുമ്പോൾ ഞാൻ നിന്നെക്കണ്ടു". ആ മുഖത്ത് സൂക്ഷിച്ചു നോക്കിയപ്പോൾ ഹൃദയത്തിലൂടെ ഒരു വാൾ കടന്നുപോകുന്നതുപോലെ തോന്നിയത്രെ. കൂടുതലൊന്നും ആലോചിക്കാതെ അവൻ പറഞ്ഞു. 'റബ്ബീ നീ ദൈവപുത്രൻ. നീ യിസ്രയേലിന്റെ രാജാവ് യേശു അതിനോട് പ്രതികരിച്ചു. "ഞാൻ നിന്നെ അത്തിയുടെ കീഴിൽ കണ്ടെന്ന് നിന്നോട് പറക കൊണ്ട് നീ വിശ്വസിക്കുന്നു. എന്നാൽ നീ ഇതിനെക്കാൾ വലിയത് കാണും. ഞാൻ നിങ്ങളോട് പറയുന്നു. സ്വർഗ്ഗം തുറന്നിരിക്കുന്നതും മനുഷ്യപുത്രന്റെ അടുക്കൽ ദൈവദൂതന്മാർ കയറുകയും ഇറങ്ങുകയും ചെയ്യുന്നതും നിങ്ങൾ കാണും". ഗുരു അന്ന് പറഞ്ഞ ആ വാക്കുകൾ ഇപ്പോഴെന്നതുപോലെ ചെവിയിൽ മുഴങ്ങുന്നു. മത്തായി, തോമസ്, കൊച്ചുയാക്കോബ് തുടങ്ങിയ ഇതരസംഘാംഗങ്ങളുടെ രൂപം മനസ്സിൽ തെളിയുന്നു. ലേവിയെന്ന് മറുപേരുള്ള മത്തായി, ഗുരുവിന്റെ കൂടെ ചേരുന്നതിനുമുമ്പ് കഫർന്നഹൂമിലെ ഇടപ്രഭുവായ ഹേരോദോസിനു വേണ്ടി ചുങ്കം പിരിക്കലായിരുന്നു. ചുങ്കം പിരിക്കലുകൊണ്ട് ധനികനായിത്തീർന്ന മത്തായി ആ പണി ഉപേക്ഷിച്ച് യേശുവിന്റെ സംഘത്തിൽ ചേർന്നത് പലർക്കും വിചിത്രമായ ഒരു വാർത്തയായിരുന്നു. യേശു അവനെ ചുങ്കം പിരിവ് സ്ഥലത്തു നിന്ന് നേരിട്ട് തന്റെ സംഘത്തിലേക്ക് വിളിക്കുകയായിരുന്നു. കാന്തശക്തിയുള്ള ഒരു നോട്ടം! തുടർന്ന് "എന്നെ അനുഗമിക്ക" എന്ന ആഹ്വാനം. അത് തള്ളിക്കളയാൻ മത്തായിക്കു കഴിഞ്ഞില്ല. അധികം താമസിയാതെ അവന്റെ സഹോദരനായ കൊച്ചു യാക്കോബും യേശുവിന്റെ ശിഷ്യസംഘത്തിൽ ചേർന്നു.

കൂട്ടത്തിൽ എന്തിനും കുതർക്കങ്ങളുന്നയിക്കുന്ന തോമസിനെ

യേശുവിനിഷ്ടമായിരുന്നു. ഗുരു എന്തു പറഞ്ഞാലും തങ്ങളൊക്കെ കണ്ണും പൂട്ടി വിശ്വസിക്കുമായിരുന്നു. തോമസ് അങ്ങനെയല്ല. അവൻ കിള്ളിക്കീറി ചോദ്യങ്ങൾ ചോദിച്ച് ഗുരുവിനെ വിമ്മിഷ്ടപ്പെടുത്തിയിരുന്നു. ഗുരുവുമായി തോമസ് ഏർപ്പെട്ട സംവാദങ്ങളിൽ ചിലത് ഇപ്പോഴും ഓർമ്മയിൽ തങ്ങി നിൽക്കുന്നു. "ഞാൻ നിങ്ങൾക്ക് സ്ഥലം ഒരുക്കുവാൻ പോകുന്നു. ഞാൻ പോയി നിങ്ങൾക്ക് സ്ഥലം ഒരുക്കിയാൽ ഞാൻ ഇരിക്കേണ്ടിടത്ത് നിങ്ങളും ഇരിക്കേണ്ടതിന് പിന്നെയും വന്നു നിങ്ങളെ എന്റെ അടുക്കൽ ചേർത്തു കൊള്ളും. ഞാൻ പോകുന്ന ഇടത്തേക്കുള്ള വഴി നിങ്ങൾ അറിയുന്നു".

ഗുരുപറഞ്ഞതിന്റെ അർത്ഥമെന്തെന്ന് ആർക്കും മനസ്സിലായില്ല. പക്ഷേ തോമസ് ഒഴികെ എല്ലാവരും മനസ്സിലായതായിനടിച്ചു. തോമസ് ധൈര്യപൂർവ്വം എഴുന്നേറ്റു ചോദിച്ചു. "കർത്താവേ നീ എവിടെ പോകുന്നു എന്ന് ഞങ്ങൾ അറിയുന്നില്ല. പിന്നെ വഴി എങ്ങനെ അറിയും?" അതൊരു വലിയ സംവാദത്തിന് വഴിയൊരുക്കി. ഗുരുപിന്നെയും വിശദീകരിച്ചു. "ഞാൻ തന്നെ വഴിയും സത്യവും ജീവനും ആകുന്നു. ഞാൻ മുഖാന്തരമല്ലാതെ ആരും പിതാവിന്റെ അടുക്കൽ എത്തുന്നില്ല. നിങ്ങൾ എന്നെ അറിഞ്ഞിരുന്നുവെങ്കിൽ എന്റെ പിതാവിനേയും അറിയുമായിരുന്നു.

കനാന്യനായ ശീമോൻ ആണ് സംഘത്തിലെ മറ്റൊരാംഗം. അവന്റെ നാമം യഹൂദരുടെ ഭൂമിശാസ്ത്രവുമായി പോലും ബന്ധപ്പെട്ടു കിടക്കുന്നു. യിസ്രായേല്യർ പാലസ്തീനിൽ പ്രവേശിക്കുന്നതിന് മുമ്പ് പാലസ്തീന്റെ ദക്ഷിണഭാഗത്ത് മദ്ധ്യധരണിക്കടൽ തീരത്ത് നിവസിച്ചിരുന്ന ആദിവാസി സമൂഹമാണ് കനാന്യർ. ഇവരുടെ ഭാഷയ്ക്കും അമോര്യ, ഹീബ്രു ഭാഷകൾക്കും തമ്മിൽ വലിയ വ്യത്യാസമില്ല. ഫെലിസ്ത്യർ ഇവരുടെ കടൽത്തീരത്ത് ഈ ഗ്രാമങ്ങളെ കൈവശമാക്കി. റോമാസാമ്രാജ്യത്തിന്റെ ആധിപത്യത്തിൽ നിന്നും തങ്ങളുടെ നാടിനെ മോചിപ്പിച്ചിട്ട് മിശിഹായുടെ രാജ്യം സ്ഥാപിക്കുന്നതിനായി പാലസ്തീനിൽ കലാപമുണ്ടാക്കിയ രാഷ്ട്രീയസംഘത്തിലെ അംഗമായിരുന്നു ഈ ശീമോൻ. യേശുവിനെ മിശിഹായെന്ന് ധരിച്ച് അവൻ ലോകമെങ്ങും തന്റെ ആധിപത്യം സ്ഥാപിച്ച് യിസ്രായേലിന്റെ അടിമത്തം ഇല്ലായ്മ ചെയ്യുമെന്ന് ദൃഢമായി വിശ്വസിച്ചിരുന്നു. തന്റെ ഗുരുവിന് എന്തു സംഭവിക്കുന്നുവെന്നറിയാൻ കാത്തുനിൽക്കാതെ ഈയാളും മറ്റുള്ളവരോടൊപ്പം ഓടിയൊളിച്ചുവെന്നത് അത്ഭുതമായി തോന്നുന്നു. ഗുരുവിന്റെ രക്തം മുപ്പത് വെള്ളിക്കാശിന് വിറ്റ സ്കറിയോത്തയൂദായെക്കൂടാതെ മറ്റൊരു യൂദാ കൂടിയുണ്ടല്ലോ ശിഷ്യസംഘത്തിൽ. ഗുരു പിടിക്കപ്പെട്ട ഉടനെ അവൻ തറപ്പിച്ചു പറഞ്ഞു. "അവർ നമ്മുടെ ഗുരുവിന് കുരിശുമരണം വിധിക്കുകതന്നെ ചെയ്യും". അവന്റെ നിഗമനം ശരിയാകുമെന്ന് തന്നെയാണെന്ന് തോന്നുന്നു.

എല്ലാത്തിനും കാരണക്കാരൻ ആ യൂദാസ്കറിയാത്തോയാണ്, പീറ്റർ വിചാരിച്ചു. സംഘത്തിൽ തനിക്ക് തീരെ കണ്ടുകൂടാത്തതവനെ

യാണ്. ആ വികൃതമായ മുഖവും തുളച്ചുകീറുന്ന നോട്ടവും അവനെ മറ്റുള്ളവരിൽനിന്ന് വേർതിരിച്ചു നിർത്തുന്നു. ഗുരുവിന് അവനെ എന്തു വിശ്വാസമായിരുന്നു. സംഘത്തിന്റെ പണസഞ്ചി സൂക്ഷിപ്പുകാരൻ അവനായിരുന്നു. ആരും അവനെ അവിശ്വസിച്ചിരുന്നില്ല. പോകുന്ന വഴിക്ക് എന്തൊക്കെ കിട്ടിയാലും അതൊക്കെ സൂക്ഷിക്കുക അവനാണ്. പണമല്ലാതെ എന്തെങ്കിലും പലപ്പോഴും ഗുരുവിനും സംഘത്തിനും കാഴ്ചകിട്ടാറുണ്ട്. അതൊക്കെ വിറ്റ് പണമാക്കാൻ അവൻ സമർത്ഥനായിരുന്നു. ഇതിന്റെയൊന്നും കണക്കുകൾ ഒരിക്കലും ആരും അവനോട് ചോദിക്കുകയുണ്ടായിട്ടില്ല. എങ്ങോട്ട് തിരിഞ്ഞാലും അവന് പണം വേണം. പണത്തിന്റെ ആർത്തിയാണ് അവനെ ഈ പതനത്തിൽ എത്തിച്ചത്. അവനെന്തിനേയും പണം കൊണ്ടാണ് തൂക്കി നോക്കിയിരുന്നത്. അന്നൊരുദിവസം വിരുന്നിനിരിക്കെ യഹൂദരുടെ ആചാരങ്ങൾ പ്രകാരം ആ സ്ത്രീ ഗുരുവിന്റെ പാദങ്ങളിൽ പൂശിയ ഒരു വെൺകൽഭരണി നിറയെ ജടാംമാംസി തൈലം നിലത്തൊഴുകുന്നത് കണ്ട് എന്തൊരസഹിഷ്ണുതയാണ് യൂദാസ് പ്രകടിപ്പിച്ചത്! ആ സുഗന്ധതൈലത്തിന്റെ പരിമളം വീടുനിറഞ്ഞു നിൽക്കുമ്പോൾ തന്നെ അവനാനടപടിയെ പരസ്യമായി ചോദ്യം ചെയ്തു. "ഈ തൈലം മുന്നൂറ് വെള്ളിക്കാശിന് വിറ്റ് ദരിദ്രർക്ക് കൊടുക്കാത്തത് എന്ത്?. "ദരിദ്രന്മാർ നിങ്ങൾക്ക് എല്ലായ്പ്പോഴും അടുക്കലുണ്ടല്ലോ. ഞാൻ എല്ലായ്പ്പോഴും അടുക്കലില്ലതാനും. ആ സ്ത്രീയെ തടയരുത്". ഇതായിരുന്നു ഗുരുവിന്റെ വിശദീകരണം. ദ്രവ്യമോഹത്തിൽ അന്ധനായ യൂദാസിന് ഗുരു പറഞ്ഞത് മനസ്സിലായിരിക്കുമോ എന്തോ.....? ആ ജീവിതത്തിൽ പണം എത്ര അപ്രധാനമായിരുന്നു. പണത്തിന്റെ കുറവുകൊണ്ട് ഗുരുവിന്റെയും സംഘത്തിന്റെയും യാതൊരാവശ്യങ്ങളും നടക്കാതെ വന്നിട്ടില്ല. നാളത്തെ ദിവസത്തെച്ചൊല്ലി വ്യാകുലപ്പെടാതെ ജീവിതത്തെ നേരിടാൻ പഠിച്ചത് സത്യത്തിൽ ഗുരുവിനോടൊപ്പം ചേർന്നതിൽപ്പിന്നെയാണ്. ഇന്നത്തെ ആഹാരത്തിനുവേണ്ടി മാത്രം പ്രാർത്ഥിക്കാൻ പഠിപ്പിച്ച ആ ദിവ്യ ഗുരുവിന്റെ ശിഷ്യന്മാരിൽ എത്രപേർ ഗുരുവിന്റെ വാക്കുകളുടെ അർത്ഥം ഗ്രഹിച്ചിരുന്നു? സംശയമാണ്. തങ്ങളുടെ ഇന്നത്തെ ആഹാരത്തിനുവേണ്ടി പ്രാർത്ഥിക്കുന്നതോടൊപ്പം മറ്റുള്ളവരുടെ ഇന്നത്തെ ആഹാരം തട്ടിപ്പറിച്ച് തങ്ങളുടെ നാളെകൾക്കു വേണ്ടിയും മറ്റെന്നാളേക്കുവേണ്ടിയും ശേഖരിച്ചു വയ്ക്കുന്നവരാണ് തന്റെ ശിഷ്യഗണങ്ങളിൽ ഭൂരിഭാഗവും എന്ന കാര്യം ആ ദിവ്യഗുരു ഗ്രഹിച്ചിരുന്നോ എന്തോ? ചിന്തയുടെ കൈത്തോടുകൾ ഈ വഴിക്കൊഴുകിയപ്പോഴാണ് പെട്ടെന്ന് ആൾക്കൂട്ടത്തിനിടയിൽ യൂദാസിന്റെ തലവെട്ടം കണ്ടത്. അവനാകെ അസ്വസ്ഥനായിരുന്നു. കയ്യിൽ ഉയർത്തിപ്പിടിച്ച ഒരു പണസഞ്ചിയുമായി അവൻ അലറിവിളിച്ചുകൊണ്ടോടുകയാണ്. ആരോ ചിലർ ഭ്രാന്തൻ, ഭ്രാന്തൻ എന്ന് വിളിച്ചു പറയുന്നുണ്ട്. യൂദാസാകട്ടെ പരിസരം തീരെ ശ്രദ്ധിക്കുന്നതേയില്ല. അവൻ ദേവാലയത്തെ ലക്ഷ്യമാക്കിയാണോടുന്നത് പീറ്ററും

അവന്റെ പിന്നാലെ ഓടി. ഓട്ടത്തിനിടയിൽ അവനെന്താണ് വിളിച്ചുപറയുന്നതെന്നറിയാൻ പീറ്റർ കാതോർത്തു.

'എന്റെ ഗുരു!

എന്റെ ഗുരു!'

ഇതല്ലാതെ മറ്റൊന്നും അവൻ ഉച്ചരിക്കുന്നതേയില്ല. അവനെ വിളിച്ചാലോയെന്ന് പീറ്റർ ആലോചിച്ചു. വേണ്ട അവനെന്താണ് ചെയ്യാൻ പോകുന്നതെന്ന് പിന്നാലെ ചെന്ന് മനസിലാക്കാം. പീറ്റർ മനസിലുറച്ചു. യൂദാസ് ദേവാലയത്തിന്റെ കിഴക്കുഭാഗത്തുള്ള ശലേമോന്റെ മണ്ഡപത്തിൽ ഉലാത്തികൊണ്ടിരുന്ന പുരോഹിതന്മാരിൽ ചിലരെ വിളിച്ചു മാറ്റി നിർത്തി എന്തോ സംസാരിക്കുന്നത് കണ്ടു അവർ അവനെ പുരോഹിതൻമാരുടെ മണ്ഡപത്തിലേക്ക് കൂട്ടിക്കൊണ്ടുപോയി.

ഒരു കൊടിയ ഭ്രാന്തനേപ്പോലെ അലറിക്കൊണ്ട് അവൻ ദേവാലയത്തിലെ പുരുഷന്മാർ നിൽക്കുന്ന ഭാഗത്ത് വന്നുനിന്നു. യാഗപീഠത്തിന്റെ മുകളിൽ ഹോമയാഗത്തിനുള്ള ആട്ടിൻകുട്ടിയെ കൈകൈലുകൾ ബന്ധിച്ച നിലയിൽ കിടത്തിയിരിക്കുന്നു. പുരോഹിതസംഘം ഹോമയാഗത്തിന് മുമ്പുള്ള ഒരുക്കങ്ങളിൽ വ്യാപൃതരായിരിക്കുന്നു. മുൻ ഭാഗത്തുള്ള മണ്ഡപത്തിലൂടെ ഒരു പുരോഹിതൻ ധൂപകലശം എടുത്തുകൊണ്ട് വിശുദ്ധസ്ഥലത്ത് പ്രവേശിച്ചു. ധൂപപീഠത്തിൽ നിന്ന് പുകപടലങ്ങൾ സുഗന്ധം വർഷിച്ചുകൊണ്ടുയർന്ന് പൊങ്ങുന്നു. യാഗപീഠത്തിന് ചുറ്റും ധൂപം കാട്ടിയിട്ട് പുരോഹിതൻ തിരിഞ്ഞ് നിന്ന് ജനങ്ങളെ അനുഗ്രഹിക്കുന്നു. അത് കഴിഞ്ഞയുടൻ ജനങ്ങളെല്ലാം സാംഷ്ടാംഗം വീണ് യഹോവയെ നമസ്കരിക്കുന്നു. യൂദാസും നിലത്ത് കമിഴ്ന്ന് വീണ് നമസ്കരിച്ചു തന്റെ കൈവശമുണ്ടായിരുന്ന പണസഞ്ചിയുടെ കെട്ടഴിച്ച് അവനത് ദേവാലയത്തിന്റെ വിശുദ്ധസ്ഥലത്തെ ലക്ഷ്യമാക്കി വലിച്ചെറിഞ്ഞു.

മുപ്പതു വെള്ളിക്കാശുകൾ കിലുകിലെ ശബ്ദമുണ്ടാക്കി അവിടവിടെ ചിതറി വീണു. മറ്റൊന്നും സംഭവിക്കുന്നതിന് മുമ്പ് അവനൊരു ഭ്രാന്തനേപ്പോലെ പുറത്തേക്കോടി തന്റെ അരയിൽ ചുരുട്ടിവച്ചിരുന്ന കയർ വെളിയിലെടുത്തുയർത്തിപിടിച്ച് കൊണ്ടായിരുന്നു ഓട്ടം. പെരുനാളാഘോഷത്തിന്റെ തിരക്കിൽ ആ ഭ്രാന്തൻ ഓട്ടത്തെ ആരും കാര്യമായെടുത്തില്ല.

ദേവാലയത്തിന്റെ മതിൽക്കെട്ടിന് വെളിയിൽ ശാഖകൾ വീശി നിൽക്കുന്ന ഒരു വലിയ കരുവേലവൃക്ഷത്തിന്റെ കൊമ്പിൽ നിന്ന് കയർ കുടുക്കി അവൻ താഴോട്ട് ചാടി. ഒരു നിമിഷം! അവന്റെ കണ്ണുകൾ പുറത്തേക്ക് തള്ളി. നാക്ക് വെളിയിലേക്ക് വന്നു. അവന്റെ ശരീരം മരണവേദനയാൽ പിടഞ്ഞു. നിമിഷം കൊണ്ട് ചലനമറ്റ് കിടക്കുന്ന യൂദാസിന്റെ ശരീരം പീറ്ററകലേനിന്നു കണ്ടു. ഒന്നാലോചിച്ചപ്പോൾ അവനോട് ബഹുമാനമാണ് തോന്നിയത്. അവനിത്രയെങ്കിലും ചെയ്ത് സ്വയം ശിക്ഷിക്കാനുള്ള ധൈര്യമുണ്ടായി. താനുംമറ്റുള്ളവരുമോ? ഭീരുക്കൾ. ഗുരുവിനടിയേറ്റപ്പോൾ ഓടിയൊളിച്ചവർ മുഖത്ത് നോക്കി തള്ളിപ്പറഞ്ഞ തങ്ങൾ

മനുഷ്യരോ, കീടങ്ങളോ?. ലജ്ജകൊണ്ട് ചൂളിയ ശിരസ്സു താഴ്ത്തിപ്പിടിച്ചുകൊണ്ട് ആൾക്കൂട്ടത്തിലെവിടെയെങ്കിലും തന്റെ സഹപ്രവർത്തകർ അകപ്പെട്ടിട്ടുണ്ടോയെന്ന് തിരക്കിക്കൊണ്ട് പീറ്റർ പരക്കം പാഞ്ഞു.

ദേവാലയത്തിനുള്ളിൽ ചിതറിക്കിടന്ന മുപ്പത് വെള്ളിത്തുട്ടുകൾ പുരോഹിതന്മാർ പെറുക്കിയെടുത്തു. പുരോഹിതസംഘം പ്രാകാരത്തിലിരുന്ന് കൂടിയാലോചിച്ചു. ദേവാലയത്തിനുള്ളിൽ നിന്ന് ഉടമസ്ഥനില്ലാതെ ലഭിക്കുന്ന വസ്തുക്കളൊക്കെയും ഭണ്ഡാരത്തിൽ നിക്ഷേപിക്കുക എന്നതാണ് കീഴ്വഴക്കം. ഒരു യുവപുരോഹിതൻ അപ്രകാരം ചെയ്യുന്നതിനെ എതിർത്തു. ഇത് രക്തത്തിന്റെ വിലയാകയാൽ ഭണ്ഡാരത്തിലിടുന്നത് വിഹിതമല്ല. ആ അഭിപ്രായം മറ്റുള്ളവർ അംഗീകരിച്ചു. പിന്നെ മുപ്പത് വെള്ളി എങ്ങനെ ചെലവഴിക്കും?. മാർഗ്ഗം അവർ കണ്ടെത്തി. പെസഹാ പെരുന്നാളിനോടും മറ്റും അനുബന്ധിച്ച് പട്ടണത്തിലെത്തുന്ന വിദേശികൾ ചിലപ്പോൾ മരിക്കാറുണ്ട്. ഏതു മതക്കാരനെന്നും എങ്ങനെയുള്ളവനെന്നും അറിയാതെ അത്തരക്കാരുടെ മൃതശരീരം ദേവാലയസെമിത്തേരിയിൽ സംസ്കരിക്കേണ്ടിവരുന്നതിനെക്കുറിച്ച് പലരും അമർഷം കൊള്ളാറുണ്ട്. ഇതിനൊരു പരിഹാരം കാണണം. ഈ പണം കൊടുത്ത് പരദേശികളുടെ ശവം സംസ്കരിക്കുന്നതിന് ഒരു സ്ഥലം വിലയ്ക്കു വാങ്ങാം. ദേവാലയ ശ്മശാനത്തോട് തൊട്ടുകിടക്കുന്ന സ്ഥലം വിലയ്ക്ക് വാങ്ങാനുള്ള തീരുമാനത്തിന് അവർ രൂപം കൊടുത്തു. പൊതു ആരാധനയുടെ ഭാഗമായി വിശുദ്ധസ്ഥലത്തിനടുത്തുനിന്നു കൊണ്ട് ശാസ്ത്രിമാരിൽ ഒരുവൻ യെരമ്യാപ്രവാചകന്റെ പുസ്തകത്തിൽ നിന്നുള്ള വായന തുടരുന്നുണ്ടായിരുന്നു. അപ്പോൾ പ്രവചനഗ്രന്ഥത്തിൽ നിന്നു ഗുരു അടുത്ത ദിവസം ഉദ്ധരിച്ചു വ്യാഖ്യാനിച്ച ഒരു വേദവാക്യം പീറ്ററിന്റെ ഓർമ്മയിലെത്തി.

"യിസ്രയേൽ മക്കൾ വിലമതിച്ചവന്റെ വിലയായ മുപ്പത് വെള്ളിക്കാശ് അവർ എടുത്ത്, കർത്താവ് എന്നോട് അരുളിചെയ്തതുപോലെ കുശവന്റെ നിലത്തിനു വേണ്ടി കൊടുത്തു".

മൂന്ന്

യാക്കോബിൽ നിന്നൊരു നക്ഷത്രം

"അവരുടെ വഴി ഇരുണ്ടുപോകട്ടെ. അതിൽ മാർഗ്ഗ ഭ്രംശങ്ങളുണ്ടാകട്ടെ. ദൈവത്തിന്റെ ദൂതൻ അവരെ പിന്തുടരട്ടെ. എന്തെന്നാൽ അവർ എനിക്കായി കണികൾ മറച്ചുവയ്ക്കുകയും എന്റെ ആത്മാവിനുവേണ്ടി വല വിരിക്കുകയും ചെയ്തിരിക്കുന്നു".

വേദനിക്കുന്ന മനസ്സുമായി ദേവാലയത്തിനു ചുറ്റും അലഞ്ഞു നടന്നപ്പോൾ ഓർമ്മകൾ തലേ ഞായറാഴ്ചത്തെ സംഭവങ്ങളിലേക്ക് പാഞ്ഞു. അന്ന് കൂടാരപ്പെരുന്നാളായിരുന്നു. നിസ്രിമാസം 15-ാം തീയ്യതി തങ്ങൾ പണ്ട് മരുഭൂമിയിൽ കൂടാരങ്ങളിൽ പാർത്തിരുന്നതിനെ അനുസ്മരിക്കുവാൻ യഹൂദന്മാർ വർഷം തോറും ആചരിക്കുന്ന പെരുന്നാൾ ഒരാഴ്ച നീണ്ടു നില്ക്കും. ഈ പെരുന്നാൾ ദിവസങ്ങളിൽ ജനങ്ങൾ സ്വന്തം വീടുകൾ ഉപേക്ഷിച്ച് വെളിമ്പ്രദേശങ്ങളിൽ തങ്ങൾ തന്നെ നിർമ്മിച്ച കൂടാരങ്ങളിലും കുടിലുകളിലും താമസിക്കും. ഏഴ് സംവത്സരങ്ങൾ കൂടി വരുന്ന കൂടാരപ്പെരുന്നാൾ ജനങ്ങൾ കൂടുതൽ മോടിയിൽ ആഘോഷിക്കുന്നു. അടിമത്തത്തിൽ നിന്നുള്ള വിമോചനത്തിന്റെ ആഘോഷമായ ഇത്തരം ഒരു ഉത്സവകാലത്താണ് മഹാനായ ശലോമോൻ ഈ കാണുന്ന ദേവാലയം യഹോവയ്ക്ക് പ്രതിഷ്ഠിച്ചത്. ഈ പെരുന്നാളിൽ ശലോമോൻ ഉയർത്തിയ ആ യാഗപീഠത്തിൽ വർഷം തോറും ഹോമയാഗങ്ങൾ അർപ്പിക്കുന്നു.

ഇത് ഒരു വിളവെടുപ്പിന്റെ പെരുന്നാളാണ്. ഒരു സംവത്സര കാലത്തേക്കാവശ്യമായ പഴങ്ങൾ, എണ്ണ ഇവയൊക്കെ പെരുന്നാളിന് മുമ്പായി ജനങ്ങൾ ശേഖരിച്ചുവയ്ക്കും. വിശാലമായ പാലസ്തീനിന്റെ എല്ലാ മുക്കിലും മൂലയിലും നിന്ന് ജനങ്ങൾ യെരുശലേം ദേവാലയത്തിലെത്തും.

പ്രവാചകനായ സഖറിയാവ് രേഖപ്പെടുത്തിയിരിക്കുന്നതുപോലെ "സകലജാതികളിലും ശേഷിച്ചിരിക്കുന്ന ഏവനും സൈന്യങ്ങളുടെ യഹോവയായ രാജാവിനെ നമസ്കരിപ്പാനും കൂടാരപ്പെരുന്നാളാചരിപ്പാനും വരേണ്ടതാണ്. ആണ്ടുതോറും സകലവംശങ്ങളിലും ആരെങ്കിലും സൈന്യങ്ങളുടെ യഹോവയായ രാജാവിനെ നമസ്കരിപ്പാൻ യെരൂശലേമിലേക്ക് വരാത്ത പക്ഷം അവർക്ക് മഴ ഉണ്ടാവുകയില്ല. മിസ്രയിംവംശം വരാത്തപക്ഷം അവർക്കും മഴ ഉണ്ടാവുകയില്ല. അന്നാളിൽ കുതിരകളുടെ മണികളിന്മേൽ 'യഹോവയ്ക്ക് വിശുദ്ധം' എന്നെഴുതിയിരിക്കും. യെരൂശലേമിലും യഹൂദയിലുമുള്ള കുലമൊക്കെയും സൈന്യങ്ങളുടെ യഹോവയ്ക്ക് വിശുദ്ധമായിരിക്കും. യാഗം കഴിക്കുന്നവരൊക്കെയും അവിടെ ഒത്തുകൂടും.

അന്നുമുതൽ സൈന്യങ്ങളുടെ യഹോവയുടെ ആലയത്തിൽ ഒരു കനാന്യനും ഉണ്ടാവുകയില്ല. പോയവർഷത്തെ കൂടാരപ്പെരുന്നാളിന്റെ അന്നാണ് യേശു രഹസ്യമായി ദേവാലയത്തിൽ പ്രവേശിച്ച് തന്റെ അസ്തിത്വം ലോകത്തോട് വിളിച്ചുപറഞ്ഞത്. കടലോരങ്ങളിലെയും മലനിരകളിലെയും പരസ്യപ്രസംഗങ്ങൾ മതമേധാവികൾക്ക് ബുദ്ധിമുട്ടുണ്ടാക്കി. അന്നൊരിക്കൽ ഗലീലയിൽ വച്ചു നടന്ന സംവാദം പീറ്ററിന്റെ മനസ്സിൽ തങ്ങിനിൽക്കുന്നു. വരാനിരിക്കുന്ന മിശിഹാ ഇവൻ തന്നെയെന്നുൽഘോഷിച്ചു കൊണ്ട് ദേവാലയത്തിലേക്ക് ഒരു വിജയഘോഷയാത്ര നടത്താം എന്നൊരു നിർദ്ദേശം ചില സുഹൃത്തുക്കൾ ഉന്നയിക്കുകയുണ്ടായി. മിശിഹായുടെ രാജ്യാവകാശം പ്രഖ്യാപിക്കാൻ ഇതു തന്നെയവസരം എന്നും അവർ കരുതിയിരിക്കണം. എന്നാൽ യേശു അതിനോട് യോജിച്ചില്ല. "എന്റെ സമയം ഇതുവരെ വന്നിട്ടില്ല. അതുകൊണ്ട് ഈ പെരുന്നാളിന് ഞാൻ ഇപ്പോൾ പോകുന്നില്ല, നിങ്ങൾ പോകുവിൻ" എന്ന് പറഞ്ഞ് അവൻ ഗലീലയിൽ തന്നെ പാർത്തു. അത്തവണത്തെ പെരുന്നാൾ ദിവസം യേശുവും അനുയായികളും ചേർന്ന് ദേവാലയം പിടിച്ചടക്കുമെന്നൊരു ശ്രുതി ജനക്കൂട്ടത്തിനിടയിൽ പരന്നിരുന്നു. യഹൂദ സമൂഹത്തിന്റെ അധികാരത്തിന്റെ സിരാകേന്ദ്രമായ യെരൂശലേം ദേവാലയം കയ്യടക്കുന്നതോടെ മിശിഹായുടെ വാഴ്ചയ്ക്ക് ലോകത്തിൽ തുടക്കം കുറിക്കുമെന്നായിരുന്നു പലരുടെയും പ്രതീക്ഷ. ആളുകൾ കുശുകുശുത്തു. അവൻ നല്ലവൻ എന്ന് ചിലരും അല്ല പുരുഷാരത്തെ വഞ്ചിക്കുന്നവൻ എന്ന് മറ്റു ചിലരും പറഞ്ഞു. എല്ലാവരേയും ആശ്ചര്യപ്പെടുത്തിക്കൊണ്ട് യേശു ജനക്കൂട്ടത്തിനിടയിൽ നിന്ന് പ്രസംഗപീഠത്തെ സമീപിച്ചു. ന്യായപ്രമാണങ്ങൾ രേഖപ്പെടുത്തിയ ഗ്രന്ഥക്കെട്ടുകൾ തുറന്നു വച്ചുകൊണ്ട് പ്രസംഗിക്കാൻ തുടങ്ങി. "വിദ്യാഭ്യാസം ചെയ്യാത്ത ഇവൻ ശാസ്ത്രമറിയുന്നതെങ്ങിനെ" എന്നിങ്ങനെ തമ്മിൽപ്പറഞ്ഞുകൊണ്ട് പലരും നെറ്റി ചുളിച്ചു. യേശുവിന്റെ അന്നത്തെ വാക്കുകൾ ഇപ്പോഴും ഓർക്കുന്നു 'എന്റെ ഉപദേശം എന്റേതല്ല, എന്നെ അയച്ചവന്റേതത്രെ. അവന്റെ ഇഷ്ടം ചെയ്യുവാൻ ഇച്ഛിക്കുന്നവൻ എന്റെ ഉപദേശം ശ്രദ്ധിക്കും, ഞാൻ പറയുന്ന കാര്യങ്ങൾ സ്വയമായി പ്രസ്താവിക്കുന്നതല്ല; ദൈവത്തിൽ

നിന്നുള്ളതത്രെ. സ്വയമായി പ്രസ്താവിക്കുന്നവൻ സ്വന്തം മഹത്വം അന്വേഷിക്കുന്നു. ദൈവമഹത്വം അന്വേഷിക്കുന്നവൻ സത്യവാനാകുന്നു. നീതികേട് അവനിൽ ഇല്ല. മോശ നിങ്ങൾക്ക് ന്യായപ്രമാണം തന്നിട്ടില്ലയോ? എങ്കിലും നിങ്ങളിലാരും ന്യായപ്രമാണങ്ങൾ ആചരിക്കുന്നില്ല".

പ്രസംഗം അങ്ങനെ തുടരുന്നതിനിടയിൽ ചിലർ പറഞ്ഞുതുടങ്ങി പുരോഹിതന്മാർ കൊല്ലുവാൻ അന്വേഷിക്കുന്നവൻ ഇവൻ അല്ലയോ? അവൻ ധൈര്യത്തോടെ സംസാരിക്കുന്നുവല്ലോ. അവർ അവനോട് ഒന്നും പറയുന്നില്ല. അവൻ ക്രിസ്തു ആകുന്നു എന്ന് പ്രമാണികൾ യഥാർത്ഥമായി ഗ്രഹിച്ചുവോ? ജനങ്ങളുടെ വാദപ്രതിവാദം പലവഴിക്ക് തിരിഞ്ഞുപോകുന്നത് തങ്ങളുടെ സംഘത്തിൽപ്പെട്ടവർ കാതോർത്തു നിൽക്കുകയായിരുന്നു. ഇവൻ ക്രിസ്തുതന്നെയോ എന്നാണ് അവർക്കറിയേണ്ടത്. ക്രിസ്തു അല്ലെന്നു പറയുന്നവരുടെ ന്യായം. ഇവൻ എവിടെനിന്ന് വരുന്നു എന്ന് നമ്മൾ അറിയുന്നു. എന്നാൽ യഥാർത്ഥ ക്രിസ്തു എവിടെനിന്ന് എന്ന് ആരും അറിയുകയില്ല എന്നാണ് അവർ സമർത്ഥിക്കുന്നത്. ജനങ്ങളുടെ അഭിപ്രായപ്രകടനം യേശുവിന്റെ കാതുകളിൽ എത്തി എന്ന് തോന്നുന്നു. അവൻ അവരോട് പറഞ്ഞു "നിങ്ങൾ എന്നെ അറിയുന്നു. ഞാൻ എവിടെ നിന്ന് എന്നും അറിയുന്നു. ഞാൻ സ്വയമായിട്ട് വന്നവനല്ല. എന്നെ അയച്ചവൻ സത്യവാനാകുന്നു. അവനെ നിങ്ങൾ അറിയുന്നില്ല. ഞാൻ അവന്റെയടുക്കൽ നിന്ന് വരുന്നതുകൊണ്ടും അവൻ എന്നെ അയച്ചതുകൊണ്ടും ഞാനവനെ അറിയുന്നു". ജനക്കൂട്ടത്തിൽ പലരും അവനെ ക്രിസ്തു എന്നു തന്നെ കരുതി അവനിൽ വിശ്വസിച്ചു. അവന്റെ വാക്കുകളുടെ വശ്യത ജനങ്ങളെ വല്ലാതെ ആകർഷിക്കുന്നു എന്ന് മനസ്സിലാക്കിയ പുരോഹിതന്മാർ അവനെ തടവിലാക്കേണ്ടതിന് ഗൂഢാലോചന നടത്തി. "ഞാൻ ഇനി കുറെക്കാലം നിങ്ങളോടൊപ്പം ഉണ്ടാവും. അത് കഴിഞ്ഞാൽ ഞാൻ എന്നെ അയച്ചവന്റെയടുക്കൽ പോകുന്നു. നിങ്ങൾ എന്നെ അന്വേഷിച്ചാൽ കണ്ടെത്തുകയില്ല. ഞാൻ ഇരിക്കുന്നിടത്ത് നിങ്ങൾക്ക് വരാൻ കഴിയുകയില്ല". അവന്റെ വാക്കുകൾ ഓർമ്മയിൽ പ്രതിധ്വനിക്കുന്നു. നമുക്ക് കണ്ടെത്താനാവാത്ത ഏത് സ്ഥലത്താണ് അവൻ പോകുവാൻ ഉദ്ദേശിക്കുന്നത്? സംഘാംഗങ്ങൾ തമ്മിൽപ്പറഞ്ഞ് ആശ്ചര്യം പൂണ്ടു.

പെരുന്നാൾ നടക്കുന്ന ഏഴു ദിവസവും ജനങ്ങൾ ശീലോഹം കുളത്തിൽ ചെന്നു വെള്ളംകോരി ദേവാലയത്തിൽ കൊണ്ടു വന്ന് യാഗപീഠത്തിന്റെ അടിയിൽ ഒഴിക്കും. ഇത് കണ്ടിട്ടാണ് ഗുരു ജീവജാലത്തെക്കുറിച്ച് പ്രസംഗിച്ചത്. "ദാഹിക്കുന്നവനെല്ലാം എന്റെയടുക്കൽ വന്ന് കുടിക്കട്ടെ. എന്നിൽ വിശ്വസിക്കുന്നവന്റെയുള്ളിൽ നിന്ന് ജീവജലത്തിന്റെ നദികൾ ഒഴുകും. അവൻ പ്രസംഗിച്ചു. അതുകേട്ട ജനങ്ങളുടെ പ്രതികരണം ഓർമ്മിക്കുന്നു. ചിലർ ഇവൻ സാക്ഷാൽ പ്രവാചകൻ തന്നെ എന്ന് പറഞ്ഞു. വേറെ ചിലർ ക്രിസ്തുവെന്നും. എന്നാൽ മറ്റുചിലരുടെ സംശയം ഗലീലയിൽ നിന്നോ ക്രിസ്തു വരുന്നത് എന്നായിരുന്നു. ദാവീ

ദിന്റെ സന്തതിയിൽ നിന്നും ദാവീദിന്റെ ഗ്രാമമായ ബേത്‌ലഹേമിൽ നിന്നും ക്രിസ്തു വരുന്നുവെന്ന് തിരുവെഴുത്ത് അനുശാസിക്കുന്നുവെന്ന് പറഞ്ഞ് അവർ തമ്മിൽ തർക്കിച്ചു. ഇത്തരം എത്രയെത്ര രംഗങ്ങൾ മനോമുകുരത്തിൽ മിന്നിമറയുന്നു.

യേശുവിനെ ബന്ധിച്ചുകൊണ്ട് ചെല്ലുവാൻ പല തവണ പുരോഹിതപ്രമാണിമാർ തങ്ങളുടെ ഭൃത്യസംഘത്തിൽപ്പെട്ട ചിലരെ നിയോഗിച്ചതാണ്. യേശുവിന്റെ മുഖത്ത് നോക്കിയപ്പോൾ അവന്റെ വാക്കുകൾ ശ്രദ്ധിച്ചപ്പോൾ എന്തുകൊണ്ടോ അവനെ പിടിക്കാൻ അവർ ധൈര്യപ്പെട്ടില്ല. പിടിക്കാൻ വന്ന ചിലരെങ്കിലും യേശുവിന്റെ ആരാധകസംഘത്തിൽ ഉൾപ്പെടുകയായിരുന്നു. പുരോഹിതന്മാരുടെ കൂട്ടത്തിലും സെൻഹിദ്രിം* സംഘാംഗങ്ങളിലും ചിലർ രഹസ്യമായി യേശുവിനോട് ആദരവ്പ്രകടിപ്പിച്ചിരുന്ന കാര്യവും പീറ്റർ ഓർമ്മിച്ചു. പരീശന്മാരിൽ ഒരു പ്രധാനിയായിരുന്ന നിക്കോദമസ് യേശുവിന്റെ സ്നേഹിതനായിരുന്നു. പരീശന്മാർ പൊതുവെ തങ്ങളുടെ എതിരാളികളായിരുന്നു. യേശുവിനോട് മാത്രമല്ല തങ്ങളുടെ സംഘത്തിൽ പ്രധാനികളായ യാക്കോബിനോടും യോഹന്നാനോടും പരീശന്മാർക്ക് പുച്ഛമായിരുന്നു. യഹൂദമതത്തിന്റെ അടിസ്ഥാനതത്വങ്ങളിൽ അവരെപ്പോലെ തീഷ്ണതയുള്ളവർ വേറാരുമുണ്ടായിരുന്നില്ല. നിക്കോദമസിനെപ്പോലുള്ളവരും പരീശന്മാരുടെ കൂട്ടത്തിലുള്ളതിനാൽ അവരെ അടച്ചാക്ഷേപിക്കുന്നതിലർത്ഥമില്ലെന്ന് താനൊരിക്കൽ യാക്കോബിനോടും യോഹന്നാനോടും വാദിച്ചതോർക്കുന്നു.

സിറിയ രാജാവായ അന്ത്യോക്കസ് എപ്പിഫാനസ് യഹൂദ്യയെ കീഴടക്കാൻ തുടങ്ങിയപ്പോൾ യഹൂദമതം തന്നെ നാമാവശേഷമാക്കേണ്ടതായിരുന്നു. അതിനെതിരെയുള്ള ശക്തമായ ചെറുത്തുനിൽപ്പെന്ന നിലയിലാണ് പരീശപ്രസ്ഥാനം ആരംഭിച്ചത്. യഹൂദ ആചാരങ്ങളെ നശിപ്പിച്ച് തൽസ്ഥാനത്ത് യവനമതാചാരങ്ങളെ അടിച്ചേൽപ്പിക്കാനായിരുന്നു രാജാവിന്റെ ശ്രമം. അതിനെതിരെ സ്വന്തം ജീവൻപോലും ത്യജിച്ച് പോരാടാൻ തയ്യാറായവരാണ് പരീശപ്രസ്ഥാനത്തിന് തുടക്കമിട്ടവർ. ആ വാക്കിന്റെ അർത്ഥം പെട്ടെന്നോർമ്മയിൽ വന്നു. പരീശർ എന്നാൽ വിയോജിക്കുന്നവരെന്നാണർത്ഥം. യഹൂദ മതപ്രമാണങ്ങളിൽ നിന്നു ഭൂരിപക്ഷവും അകന്നുപോയപ്പോഴും അവരോട് വിയോജിച്ച് മതപ്രമാണങ്ങളെ മുറുകെപ്പിടിച്ചവരായിരുന്നു അവർ.

പരീശന്മാരുടെ പ്രധാന എതിരാളികൾ സദൂക്യരായിരുന്നു. അതാതുകാലത്തെ ഭരണാധികാരികളുടെ താളത്തിനൊത്ത് തുള്ളിയിരുന്നതിനാൽ സെൻഹിദ്രിം സംഘത്തിൽ ഇവർക്ക് കൂടുതൽ സ്വാധീനമുണ്ടായിരുന്നു. ഭൂമിയിൽ തന്റെ രാജ്യം സ്ഥാപിച്ച് ഭരിക്കാൻ പോകുന്ന ഒരു മിശിഹായ്ക്കായിട്ടാണ് പരീശന്മാർ കാത്തിരുന്നത്. യേശുവിന്റെ പ്രഭാഷണങ്ങളെ ആദ്യം മുതലെ ശ്രദ്ധാപൂർവ്വം കേട്ടിരുന്നവരായിരുന്നു പരീശന്മാർ. മതാചാരങ്ങളിൽ യേശു പുലർത്തിയിരുന്ന നിഷ്ഠയില്ലായ്മയാണ്

* *സെൻഹിദ്രിം സംഘം-യഹൂദമതനിയമങ്ങളുടെ നടത്തിപ്പുകാർ*

അവരെ യേശുവിൽ നിന്ന് അകറ്റിയത്. യേശു ചുങ്കക്കാരോടും പാപികളോടും ഒപ്പം സഹവസിക്കുന്നു. ദേഹശുദ്ധി വരുത്താതെ ഭക്ഷണം കഴിക്കുന്നു. ഇതൊന്നും അംഗീകരിക്കാൻ പരീശന്മാരുടെ മതബോധം തയ്യാറായിരുന്നില്ല. പഴയ നിയമരചനകളിലെ പ്രസക്തഭാഗങ്ങൾ ഉദ്ധരിച്ചുകൊണ്ട് മിശിഹായുടെ വരവിനെക്കുറിച്ച് എത്രയോ പരീശപണ്ഡിതന്മാർ സിനഗോഗുകൾ തോറും പ്രസംഗിച്ചു നടന്നതാണ്. പരീശന്മാരുടെ സങ്കല്പത്തിലെ മിശിഹാ പഴയ നിയമത്തിന്റെ താളുകളിൽ ഇപ്പോഴും മറഞ്ഞിരിക്കുകയാണ്. അവരുടെ സങ്കല്പം യേശുവിൽ സാക്ഷാത്കരിക്കപ്പെട്ടുവെന്നവർ ധരിക്കുന്നില്ല. മിശിഹായെക്കുറിച്ചുള്ള പഴയനിയമപരാമർശങ്ങൾ പീറ്ററിന്റെ ഓർമ്മയിൽ ഉണർന്നു.

ഗോത്രപിതാവായ ഇസഹാക്ക് യാക്കോബിന് നൽകിയ അനുഗ്രഹം വരാനിരിക്കുന്ന മിശിഹായുടെ ലക്ഷണമാണെന്ന് പരീശപണ്ഡിതന്മാർ സമർത്ഥിച്ചിരുന്നു. "ഇതാ എന്റെ മകന്റെ വാസന യഹോവ അനുഗ്രഹിച്ചിരിക്കുന്ന വയലിലെ വാസനപോലെ ദൈവം ആകാശത്തിന്റെ മഞ്ഞും ഭൂമിയുടെ പുഷ്ടിയും അനവധി ധാന്യവും വീഞ്ഞും നിനക്ക് തരുമാറാകട്ടെ. വംശങ്ങൾ നിന്നെ സേവിക്കട്ടെ, ജാതികൾ നിന്നെ വണങ്ങട്ടെ, നിന്റെ സഹോദരന്മാർക്ക് നീ പ്രഭുവായിരിക്കട്ടെ, നിന്റെ മാതാവിന്റെ പുത്രന്മാർ നിന്നെ വണങ്ങട്ടെ, നിന്നെ ശപിക്കുന്നവർ എല്ലാം ശപിക്കപ്പെട്ടവർ, നിന്നെ അനുഗ്രഹിക്കുന്നവനെല്ലാം അനുഗ്രഹിക്കപ്പെട്ടവൻ. യാക്കോബ് തന്റെ പന്ത്രണ്ട് യഹൂദഗോത്രങ്ങളുടെ ഭാവി പ്രവചിക്കുകയായിരുന്നു. മിശിഹായുടെ വരവ് യഹൂദഗോത്രത്തിൽ നിന്നായിരിക്കും എന്നവർ വിശ്വസിച്ചു. യാക്കോബ് തന്റെ പുത്രനായ യഹൂദയുടെ മേൽ വർഷിച്ച അനുഗ്രഹത്തിൽ മിശിഹായുടെ ലക്ഷണങ്ങൾ ഒത്തിണങ്ങിയിരിക്കുന്നത്രെ. "യഹൂദയെ സഹോദരന്മാർ നിന്നെ പുകഴ്ത്തും. നിന്റെ കൈ ശത്രുക്കളുടെ കഴുത്തിൽ ഇരിക്കും. അപ്പന്റെ മക്കൾ നിന്റെ മുമ്പിൽ നമസ്കരിക്കും. യഹൂദാ ഒരു ബാലസിംഹം മകനേ നീ ഇരപിടിച്ച് കയറിയിരിക്കുന്നു. അവൻ കുനിഞ്ഞു സിംഹം പോലെയും സിംഹിപോലെയും പതുങ്ങിക്കിടക്കുന്നു. ആർ അവനെ എഴുന്നേല്പിക്കും.

> അവകാശമുള്ളവർ വരുവോളം ചെങ്കോൽ യഹൂദയിൽ നിന്നും രാജദണ്ഡ് അവന്റെ കാലുകളുടെയിടയിൽ നിന്നും നീങ്ങിപ്പോവുകയില്ല, ജാതികളുടെ അനുസരണം അവനോടാകും.
>
> അവൻ മുന്തിരിവള്ളിയോട് കഴുതയേയും
> വിശിഷ്ട മുന്തിരിവള്ളിയോട് കഴുതക്കുട്ടിയേയും കെട്ടുന്നു.
> അവൻ വീഞ്ഞിൽ തന്റെ ഉടുപ്പും
> ദ്രാക്ഷാരസത്തിൽ തന്റെ വസ്ത്രവും അലക്കുന്നു.
> അവന്റെ കണ്ണ് വീഞ്ഞ് പോലെ ചുവന്നു.
> അവന്റെ പല്ല് പാല് പോലെ വെളുത്തും ഇരിക്കുന്നു."

വരാനിരിക്കുന്ന മിശിഹായെക്കുറിച്ച് ഇങ്ങനെ എത്രയെത്ര പരാ

മർശങ്ങളാണ് ന്യായപ്രമാണത്തിലും പ്രവാചക ഗ്രന്ഥങ്ങളിലു മുള്ളത്.

"യാക്കോബിൽ നിന്ന് ഒരു നക്ഷത്രം ഉദിക്കും.
യിസ്രയേലിൽ നിന്ന് ഒരു ചെങ്കോൽ ഉയരും.
അത് മോവോബിന്റെ പാർശ്വങ്ങളെയെല്ലാം തകർക്കുകയും
തുമുല പുത്രന്മാരെ ഒക്കെയും സംഹരിക്കുകയും ചെയ്യും"
ബലിയാം പ്രവാചകന്റെ വാക്കുകൾ
യെശയ്യാവ് എഴുതിയിരിക്കുന്നു.

കന്യക ഗർഭിണിയായി ഒരു മകനെ പ്രസവിക്കും, അവന് ഇമ്മാനുവേൽ എന്ന് പേർ വിളിക്കും. തിന്മ തള്ളി നന്മ തെരഞ്ഞെടുക്കുവാൻ പ്രായ മാകും വരെ അവൻ തൈരും തേനും കൊണ്ടുപജീവിക്കും.....
നമുക്കൊരു ശിശു ജനിച്ചിരിക്കുന്നു.

ആധിപത്യം അവന്റെ തോളിൽ ഇരിക്കും. അവൻ അത്ഭുതമന്ത്രി, വീരനാം ദൈവം, നിത്യപിതാവ്, സമാധാനപ്രഭു എന്നിങ്ങനെ പേർ വിളി ക്കപ്പെടും. ആധിപത്യത്തിന്റെ വർദ്ധനയ്ക്കും സമാധാനത്തിനും അവസാനം ഉണ്ടാകുകയില്ല. ദാവീദിന്റെ സിംഹാസനത്തിലും അവന്റെ രാജത്വത്തിലും ഇന്നുമുതൽ എന്നെന്നേക്കും അവൻ അതിനെ ന്യായത്തോടും നീതി യോടും കൂടി സ്ഥാപിച്ചു നിലനിർത്തും. സൈന്യങ്ങളുടെ യഹോവയുടെ തീഷ്ണത അതിനെ നിവർത്തിക്കും". മിശിഹായുടെ വരവിനെക്കുറിച്ച് യെശയ്യാവ് വളരെയധികം എഴുതിയിരിക്കുന്നു. യിശായിയുടെ കുറ്റിയിൽ നിന്ന് ഒരു മുള പൊട്ടി പുറപ്പെടും. അവന്റെ വേരുകളിൽനിന്ന് ഒരു കൊമ്പ് ഫലം കായ്ക്കും. അവന്റെ മേൽ യഹോവയുടെ ആത്മാവ് വസിക്കും. അവൻ ദരിദ്രന്മാർക്ക് നീതിയോടെ ന്യായം പാലിച്ചു കൊടുക്കുകയും ദേശത്തിലെ സാധുക്കൾക്ക് നേരോടെ വിധി കൽപ്പിക്കുകയും ചെയ്യും. തന്റെ വായ് എന്ന വടികൊണ്ട് അവൻ ഭൂമിയെ അടിക്കും. തന്റെ അധരങ്ങ ളുടെ ശ്വാസംകൊണ്ട് ദുഷ്ടനെ കൊല്ലും! പ്രവാചകന്മാരായ യെരമ്യാവും, യെഹസ്ക്കിയേലും, മീഖായും, സഖര്യാവും മിശിഹായെക്കുറിച്ച് പ്രവ ചിച്ചിരിക്കുന്നു. ഈ പ്രവചനങ്ങളത്രയും യേശുവിൽ ഒത്തിണങ്ങിയിരിക്കു ന്നുവെന്ന് ബോധ്യപ്പെട്ടത് തങ്ങൾക്ക് മാത്രമാണ്. നിക്കോദമസ് പരീശ നായിരുന്നെങ്കിലും തങ്ങളോട് മനസ്സുകൊണ്ടനുഭാവം പുലർത്തിയിരുന്നു. അന്ന് സെൻഹിദ്രിം സംഘത്തിൽ ഇതേക്കുറിച്ച് നടന്ന വാദപ്രതിവാദത്തെ ക്കുറിച്ച് അയാൾ തന്നെ പറഞ്ഞുകേൾപ്പിച്ച കാര്യം പീറ്ററിന് ഓർമ്മ വന്നു.

ദേവാലയത്തിൽ പ്രസംഗിച്ചു കൊണ്ട് നിൽക്കവെ ഒരിക്കൽ യേശു വിനെ പിടിച്ചുകൊണ്ടുവരുവാൻ നിയോഗിച്ച കിങ്കരന്മാർ വെറും കയ്യോടെ മടങ്ങി വന്നപ്പോൾ പരീശപ്രമാണിമാരും പുരോഹിത ശ്രേഷ്ഠന്മാരും കോപം കൊണ്ട് പൊട്ടിത്തെറിച്ചു. പിടിച്ചുകെട്ടിക്കൊണ്ടു വരുവാൻ പോയ വരുടെ നേതാവ് മറുപടി പറഞ്ഞു. ഈ മനുഷ്യൻ സംസാരിക്കുന്നതു പോലെ ആരും ഒരുനാളും സംസാരിക്കുന്നത് ഞങ്ങൾ കേട്ടിട്ടില്ല. ഒരു പക്ഷേ ആ മനുഷ്യൻ നമ്മൾ കാത്തിരിക്കുന്ന മിശിഹാ തന്നെ ആയിരി

ക്കുമോ?. പ്രതിവാദം ഉന്നയിച്ചുകൊണ്ട് കയ്യാഫസ് ചാടിയെഴുന്നേറ്റു. പ്രവാചകന്മാരുടെ തിരുവെഴുത്തുകളിലെ അക്ഷരങ്ങളിൽ ഉറങ്ങിക്കിടന്നിരുന്ന മിശിഹാ ആകാരം പൂണ്ട് ജനങ്ങളുടെ ഇടയിലേക്കിറങ്ങിവരുന്നത് തീർച്ചയായും പുരോഹിതന്മാർക്ക് അസൗകര്യങ്ങളുണ്ടാക്കും. അതുകൊണ്ടായിരിക്കും ആദർശങ്ങളെ അക്ഷരങ്ങളിൽ തളച്ചിടാൻ ഏതു കാലത്തും പുരോഹിതവർഗ്ഗം പരിശ്രമിക്കുന്നത്. കയ്യാഫസിന്റെ തടസ്സവാദങ്ങൾ ആരേയും ചിന്തിപ്പിക്കുന്നതായിരുന്നു. അയാൾ ചോദിച്ചു. "യഹൂദ്യയിൽ മാന്യന്മാരായ ആരെങ്കിലും അവന്റെ ശിഷ്യരായിട്ടുണ്ടോ? മത്സ്യം പിടിച്ച് നടന്നവരും ഏതാനും ചുങ്കം പിരിവുകാരും ചില വേശ്യകളും ഈ നാട്ടിൽ ന്യായപ്രമാണം അറിയുന്ന ശാസ്ത്രിമാരില്ലേ? അഹറോന്റെ പിന്മുറക്കാരും പണ്ഡിതന്മാരുമായ പുരോഹിതന്മാരില്ലേ? അവരിൽ ആർക്കെങ്കിലും തോന്നിയോ ഈ മനുഷ്യൻ മിശിഹായാണെന്ന്?"

സെൻഹിദ്രിം സംഘത്തിലെ മാന്യന്മാരായ അംഗങ്ങൾ കയ്യാഫസിന്റെ വാക്കുകൾക്ക് ചെവി കൊടുത്തു. മറുത്തെന്തെങ്കിലും പറയാൻ ആരും തയാറാവാതിരുന്നപ്പോൾ നിക്കോദമസ് സംസാരിച്ചു. "ഒരു മനുഷ്യന്റെ വാമൊഴി ആദ്യംകേട്ട് അവൻ ചെയ്യുന്നത് ഇന്നതെന്നറിഞ്ഞിട്ടല്ലാതെ അവനെ വിധിക്കുന്നത് ന്യായപ്രമാണത്തിന് അനുസൃതമാണോ?" അവനെ തുടർന്ന് സംസാരിക്കാൻ അവർ അനുവദിച്ചില്ല. അവർ കൂട്ടമായി എഴുന്നേറ്റ് അവന്റെ പ്രസംഗം തടസ്സപ്പെടുത്തി. അവർ ചോദിച്ചു "നീയും ഗലീലക്കാരനോ? ഗലീലയിൽ നിന്നും പ്രവാചകൻ ആഗതനാകുമെന്നോ നീ പറയുന്നത്?" കോലാഹലം വർദ്ധിക്കുന്നതല്ലാതെ ഒരു തീരുമാനവും എടുക്കാൻ കഴിയാതെ അന്നത്തെ യോഗം അലസിപ്പിരിയുകയായിരുന്നു. പഴമൊഴി കേട്ടിട്ടുണ്ട്. യെരുശലേമിലും ബെത്‌ലഹേമിലും ഉള്ളവർക്ക് ഗലീലക്കാരെ പുച്ഛമാണ്. ഗുരുവും അദ്ദേഹത്തിന്റെ പ്രസ്ഥാനവും ഇത്രയേറെ അവഹേളനത്തിനും അധിക്ഷേപത്തിനും പാത്രമായത് ഒരു പക്ഷേ തങ്ങളെല്ലാം ഗലീലക്കാരായതുകൊണ്ട് കൂടിയായിരിക്കണമെന്ന് പീറ്ററിനു തോന്നി. പ്രകൃതി മനോഹരമായ തന്റെ നാട്ടിൻപുറവും അതിനെ തഴുകി ഒഴുകുന്ന ഗലീലക്കടലും പീറ്ററിന്റെ ഓർമ്മയിൽ നിറമുള്ള ചിത്രങ്ങൾ രചിച്ചു.

ശമര്യയ്ക്ക് വടക്ക് മധ്യധരണിക്കടൽത്തീരത്ത് ഫൊയ്നീക്യ നാടു മുതൽ കിഴക്ക് ഗലീലക്കടൽ വരെയുള്ള ഏകദേശം അറുപത് മൈൽ നീളവും ഇരുപത്തഞ്ച് മൈൽ വീതിയുമുള്ള ഫലപുഷ്ടിയുള്ള ഭൂപ്രദേശം അതാണ് ഗലീല. മനോഹരമായ കാരകിൽ മരങ്ങൾ കൊണ്ട് സമ്പന്നമായ ലെബനോൻ പർവ്വതത്തിൽ നിന്നുത്ഭവിക്കുന്ന അനേകം നദികൾ ഗലീലയിലെ ഗോതമ്പുവയലുകളെയും മുന്തിരിത്തോട്ടങ്ങളെയും ഫലഭൂയിഷ്ഠമാക്കുന്നു. പന്ത്രണ്ട് യഹൂദ ഗോത്രങ്ങളിൽ താരതമ്യേന അപ്രധാനങ്ങളായ ആശേർ, നഫ്താലി, സെബൂലൻ എന്നീ ഗോത്രക്കാരാണീപ്രദേശത്ത് താമസമുറപ്പിച്ചിരുന്നത്. ധാരാളം അന്യജാതിക്കാരും ഈ പ്രദേശങ്ങളിൽ അധിവസിച്ചിരുന്നു. ടൈഗ്രീസ് തീരത്ത്

അശ്ശൂർ, നിനവേ എന്നീ പട്ടണങ്ങളെ കേന്ദ്രമാക്കി സ്ഥിതിചെയ്തിരുന്ന അശൂർ രാജ്യം ഇസ്രായേൽ രാജ്യത്തെ ആക്രമിച്ചു കീഴടക്കിയതിനെ തുടർന്ന് ഈ പ്രദേശത്തെ യഹൂദന്മാർക്കും വംശനാശം സംഭവിച്ചുവെന്നാണ് ഐതിഹ്യം; അവശേഷിച്ച യഹൂദർ തന്നെ അന്യജാതിക്കാരുമായി വിവാഹബന്ധത്തിലേർപ്പെടുകവഴി യഹൂദപാരമ്പര്യങ്ങൾ നഷ്ടപ്പെടുത്തിയെന്നാണ് യെരുശലേമിലെ ശാസ്ത്രിമാരുടെ കണ്ടുപിടുത്തം. ബത്‌ലഹേമിൽ നിന്നും യെരുശലേമിൽ നിന്നും കുടിയേറിപ്പാർത്ത യഹൂദകുടുംബങ്ങൾ തന്നെ തദ്ദേശീയരായ യഹൂദന്മാരോട് അയിത്തം പാലിച്ചിരുന്നു. ഇത്തരം അയിത്താചരണത്തിന് അനുകൂലമായും പ്രതികൂലമായും സിനഗോഗുകളിൽ നടക്കാറുണ്ടായിരുന്ന വാദപ്രതിവാദങ്ങൾ പീറ്ററിന്റെ ബാല്യകാല സ്മരണകളുടെ ഒരു ഭാഗമായിരുന്നു.

യെരുശലേമിലെ യഹൂദന്മാർക്ക് ഗലീലയെ വെറുപ്പായിരുന്നെങ്കിലും റോമാക്കാർക്ക് തങ്ങളുടെ പ്രദേശം വളരെ പ്രിയപ്പെട്ടതായിരുന്നു. ധാരാളം റോമാക്കാരും യവനരും ഗലീലയിലും സമീപപ്രദേശങ്ങളിലും താവളമുറപ്പിച്ചിരുന്നു. റോമൻ ഗവൺമെന്റ് ഇവിടെ കോട്ടകൊത്തളങ്ങളും ഗ്രാമങ്ങൾക്ക് മതിലുകളും പണികഴിപ്പിച്ചിരുന്നു. ഗലീലക്കടലിൽ നിന്ന് പിടിക്കുന്ന മത്സ്യം റോമിലെ സമ്പന്നന്മാർക്ക് ഒരു വിശിഷ്ടഭോജ്യമായിരുന്നു.

ഗലീലയുടെ തെക്കുഭാഗത്ത് സെബൂലൻ ഗോത്രനിവാസികൾ ഇടതിങ്ങിപ്പാർത്തിരുന്നു. ഒരുമലമ്പ്രദേശഗ്രാമം! അതായിരുന്നു നസറേത്ത്. ഇവിടെയാണ് യേശുവും മാതാപിതാക്കളും താമസമുറപ്പിച്ചിരുന്നത്. ഗലീലക്കടൽത്തീരത്തുനിന്നും പതിനാലുമൈൽ ദൂരെ, യെരുശലേമിൽ നിന്നും ഏകദേശം 650 മൈൽ ദൂരെ സ്ഥിതി ചെയ്യുന്ന ഈ ഗ്രാമം യഹൂദന്റെ ചരിത്രത്തിലെ തീർത്തും അപ്രധാനമായ ഒരു സ്ഥലമായിരുന്നു. ആ മലഞ്ചെരുവിലെ ഒരു മരപ്പണിശാലയിൽ തച്ചുപണി ചെയ്തിരുന്ന ഈ യഹൂദബാലൻ സ്വർഗ്ഗത്തിൽ നിന്നുവന്ന മിശിഹായാണെന്ന് യഹൂദർ എങ്ങനെ വിശ്വസിക്കും? പഴയ നിയമത്തിൽ ഒരിടത്തും ഇങ്ങനെയൊരു ഗ്രാമത്തിന്റെ പേര് സൂചിപ്പിച്ചിട്ടുകൂടിയില്ല. അതുകൊണ്ടായിരിക്കണം നസറേത്തിൽ നിന്ന് ഒരു നന്മയും പ്രതീക്ഷിക്കേണ്ടതില്ല എന്ന പഴമൊഴി നാട്ടിൽ നടപ്പായത്.

നസറേത്തിലെ ആ മരപ്പണിശാലയിൽ പിതാവിനോടൊപ്പം ഉളിയും കൊട്ടുവടിയും ഉപയോഗിച്ച് മരപ്പണി ചെയ്യുന്ന ആ ബാലനെ ആരും കാര്യമായി ശ്രദ്ധിച്ചിരുന്നില്ല. ശനിയാഴ്ചതോറും സിനാഗോഗിൽ ശാസ്ത്രിമാരുടെ പ്രസംഗങ്ങൾക്ക് ചെവികൊടുത്തുകൊണ്ട് മുൻപന്തിയിൽ ഇരുന്നിരുന്ന ആ ബാലൻ ഉന്നയിച്ച ചില സംശയങ്ങൾക്കു മുമ്പിൽ ശാസ്ത്രിമാരിൽ പലരും വിസ്മയം പൂണ്ടു.

ജനങ്ങളുടെ മുമ്പിൽ താൻ സ്വയം എങ്ങനെ തന്നെ അവതരിപ്പിച്ചുവെന്ന കാര്യം ഒരു ദിവസം ഗുരു ശിഷ്യന്മാർക്ക് വിവരച്ചുകൊടുക്കുകയുണ്ടായി. ഗുരുവിന്റെ വാക്കുകൾ പീറ്ററിന്റെ കാതുകളിൽ ഇപ്പോഴും അലയടിക്കുന്നു. നാല്പതുദിവസത്തെ തന്റെ ഉപവാസത്തിന്റെ സമാപനദിവസം നസറേത്തിലെ സിനഗോഗിൽ ആരാധനയ്ക്കെത്തി.

പ്രവചനപുസ്തകത്തിൽ നിന്നുള്ള വായനയുടെ സമയം യേശു എഴുന്നേറ്റ് നിന്നു. യെശയ്യാ പ്രവാചകന്റെ ഗ്രന്ഥം രേഖപ്പെടുത്തിയിരിക്കുന്ന തുകൽച്ചുരുൾ അവനു കൊടുത്തു. അവൻ ചുരുൾ നിവർത്തി. അവൻ വായന തുടങ്ങി. "ദരിദ്രന്മാരോട് സുവിശേഷം അറിയിക്കാൻ കർത്താവ് എന്നെ അഭിഷേകം ചെയ്കയാൽ അവന്റെ ആത്മാവ് എന്റെമേൽ ഉണ്ട്. ബദ്ധന്മാർക്ക് വിടുതലും കുരുടന്മാർക്ക് കാഴ്ചയും പ്രസംഗിപ്പാനും പീഡിതരെ സ്വതന്ത്രരാക്കാനും കർത്താവിന്റെ പ്രസാദവർഷം പ്രസംഗിപ്പാനും എന്നെ അയച്ചിരിക്കുന്നു". വായിച്ച ഭാഗം വിശദീകരിച്ചുകൊണ്ട് അവൻ അവരോട് പ്രസംഗിച്ചു. ഇന്ന് നിങ്ങൾ എന്റെ വചനം കേൾക്കയാൽ ഈ തിരുവെഴുത്തിന് നിവൃത്തിവന്നിരിക്കുന്നു. എല്ലാവരും അവനെ പ്രശംസിച്ചു. അവന്റെ വായിൽ നിന്ന് വന്ന ലാവണ്യവാക്കുകൾ കേട്ടാശ്ചര്യപ്പെട്ടു. ഇവൻ യൌസേഫിന്റെ മകൻ അല്ലയോ? ഇവന്റെ അമ്മയേയും സഹോദരങ്ങളേയും നമ്മളറിയുന്നല്ലോ. ഇവന് ഈ ജ്ഞാനം എവിടെ നിന്ന് കിട്ടി. അവർ പകച്ചുകൊണ്ട് അന്യോന്യം നോക്കി.

"തച്ചനായ യൌസേഫിന്റെ അനേകം മക്കളിൽ ഒരുവൻ. ഈ പാണ്ഡിത്യവും വാഗ്ധാടിയും ഇവനെവിടെ നിന്നും കിട്ടി". അതായിരുന്നു അവരുടെ സംശയം. വൃദ്ധനായ യൌസേഫിന്റെ യുവതിയായ ഭാര്യ പ്രസവിച്ച പുത്രൻ! അതിലുപരി മറ്റൊന്നുമായിരുന്നില്ല, യേശു അവർക്ക് സിന്നഗോഗിൽ ആ യുവാവ് പ്രസംഗിക്കുമ്പോൾ കേൾവിക്കാരുടെ കൂട്ടത്തിൽ പീറ്ററുണ്ടായിരുന്നു. ജനങ്ങൾ ആശ്ചര്യത്തോടെ അവന്റെ മുഖത്ത് നോക്കിയിരിക്കുമ്പോൾ യേശു തന്റെ പ്രസംഗം തുടരുകയായിരുന്നു. "ഒരു പ്രവാചകനും തന്റെ പിതൃനഗരത്തിൽ സമ്മതനല്ല" എന്ന് ഞാൻ സത്യമായിട്ടും നിങ്ങളോട് പറയുന്നു എന്ന് പറഞ്ഞു. ഏലിയാവിന്റെ കാലത്ത് ആകാശം മൂന്നാണ്ടും ആറുമാസവും അടഞ്ഞിട്ട് ദേശത്തെങ്ങും മഹാക്ഷാമം ഉണ്ടായപ്പോൾ യിസ്രായേലിൽ പല വിധവമാരുമുണ്ടായിരുന്നു. എന്നാൽ സീദോനിലെ സാരേപഥിൽ ഒരു വിധവയുടെ അടുക്കലേക്കല്ലാതെ അവരുടെ ആരുടെയും അടുക്കലേക്ക് ഏലിയാവിനെ അയച്ചില്ല. അവ്വണ്ണം ഏലീശാ പ്രവാചകന്റെ കാലത്ത് യിസ്രായേലിൽ പല കുഷ്ഠരോഗികൾ ഉണ്ടായിരുന്നു. സുറിയക്കാരനായ നയമാൻ അല്ലാതെ അവരാരും ശുദ്ധമായില്ല.

അവൻ പറഞ്ഞുവരുന്നതിന്റെ അർത്ഥം ഗ്രഹിക്കുവാൻ അവർക്ക് ക്ഷമയുണ്ടായില്ല. അവർ ബഹളം വച്ച് പ്രസംഗം തടസ്സപ്പെടുത്തി. ദേവാലയത്തിന്റെ പൊക്കംകൂടിയ മതിൽക്കെട്ടിൽ കയറ്റി നിർത്തി തലകീഴായി തള്ളിയിടുവാൻ ഭാവിച്ചു. ആരൊക്കെയോ സഹായത്തിനോടിയെത്തി. അവന്റെ മുഖത്ത് അശേഷവും ഭയം നിഴലിച്ചിരുന്നില്ല. അവർ നോക്കി നിൽക്കെ അവൻ അവരുടെ നടുവിലൂടെ നടന്നുപോയി.

പട്ടണങ്ങളിൽ നിന്ന് പട്ടണങ്ങളിലേക്കും ഗ്രാമങ്ങളിൽ നിന്ന് ഗ്രാമങ്ങളിലേക്കും സിന്നഗോഗുകളിൽ നിന്നും സിന്നഗോഗുകളിലേക്കും നീണ്ടുപോയ ഒരു പ്രസംഗപരമ്പര. കടൽത്തീരത്തും മൈതാനത്തും

ജനസഹസ്രങ്ങളെ ആകർഷിച്ച പ്രസംഗങ്ങൾ. അനുയായികളും ആരാധകരും നാൾക്കുനാൾ വർദ്ധിച്ചുവന്നു. നസറേത്തിൽ നിന്ന് പൊട്ടിത്തെറിച്ച ഒരു തീപ്പൊരി പാലസ്തീൻ മുഴുവൻ വ്യാപിക്കുന്നു. നാലുപേർ എവിടെയായാലും സംസാരം നസ്രായനായ യേശുവിനെക്കുറിച്ചായി. ജനങ്ങളുടെ ഹൃദയത്തിൽ പുതിയ പ്രതീക്ഷകൾ കത്തിജ്ജ്വലിക്കുന്നു. ന്യായപ്രമാണവും ദീർഘദർശിമാരും നോക്കിപ്പാർത്തിരുന്ന മിശിഹാ തന്റെ രാജ്യസ്ഥാപനത്തിന് തുടക്കം കുറിച്ചിരിക്കുന്നു. ഇതായിരുന്നു എല്ലാവരുടെയും പ്രതീക്ഷ.

ഈ പ്രതീക്ഷ വിഫലമാകുമോ...... അതായിരുന്നു പീറ്ററിനെ അലട്ടിയ പ്രധാനപ്രശ്നം. നാളെ പുലർന്നുകഴിഞ്ഞാൽ എന്തായിരിക്കും സംഭവിക്കുക. യേശുവിന് കുരിശുമരണം തന്നെ വിധിക്കുമെന്നാണ് ജനസംസാരം. ഞായറാഴ്ച ഹോശാന പാടിയ ജനം ഇന്നാകെ പകച്ചുപോയിരിക്കുന്നു. അവർ അവിടെയും ഇവിടെയും പാത്തും പതുങ്ങിയും നിന്നുകൊണ്ട് കാര്യങ്ങൾ വീക്ഷിക്കുന്നു. റോമാക്കാരായ സൈനികരും ഉദ്യോഗസ്ഥന്മാരും ഒരു വലിയ തമാശയ്ക്ക് ദൃക്സാക്ഷികളാകുന്നമട്ടിൽ തെരുവിലൂടെ അലക്ഷ്യമായി നടക്കുന്നു.

ആ കാഴ്ച പീറ്ററിന്റെ ദൃഷ്ടിയിൽ പതിച്ചു. മഹാപുരോഹിതന്റെ വീട്ടിൽനിന്ന് ബന്ധനസ്ഥനായ യേശുവിനെ പീലാത്തോസിന്റെ കൊട്ടാരത്തിലേക്ക് കൊണ്ടു പോകുന്നു. യേശുവിന്റെ കൈകൾ പിന്നിൽ ചേർത്തുവച്ച് ബന്ധിച്ചിരിക്കുന്നു. ഇരുവശത്തും നിൽക്കുന്ന രണ്ട് സൈനികർ ഒരു തമാശ കാണിക്കുന്ന ലാഘവത്തോടെ കൈവശമുള്ള ചാട്ട കൊണ്ട് യേശുവിന്റെ ശരീരത്തിൽ പ്രഹരിക്കുകയാണ്. ചാട്ടയടിയേറ്റ് പുളയുന്ന യേശുവിന്റെ പിന്നാലെ ഒരു സംഘം അലമുറയിട്ട് കരയുന്നു. തങ്ങളുടെ സംഘത്തോടൊപ്പം സദാ സഞ്ചരിച്ചിരുന്ന ആ സ്ത്രീകൾ തന്നെ. ഒന്നോർത്താൽ പുരുഷന്മാരേക്കാൾ ധൈര്യം സ്ത്രീകൾക്കാണ്. കണ്ണുനീരൊഴുക്കിക്കൊണ്ടാണെങ്കിലും തങ്ങളുടെ ഗുരുവിന്റെ കാലടികളെ ഈ സന്നിഗ്ധഘട്ടത്തിലും പിന്തുടരാൻ അവർക്കല്ലേ കഴിഞ്ഞുള്ളൂ. ആ സ്ത്രീകൾ ആരൊക്കെയാണെന്ന് തിരിച്ചറിയാൻ പീറ്ററിന് കഴിഞ്ഞില്ല. എല്ലാവരും കറുത്ത മൂടുപടം അണിഞ്ഞിരിക്കുന്നു. ആരുടെയും മുഖം കാണാൻ കഴിയുന്നില്ല. തങ്ങളുടെ സംഘത്തിലുള്ള സ്ത്രീകൾ അപൂർവ്വമായേ മൂടുപടം ധരിക്കാറുള്ളൂ. സ്ത്രീകൾ പുരുഷന്മാരോട് സംസാരിക്കുമ്പോൾ മുഖം മറയ്ക്കേണ്ട ആവശ്യമില്ലെന്നാദ്യമായി പ്രസംഗിച്ചത് തങ്ങളുടെ ഗുരുവാണ്. സ്ത്രീകളെ അടുക്കളയിൽ നിന്നും അന്തപ്പുരങ്ങളിൽനിന്നും വലിച്ചിറക്കി പ്രസംഗപീഠങ്ങൾക്കരികിലേക്കും പൊതുസദസ്സുകളിലേക്കും ആദ്യമായി ആനയിച്ചത് യേശുവായിരുന്നു. അതല്ലേ മഹാപുരോഹിതന്മാർക്ക് യേശുവിനോട് ഇത്ര വിരോധം വരുവാൻ കാരണം.

പീറ്റർ തന്റെ നടപ്പിന് വേഗത കൂട്ടി. തനിക്കെന്തുതന്നെ വന്നാലും ഗുരുവിനെ പിന്തുടരുന്ന ആ സ്ത്രീകളോടൊപ്പം ചേരണം എന്ന ഉദ്ദേശ്യത്തോടെ ആയിരുന്നു ആ നടത്തം.

നാല്

അവൻ പ്രഭുക്കന്മാരെ സിംഹാസനങ്ങളിൽ നിന്നിറക്കുകയും താണവരെ ഉയർത്തുകയും ചെയ്യുന്നു

"കള്ളസാക്ഷികളെഴുന്നേറ്റ് ഞാനറിയാത്തതിനെ എന്നോടു ചോദിച്ചു. നന്മയ്ക്കു തിന്മ അവർ പ്രത്യുപകാരം ചെയ്യുകയും മനുഷ്യരുടെ ഇടയിൽ നിന്ന് എന്റെ ജീവനെ അവർ നശിപ്പിക്കുകയും ചെയ്തു."

"**ആ**കാശത്തിലെ നാലുകാറ്റും മഹാസമുദ്രത്തിൽ അടിക്കുന്നത് ഞാൻ കണ്ടു. അപ്പോൾ തമ്മിൽ ഭേദിച്ചിരിക്കുന്ന നാലുമഹാമൃഗങ്ങൾ സമുദ്രത്തിൽ നിന്നു കരേറിവന്നു. ഒന്നാമത്തേത് സിംഹത്തോട് സദൃശവും കഴുകന്റെ ചിറകുള്ളതും ആയിരുന്നു. ഞാൻ നോക്കിയിരിക്കെ അതിന്റെ ചിറക് പറിഞ്ഞുപോയി. അതിനെ നിലത്തുനിന്നും പൊക്കി മനുഷ്യനെപ്പോലെ നിവർത്തിനിർത്തി. അതിനു മനുഷ്യഹൃദയവും കൊടുത്തു. രണ്ടാമത് കരടിയോട് സദൃശമായ മറ്റൊരു മൃഗത്തെ കണ്ടു. അത് ഒരു പാർശ്വം ഉയർത്തിയും വായിൽ പല്ലിന്റെ ഇടയിൽ മൂന്ന് വാരിയെല്ലു കടിച്ചു പിടിച്ചുകൊണ്ടു നിന്നു. അവർ അതിനോട് എഴുന്നേറ്റ് മാംസം ധാരാളം തിന്നുക എന്നു പറഞ്ഞു. പിന്നെ പുള്ളിപ്പുലിക്കു സദൃശമായ മറ്റൊന്നിനെക്കണ്ടു. അതിന്റെ മുതുകത്ത് പക്ഷിയുടെ നാല് ചിറകുണ്ടായിരുന്നു. മൃഗത്തിന് നാലുതലയും ഉണ്ടായിരുന്നു. അതിന് ആധിപത്യം ലഭിച്ചു. രാത്രി ദർശനത്തിൽ ഞാൻ പിന്നെയും ഘോരവും ഭയങ്കരവും അതിബലവുമുള്ള നാലാമതൊരു മൃഗത്തെക്കണ്ടു. അതിന് വലിയ ഇരുമ്പുപല്ലുണ്ടായിരുന്നു. അത് തിന്നുകയും തകർക്കുകയും ചെയ്തിട്ട് ശേഷമുള്ളതിനെ കാൽകൊണ്ട് ചവിട്ടിക്കളഞ്ഞു. മുമ്പേ കണ്ട സകലമൃഗങ്ങളിൽ വച്ച് ഇത് വ്യത്യാസമുള്ളതായിരുന്നു. അതിന് പത്ത് കൊമ്പുണ്ടായിരുന്നു. ഞാൻ ആ കൊമ്പുകളെ നോക്കിക്കൊണ്ടിരിക്കു

മ്പോൾ അവരുടെ ഇടയിൽ മറ്റൊരു ചെറിയ കൊമ്പ് മുളച്ചു വന്നു. അതിനാൽ മുമ്പിലത്തെ കൊമ്പുകളിൽ മൂന്നും വേരോടെ പറിഞ്ഞുപോയി. ഈ കൊമ്പിൽ മനുഷ്യന്റെ കണ്ണ് പോലെ കണ്ണും വമ്പു പറയുന്ന വായുമുണ്ടായിരുന്നു.

ഞാൻ നോക്കിക്കൊണ്ടിരിക്കുമ്പോൾ ന്യായാസനത്തിൽ ഒരുത്തൻ ഇരുന്നു. അവന്റെ വസ്ത്രം ഹിമം പോലെ വെളുത്തതും അവന്റെ തലമുടി നിർമ്മലമായ ആട്ടിൻരോമം പോലെയുള്ളതും അവന്റെ സിംഹാസനം അഗ്നിജ്വാലയും അവന്റെ രഥചക്രങ്ങൾ കത്തുന്ന തീയുമായിരുന്നു. ഒരഗ്നിനദി അവന്റെ മുമ്പിൽനിന്നു പുറപ്പെട്ടൊഴുകി. ആയിരമായിരം പേർ അവനു ശുശ്രൂഷ ചെയ്തു. പതിനായിരം പതിനായിരം പേർ അവന്റെ മുമ്പാകെ നിന്നു. ന്യായവിസ്താരസഭ തുടങ്ങി. പുസ്തകങ്ങൾ തുറന്നുകൊണ്ട് സംസാരിച്ച വലിയ വാക്കുകളുടെ ശബ്ദം നിമിത്തം ഞാൻ നോക്കി. അവർ മൃഗത്തെ കൊന്നു. അതിന്റെ ഉടലിനെ ചുടുതീയിൽ ചുട്ടുകളയുവോളം ഞാൻ നോക്കിക്കൊണ്ടിരുന്നു. ശേഷം മൃഗങ്ങളോ അവയുടെ ആധിപത്യത്തിനു നീക്കം ഭവിച്ചു. രാത്രി ദർശനങ്ങളിൽ മനുഷ്യപുത്രനോടു സദൃശനായ ഒരുവൻ ആകാശമേഘങ്ങളിൽ വരുന്നതു കണ്ടു. അവൻ വയോധികന്റെ അടുക്കൽ വന്നു. അവന് ആധിപത്യവും മഹത്വവും രാജത്വവും ലഭിച്ചു. അവന്റെ ആധിപത്യം നീങ്ങിപ്പോകാത്ത നിത്യാധിപത്യമാകുന്നു. അവന്റെ രാജത്വം നശിച്ചു പോകാത്തതുമാകുന്നു".

പീലാത്തോസിന്റെ അരമനയുടെ വരാന്തയിൽ ഒരു ഒഴിഞ്ഞ കോണിൽ ഇരുന്നു രണ്ടു യഹൂദന്മാർ തർക്കിക്കുന്നു. ദാനിയേൽ പ്രവാചകന്റെ പുസ്തകത്തിൽ വരാനിരിക്കുന്ന മിശിഹായെക്കുറിച്ച് രേഖപ്പെടുത്തിയിരിക്കുന്ന കാര്യങ്ങളാണ് അവരിൽ ഒരുവൻ ഉദ്ധരിക്കുന്നത്. വരാന്തയിൽ മറ്റു സ്ത്രീകളോടൊപ്പം വെറുതെ നിന്നപ്പോൾ മറിയയുടെ ശ്രദ്ധ ആ വാദപ്രതിവാദത്തിലേക്കു തിരിഞ്ഞു. കഴിഞ്ഞ കുറെ ദിവസങ്ങളായി യഹൂദ്യയിലങ്ങോളമിങ്ങോളം അലയടിക്കുന്ന വിവാദവിഷയവും ഇതു തന്നെയാണ്. നസ്രേത്തിലെ യേശു മിശിഹ തന്നെയെന്ന് ഒരു കൂട്ടം, അല്ലെന്നു മറ്റൊരു കൂട്ടർ. ഈ വാദപ്രതിവാദത്തിന്റെ മാറ്റൊലികൾ മറിയയുടെ കാതുകളിൽ നേരത്തെതന്നെയെത്തിയിരുന്നു. സിനഗോഗുകളിൽ ആരാധനയ്ക്കെത്തുന്ന സ്ത്രീകൾപോലും ചേരി തിരിഞ്ഞു വാദിക്കുന്നത് താൻ കേട്ടിരിക്കുന്നു. നൂറ്റാണ്ടുകളായി തുടരുന്ന വിദേശാധിപത്യത്തിൽനിന്ന് തങ്ങളെ മോചിപ്പിക്കുവാൻ കെൽപ്പുള്ളവനായിരിക്കും മിശിഹാ എന്നതാണ് ഭൂരിപക്ഷത്തിന്റെയും പ്രതീക്ഷ. ഒരു യഹൂദ സന്യാസിയുടെ രൂപഭാവങ്ങൾ പ്രകടിപ്പിക്കുന്ന ശുഷ്കഗാത്രനായ ഈ മനുഷ്യന് നഷ്ടപ്പെട്ടുപോയ ദാവീദിന്റെ സിംഹാസനം വീണ്ടെടുക്കാൻ കഴിയുമോ......? അതാണ് പലരുടെയും സംശയം. ദൈവത്തിനുള്ളത് ദൈവത്തിനും സീസർക്കുള്ളത് സീസർക്കും കൊടുക്കുവാൻ ഉദ്ബോധിപ്പിച്ച ഇവൻ സീസറുടെ ശത്രുവായിരിക്കേണ്ട മിശിഹായാണെന്നെങ്ങനെ വിശ്വ

സിക്കും? ഇപ്പോഴിതാ സീസറുടെ പ്രതിനിധിയായ പീലാത്തോസിന്റെ മുമ്പിലേക്ക് വിധി പ്രഖ്യാപിക്കുവാൻ ഇവൻ ആനയിക്കപ്പെടുന്നു.

"ഞാൻ മിശിഹായാണെന്നും ദൈവപുത്രനാണെന്നും സ്വയം അവകാശപ്പെട്ടുകൊണ്ട് ഇവൻ ജനങ്ങളെ വഞ്ചിക്കുകയായിരുന്നു". ഇത്തരം വാദഗതികൾക്കു ചെവികൊടുത്തുകൊണ്ട് മറിയയും മാർത്തയും മഗ്ദനലക്കാരി മേരിയും ഉൾപ്പെടെയുള്ള ഒരു സംഘം സ്ത്രീകൾ യേശുവിനെ എങ്ങോട്ടാണ് കൊണ്ടുപോകുന്നതെന്നു ശ്രദ്ധിച്ചുകൊണ്ട് വരാന്തയിൽ നിൽക്കുന്നു. അരമനയിലെ കാവൽക്കാർ ആൾക്കൂട്ടത്തെ നിയന്ത്രിക്കുവാൻ നാലുപാടും ഓടി നടക്കുന്നു. ഗവർണ്ണറുടെ കോടതിമുറിയിൽ കുറ്റവാളികൾക്കുവേണ്ടി പ്രത്യേകം തയ്യാറാക്കിയിരുന്ന കൂട്ടിൽ ബന്ധനസ്ഥനായ യേശുവിനെ നിർത്തിയിരിക്കുന്നു. ഗവർണ്ണർ ഇതുവരെ ആഗതനായിട്ടില്ല. ഉദ്യോഗസ്ഥരും റോമൻ സൈനികമേധാവികളും യഹൂദമഹാപുരോഹിതന്മാരും അവരവരുടെ ഇരിപ്പിടങ്ങളിൽ ആസനസ്ഥനായിരിക്കുന്നു.

ജനാലകളിൽക്കൂടി അകത്തേക്കു നോക്കിക്കൊണ്ട് യേശുവിന്റെ മാതാവ് മറിയവും മറ്റു സ്ത്രീകളും പുറത്തു നിലയുറപ്പിച്ചിരിക്കുന്നു.

ഒന്നും സംഭവിക്കാത്ത നിമിഷങ്ങൾ നീണ്ടുപോകുമ്പോൾ മറിയത്തിന്റെ ചിന്തകൾ ഭൂതകാലത്തിന്റെ വിശാല വിഹായസ്സിലൂടെ പറന്നു നടക്കുകയായിരുന്നു. ആ പ്രതിക്കൂട്ടിൽ കുറ്റവാളിയെപ്പോലെ നിൽക്കുന്ന മനുഷ്യൻ തന്റെ രക്തത്തിൽ നിന്നുള്ള രക്തവും മാംസത്തിൽ നിന്നുള്ള മാംസവും അത്രെ. അവൻ ഗർഭത്തിൽ ഉരുവായ അന്നുമുതൽ തനിക്കു ദുഃഖമല്ലാതെ മറ്റൊന്നും സമ്മാനിച്ചിട്ടില്ല. അവനെ ചൊല്ലിയുള്ള ദുഃഖത്തിന്റെ പിന്നിലും ഒരു പ്രത്യേക ആനന്ദമുണ്ട്. മറ്റാരും തിരിച്ചറിയാനാകാത്ത ആനന്ദം. ആ ആനന്ദത്തിൽ സർവ്വവും മറക്കുന്നു. താനവനെ ഗർഭത്തിൽ പേറിയ പത്തുമാസം. അതിനിടയ്ക്ക് വീട്ടുകാരും നാട്ടുകാരും ഉന്നയിച്ച അപവാദങ്ങൾ ഇത്തരം അപവാദപ്രചരണങ്ങളിൽ ഒരു സ്ത്രീക്ക് തോന്നുന്ന അപമാനമൊന്നും തനിക്ക് തോന്നിയിട്ടില്ലെന്നതാണ് സത്യം. അസ്വസ്ഥമായ രാപകലുകളിൽ ദാവീദിന്റെ സങ്കീർത്തനങ്ങളും ശലോമോന്റെ പാട്ടുകളും മാത്രമാണ് മനസ്സിനാശ്വാസം നൽകിയത്.

"ഞാൻ എന്റെ പ്രിയന്നുള്ളവൾ, അവന്റെ ആഗ്രഹം എന്നോടാകുന്നു. പ്രിയനെ വരിക നാം വെളിമ്പ്രദേശത്തു പോക. നമുക്കു ഗ്രാമങ്ങളിൽ ചെന്ന് രാത്രി പാർക്കാം. രാത്രികാലത്ത് എഴുന്നേറ്റ് മുന്തിരിത്തോട്ടത്തിൽ പോയി മുന്തിരിവള്ളി തളിർത്തു പൂവിടുകയും മാതളനാരകം പൂക്കുകയും ചെയ്തുവോ എന്ന് നോക്കാം. അവിടെ വച്ചു ഞാൻ നിനക്ക് എന്റെ പ്രേമം തരും. ദുദായി പഴം സുഗന്ധം വീശുന്നു. നമ്മുടെ വാതിൽക്കൽ സകലവിധ വിശിഷ്ടഫലവുമുണ്ട്. എന്റെ പ്രിയനെ ഞാൻ നിനക്കായി പഴയതും പുതിയതും സംഗ്രഹിച്ചിരിക്കുന്നു". ഓർമ്മയിൽ അലയടിക്കുന്ന ശലോമോന്റെ പാട്ടുകൾ.

ഗർഭത്തിന്റെ അസ്വാസ്ഥ്യവും ആയി ആദ്യം കാണാൻ പോയത്

മാതൃസഹോദരിയായ എലിസബത്തിനെയാണ്. ബാല്യകാലം ചെലവഴിച്ചത് ദേവാലയത്തിലാണ്. അടുത്ത ബന്ധുക്കളായി അധികമാരെയും പരിചയമില്ല. അപ്പനും അമ്മയും മരിച്ചതിനുശേഷം സ്വന്തം വീട്ടിൽ പോകാതായി. എലിസബത്തും അവരുടെ ഭർത്താവ് സ്കറിയായും ഇടയ്ക്കിടെ തന്നെകാണാൻ വരും. വീട്ടിലേക്ക് കൂട്ടിക്കൊണ്ടുപോകും. ഭംഗിയുള്ള കുപ്പായവും ചിത്രപ്പണികളുള്ള മൂടുപടവും സമ്മാനിക്കും. പുരോഹിതനായ സ്കറിയ പഴയനിയമത്തിലെ കഥകൾ വിവരിച്ചുതരും. അദ്ദേഹത്തിന്റെ ഗ്രന്ഥശേഖരത്തിൽ സൂക്ഷിച്ചുവച്ചിരിക്കുന്ന ന്യായപ്രമാണങ്ങളുടെയും പ്രവചന ഗ്രന്ഥങ്ങളുടെയും തുകൽച്ചുരുൾ വായിക്കാൻ പഠിപ്പിക്കും. ഇടയ്ക്കിടെയുള്ള ആ സന്ദർശനങ്ങൾ ഹൃദ്യമായ അനുഭവങ്ങളായിരുന്നു. തനിക്കു ഭർത്താവായി ജോസഫിനെ ആലോചിച്ചുറപ്പിച്ചതും എലിസബത്തും സ്കറിയായും ചേർന്നാണ്.

അന്നത്തെ ആ സന്ദർശനത്തിൽ താൻ ഗർഭവതിയാണെന്ന സത്യം എലിസബത്തിനെ ഗ്രഹിപ്പിച്ചപ്പോൾ അവൾ തന്നെ ആശ്വസിപ്പിച്ചു. വാർദ്ധക്യത്തിലെത്തിയ എലിസബത്തും ഗർഭിണിയായിരിക്കുന്നു. അവൾക്കന്ന് ആറാം മാസമായിരുന്നു. തങ്ങളുടെ രണ്ടുപേരുടെയും ഗർഭസ്ഥ ശിശുക്കൾ കേവലം സാധാരണ മനുഷ്യരായിരിക്കുകയില്ലെന്ന് അന്നു തന്നെ തനിക്കു നിശ്ചയമായിരുന്നു. എലിസബത്ത് വീഞ്ഞ് കുടിച്ച് ലഹരി പിടിച്ചവളെപ്പോലെ തന്റെ മുമ്പിൽ ആനന്ദനൃത്തം ചെയ്തു.. തന്റെ വീർത്തു തുടങ്ങിയ വയറിൽ വാത്സല്യപൂർവ്വം തടവികൊണ്ട് അവൾ പറഞ്ഞ വാക്കുകൾ ഇപ്പോഴും കാതുകളിൽ മുഴങ്ങുന്നു. “സ്ത്രീകളിൽ നീ അനുഗ്രഹിക്കപ്പെട്ടവൾ. നിന്റെ ഗർഭഫലവും അനുഗ്രഹിപ്പെട്ടത്. നിന്റെ വന്ദനസ്വരം എന്റെചെവിയിൽ വീണപ്പോൾ പിള്ള എന്റെ ഗർഭത്തിൽ ആനന്ദം കൊണ്ട് തുള്ളി.”

എലിസബത്തിൽ അപ്പോൾ പരിശുദ്ധാത്മാവ് ആവസിച്ചിരിക്കുക ആയിരുന്നു എന്നു വ്യക്തം. അവളുടെ മുഖത്തിന്റെ പ്രകാശം അതു വിളിച്ചോതി. ആ സമയം തന്റെ വയറ്റിലും ഗർഭസ്ഥശിശു ആനന്ദനൃത്തം ചെയ്തു. പരിശുദ്ധാത്മാവ് തന്റെമേലും ആവസിച്ചുവെന്ന് തോന്നുന്നു. എലിസബത്തിന്റെ വാക്കുകൾക്കു പ്രത്യുത്തരമായി പറഞ്ഞ വാക്കുകൾ ഇപ്പോഴും ഓർമ്മിക്കുന്നു.

“എന്റെ ഉള്ളം കർത്താവിനെ മഹിമപ്പെടുത്തുന്നു.

എന്റെ ആത്മാവ് എന്റെ രക്ഷിതാവായ ദൈവത്തിൽ ഉല്ലസിക്കുന്നു.

അവൻ ദാസിയുടെ താഴ്മയെ കടാക്ഷിച്ചിരിക്കുന്നു.

ഇന്നുമുതൽ എല്ലാ തലമുറകളും എന്നെ ഭാഗ്യവതിയെന്നു വാഴ്ത്തും.

ശക്തനായവൻ എനിക്കു വലിയവയെ ചെയ്തിരിക്കുന്നു.

അവന്റെ നാമം പരിശുദ്ധം തന്നെ.

അവനെ ഭയപ്പെടുന്നവർക്ക് അവന്റെ കരുണ തലമുറ തലമുറയോളം ഇരിക്കുന്നു.

തന്റെ ഭുജം കൊണ്ടവൻ ബലം പ്രവർത്തിച്ചു.

ഹൃദയവിചാരത്തിൽ അഹങ്കരിക്കുന്നവരെ ചിതറിച്ചിരിക്കുന്നു.

അവൻ പ്രഭുക്കന്മാരെ സിംഹാസനങ്ങളിൽ നിന്നിറക്കി താണവരെ ഉയർത്തിയിരിക്കുന്നു.

വിശന്നിരിക്കുന്നവരെ നന്മകളാൽ നിറച്ചു.

സമ്പന്നന്മാരെ വെറുതെ അയച്ചുകളഞ്ഞിരിക്കുന്നു.

നമ്മുടെ പിതാക്കന്മാരോട് അരുളി ചെയ്തതുപോലെ അബ്രഹാമിനും അവന്റെ സന്തതിക്കും എന്നേക്കും കരുണ ഓർക്കേണ്ടതിനും

തന്റെ ദാസനായ യിസ്രായേലിനെ തുണച്ചിരിക്കുന്നു."

എന്തായിരുന്നു ആ വാക്കുകളുടെ അർത്ഥം. യിസ്രായേലിന്റെ പ്രത്യാശയായവനെ താൻ ഗർഭത്തിൽ വഹിക്കുന്നുവെന്ന കാര്യത്തിൽ തനിക്കു തെല്ലും സംശയമില്ലായിരുന്നു. ഭർത്താവായ ജോസഫ് തന്നെ ഉപേക്ഷിക്കുമെന്ന് ഭീഷണിപ്പെടുത്തിയപ്പോഴും തനിക്കൊരു ഭയവും തോന്നിയിരുന്നില്ല. യഹോവ തന്നോടു കൂടിയുള്ളപ്പോൾ താനാരെ ഭയപ്പെടണം. എന്ന ഉറച്ച വിശ്വാസം എപ്പോഴും ഉണ്ടായിരുന്നു. തനിക്കു വിവാഹം നിശ്ചയിക്കപ്പെട്ട സ്ത്രീയെക്കുറിച്ച് ലോകാപവാദം പ്രചരിക്കുന്നതായി കേട്ടപ്പോൾ തന്റെ തീരുമാനത്തിൽ നിന്നു പിന്തിരിയുവാൻ അദ്ദേഹം തീരുമാനിച്ചു. വിവരം പറയാൻ ആളെ അയച്ചു. ഇതിലദ്ദേഹത്തെ കുറ്റപ്പെടുത്താൻ തോന്നിയില്ല. വിവാഹം നടക്കില്ലെന്നു കേട്ടപ്പോഴും ഭാവിയെക്കുറിച്ചൊരുൽക്കണ്ഠയും തോന്നിയില്ല. അങ്ങനെയിരിക്കുമ്പോഴാണ് ജോസഫ് നേരിട്ട് തന്റെയടുത്തേക്കാഗതനായത്.

അദ്ദേഹത്തിനു തലേരാത്രി ഒരു സ്വപ്നമുണ്ടായി. സ്വപ്നത്തിൽ ഒരു ദൈവദൂതൻ പ്രത്യക്ഷപ്പെട്ട് മറിയത്തെ ഉപേക്ഷിക്കുവാൻ എടുത്ത തീരുമാനത്തിൽ നിന്നു പിന്തിരിയണമെന്നും അവളെ ശങ്ക കൂടാതെ സ്വീകരിക്കണമെന്നും ആവശ്യപ്പെട്ടിരിക്കുന്നു. ദൈവദൂതന്റെ വാക്കുകൾ ജോസഫ് തുടർന്നു. "അവൾ മകനെ പ്രസവിക്കും. അവൻ തന്റെ ജനത്തെ അവരുടെ പാപങ്ങളിൽ നിന്നും രക്ഷിപ്പാനിരിക്കക്കൊണ്ട് നീ അവന് യേശു എന്ന് പേരിടണം". ഞാൻ കർത്താവിന്റെ ദാസി അവിടുത്തെ ഇഷ്ടം പോലെ എനിക്കു ഭവിക്കട്ടെ" എന്നു മറുപടി പറയാനെ അപ്പോഴും തനിക്കുകഴിഞ്ഞുള്ളൂ. പിന്നീട് വിവാഹത്തിന്റെ ചടങ്ങുകൾ വേഗം നടന്നു. സൂക്ഷിക്കാനേൽപ്പിച്ച എന്തോ വിലപ്പെട്ട വസ്തു കാത്തു സൂക്ഷിക്കുന്നതുപോലെ ജോസഫ് തന്നെയും കുഞ്ഞിനെയും കാത്തു സൂക്ഷിച്ചു. ആ മനുഷ്യൻ തങ്ങൾക്കുവേണ്ടി എത്ര കഷ്ടപ്പാടുകൾ സഹിച്ചിരിക്കുന്നു. ഗർഭകാലം പൂർത്തിയായപ്പോഴാണ് ആ ബുദ്ധിമുട്ടുപിടിച്ച യാത്ര വേണ്ടി വന്നത്. 'പേർ വഴി ചാർത്തുന്നതിന് എല്ലാവരും അവരവരുടെ പൂർവ്വികരുടെ പട്ടണത്തിൽ ചെന്നുപാർക്കണം' എന്നു രാജകല്പനയുണ്ടായത് അനുസരിക്കാതെ നിവൃത്തിയില്ലായിരുന്നു. മൂന്നു ദിവസത്തെ യാത്ര കൊണ്ടാണ് നസ്രേത്തിൽ നിന്നു ബേത്‌ലഹേമിൽ എത്തിയത്. ഈ യാത്രയുടെ ആവശ്യത്തിലേക്കാണ് ആദ്യമായി തങ്ങൾ ഒരു

കഴുതയെ വാങ്ങിയത്. ആ യാത്രയുടെ ഓർമ്മകൾ മനസ്സിൽ നിറഞ്ഞു നിൽക്കുന്നു. ഗർഭിണിയായ തന്നെ കഴുതപ്പുറത്തിരുത്തിയിട്ട് ജോസഫ് കഴുതയുടെ കയറും പിടിച്ചുകൊണ്ട് മുമ്പേ നടക്കും. ഭാണ്ഡക്കെട്ടിനുള്ളിൽ ഭക്ഷണം പാകം ചെയ്യാനാവശ്യമായ പാത്രങ്ങളും വസ്ത്രങ്ങളും സൂക്ഷിച്ചിരുന്നു. രാത്രി വഴിമദ്ധ്യേയുള്ള സത്രങ്ങളിൽ അന്തിയുറങ്ങും. നേരം പുലരുന്നതിന് മുമ്പ് വീണ്ടും യാത്ര തുടരും. വെയിൽ ശക്തമാകുമ്പോൾ മരത്തണലുകൾ നോക്കി വിശ്രമിക്കും. ഗർഭത്തിന്റെ ആലസ്യം അലട്ടിയിരുന്നില്ലെങ്കിൽ വളരെ രസകരമായ യാത്രയായിരുന്നേനെ. ജീവിതത്തിലാദ്യമായാണ് ഇത്രയും ദീർഘമായ യാത്ര വേണ്ടി വന്നത്.

യാത്രയ്ക്കിടയിൽ കാണുന്ന കാഴ്ചകൾ, കടന്നുപോകുന്ന സ്ഥലങ്ങൾ എല്ലാറ്റിനെക്കുറിച്ചും ജോസഫിന് ഓരോ വിവരണങ്ങൾ നൽകാനുണ്ടാകും. കൗതുകകരമായ ആ വിവരണങ്ങൾ താൻ ശ്രദ്ധയോടെ കേൾക്കും. അദ്ദേഹത്തിന്റെ കൂടെയിങ്ങനെ നടന്നു നടന്നു ഭൂമിയുടെ അറ്റത്തോളം എത്തണമെന്ന് പലപ്പോഴും തോന്നിയിട്ടുണ്ട്. ബേത്‌ലഹേമിൽ എത്താറായപ്പോൾ സമയം ഇരുട്ടിത്തുടങ്ങിയിരുന്നു. തങ്ങളുടെ പിതാക്കന്മാരുടെ നഗരത്തിൽ ആദ്യമായി കാലുകുത്തിയപ്പോൾ രോമാഞ്ചമനുഭവപ്പെട്ടു. പ്രസവലക്ഷണങ്ങൾ പ്രത്യക്ഷപ്പെട്ടു തുടങ്ങിയ തനിക്കു സഹായത്തിനൊരു സ്ത്രീയെപ്പോലും കിട്ടുകയില്ലെന്നോ? വേദനയും കഷ്ടപ്പാടും കടിച്ചമർത്താൻ നോക്കിയിട്ടും കഴിയുന്നില്ല. ജോസഫ് കാര്യം ഗ്രഹിച്ചെന്നു തോന്നുന്നു. വഴിമദ്ധ്യേ അദ്ദേഹം റാഹേലിന്റെ പ്രസിദ്ധമായ കല്ലറ കാണിച്ചു തന്നു. പൂർവ്വപിതാവായ യാക്കോബും കുടുംബവും പർദ്ദാൻ അരാമിൽ നിന്ന് ബേഥേലിലേക്കു യാത്ര ചെയ്യുമ്പോഴാണ് വഴിമദ്ധ്യേ റാഹേലിന് പ്രസവവേദന തുടങ്ങിയത്. വഴിയരുകിൽ വിശ്രമത്തിന് കെട്ടിയുണ്ടാക്കിയ കൂടാരത്തിൽ വച്ച് റാഹേൽ ബന്യാമിനെ പ്രസവിച്ചു. ആ പ്രസവത്തോടെ റാഹേൽ മരിച്ചു. യാക്കോബ് തന്റെ രണ്ടുഭാര്യമാരിൽ അധികം സ്നേഹിച്ചിരുന്ന റാഹേലിന്റെ മൃതശരീരം വഴിമദ്ധ്യേ സംസ്കരിച്ചിട്ട് അവിടെ ഒരു കല്ലറ പണിതു അതിനുമേൽ ഒരു തൂണും സ്ഥാപിച്ചു. സഹസ്രാബ്ദങ്ങൾക്കപ്പുറത്തുനിന്നും ചികഞ്ഞെടുത്ത ആ വംശപുരാണത്തിന്റെ ഇതളുകൾ വിടർത്തിയപ്പോൾ മറിയം ഭയന്നുപോയി. യാക്കോബിന്റെ വംശപരമ്പരയിലെ ഒരു കണ്ണിയായ തനിക്കും ഇതേ സ്ഥലത്തു വച്ചു റാഹേലിനു സംഭവിച്ചതുപോലെ സംഭവിക്കുമോ എന്നായിരുന്നു ഭയം. പ്രസവത്തിന്റെ വേദന ശരീരത്തെ ആക്രമിക്കുമ്പോൾ താനിപ്പോൾ മരിച്ചുപോയേക്കും എന്ന് ആശങ്കപ്പെടാതിരിക്കാൻ ഏത് സ്ത്രീക്കാണ് കഴിയുക. പിറവിയുടെ ആ ദിവ്യമുഹൂർത്തത്തിൽ ജീവിതവും മരണവും ഒപ്പത്തിനൊപ്പം കൺമുമ്പിൽ നിൽക്കുന്നത് ഏതു സ്ത്രീക്കും കാണാം. മരണത്തെ ആട്ടിയോടിക്കാനും ജീവിതത്തെ വാരിപ്പുണരാനും ആ നിമിഷത്തിൽ ഏതു സ്ത്രീയും ആഗ്രഹിക്കും. ചിലപ്പോൾ അപൂർവ്വമായിട്ടെങ്കിലും മരണം ജീവിതത്തിന്മേൽ വിജയം നേടുകയും ചെയ്യാറുണ്ടല്ലോ....

വേദന കടിച്ചമർത്തിക്കൊണ്ട് അപകടങ്ങൾ ഒഴിഞ്ഞു പോകാൻ ദൈവത്തോടു പ്രാർത്ഥിച്ചു.

തൊട്ടുമുമ്പിൽക്കണ്ട സത്രത്തെ ലക്ഷ്യമാക്കിയുള്ള തങ്ങളുടെ യാത്ര! ജോസഫ് സത്രമുടമയെ കാര്യങ്ങൾ ഗ്രഹിപ്പിച്ചു. അയാൾ തന്റെ നിസ്സഹായത വ്യക്തമാക്കിക്കൊണ്ട് കൈമലർത്തി. സത്രത്തിൽ അശേഷവും സ്ഥലം ബാക്കിയില്ല. പേർവഴിചാർത്തലെന്ന ഈ ഗുലുമാലു തുടങ്ങിയതിൽപ്പിന്നെ സത്രങ്ങളായ സത്രങ്ങളെല്ലാം നിറഞ്ഞുകവിഞ്ഞിരിക്കുന്നു. ഭാര്യയുടെ പ്രസവവേദനയെക്കുറിച്ച് ധരിപ്പിച്ചപ്പോൾ സത്രമുടമയുടെ സഹതാപമുണർന്നു.

അയാൾ തങ്ങളെ സത്രത്തിനു സമീപമുള്ള കാലിത്തൊഴുത്തിലേക്കാനയിച്ചു. സത്രത്തിലെ താമസക്കാരുടെ കഴുതകളെയും കുതിരകളെയും സത്രമുടമയുടെ വക പശുക്കളെയും കാളകളെയും കെട്ടിയിരുന്ന വൃത്തികെട്ട തൊഴുത്തിന്റെ ഒരു മൂലയിൽ അതിവേഗം ഒരീറ്റില്ലം തയ്യാറായി. പുൽത്തൊട്ടിയിൽ നിന്നു വാരിയെടുത്ത വൈക്കോൽ തറയിൽ വിരിച്ചു. സത്രമുടമയുടെ ഭാര്യ അപ്പോൾ അവിടെ പ്രത്യക്ഷപ്പെട്ടു. അവർ വേണ്ട സഹായം ഉറപ്പുനൽകി. സ്ത്രീകൾക്കു സ്ത്രീകളുടെ സഹായം ഒഴിവാക്കാനാവാത്ത ആ അപൂർവമുഹൂർത്തത്തിൽ ജോസഫ് പ്രാർത്ഥനാനിരതനായി. മറിയയുടെ ഓർമ്മകൾ സജീവമായി.

കുട്ടിയുടെ കരച്ചിൽ കേട്ട് ജോസഫ് എത്തി നോക്കി. ആൺകുട്ടി, ജോസഫിന്റെ മുഖത്ത് ആഹ്ലാദത്തിന്റെ നിർവൃതി. തണുപ്പുള്ള ആ രാത്രി ജീവിതത്തിൽ ഒരിക്കലും മറക്കാൻ കഴിയില്ല. കന്നുകാലികളുടെ ഇടയിൽ വൈക്കോൽ പുതച്ചു തണുപ്പകറ്റി കിടന്നുറങ്ങുന്ന ആ ശിശുവിന്റെ മുഖത്തെ ദിവ്യകാന്തി തനിക്കും, ജോസഫിനും ഒരു വിസ്മയമായിരുന്നുവെന്ന കാര്യം ഓർത്തു. ആ രാത്രി ഉറങ്ങാൻ കഴിഞ്ഞിരുന്നില്ല. പാതിരാത്രി കഴിഞ്ഞപ്പോൾ അതുവഴി കടന്നു പോയ ഒരു സംഘം ഇടയന്മാർ വന്നു പറഞ്ഞ കാര്യങ്ങൾ തങ്ങളുടെ വിസ്മയം ഇരട്ടിപ്പിച്ചു. അവർ വന്നു ജോസഫിനോടു സംസാരിച്ച വാക്കുകൾ ഇപ്പോഴും ഓർമ്മിക്കുന്നു. അവരുടെ കൂട്ടത്തിൽ ഒരാട്ടിടയൻ ഉറക്കത്തിൽ വിചിത്രമായ ഒരു സ്വപ്നം കണ്ടത്രെ. ആകാശത്തിൽ ഒരത്ഭുത തേജസ്സ്. തുടർന്നൊരശരീരി. “ഭയപ്പെടേണ്ട, സർവ്വജനത്തിനും ഉണ്ടാവാനുള്ളൊരു മഹാസന്തോഷം ഞാൻ നിങ്ങളോടു സുവിശേഷിക്കുന്നു. കർത്താവായ യേശു എന്ന രക്ഷിതാവ് ഇന്നു ദാവീദിന്റെ പട്ടണത്തിൽ നിങ്ങൾക്കായി ജനിച്ചിരിക്കുന്നു. ശീലകൾ ചുറ്റി പശുത്തൊട്ടിയിൽ കിടക്കുന്ന ശിശുവിനെ നിങ്ങൾ കാണും. അയാൾ കണ്ണുതുറന്നു നോക്കിയപ്പോൾ ആകാശത്തിൽ നിന്നൊരു സംഘഗാനം.... “അത്യുന്നതങ്ങളിൽ ദൈവത്തിനു മഹത്വം, ഭൂമിയിൽ ദൈവപ്രസാദമുള്ള മനുഷ്യർക്ക് സമാധാനം”. ഉറങ്ങിക്കിടക്കുന്ന സുഹൃത്തുക്കളെ വിളിച്ചുണർത്തി അയാൾ തന്റെ സ്വപ്നം വിവരിച്ചു. അവരാരും അത് വിശ്വസിച്ചില്ല. വീണ്ടും ഉറങ്ങാൻ

കിടന്നപ്പോൾ സ്വപ്നം വീണ്ടും ആവർത്തിച്ചു. വീണ്ടും സുഹൃത്തുക്കളെ വിളിച്ചുണർത്തി നേരത്തെ കേട്ട സംഘഗാനം വിദൂരതയിലെവിടെനിന്നോ മുഴങ്ങുന്നതായി അവർക്കു തോന്നി.

"അത്യുന്നതങ്ങളിൽ ദൈവത്തിനു മഹത്വം
ഭൂമിയിൽ ദൈവപ്രസാദമുള്ള മനുഷ്യർക്ക് സമാധാനം".

ആ ഗാനശകലം ഏറ്റുപാടിക്കൊണ്ട് ഇടയസംഘം കാലിത്തൊഴുത്തിലെ ശിശുവിനെ അന്വേഷിച്ചു യാത്രയായി. കിഴക്കു വെള്ളകീറിത്തുടങ്ങിയപ്പോൾ അവർ തങ്ങളുടെ സമീപമെത്തി. അങ്ങനെ എന്തെല്ലാം എന്തെല്ലാം ഓർമ്മകൾ.

പ്രസവക്ഷീണം തീരുവോളം ആ കാലിത്തൊഴുത്തിലായിരുന്നു തങ്ങളുടെ താവളം. പ്രസവാനന്തര ചടങ്ങുകൾ യരുശലേം ദേവാലയത്തിൽ വെച്ച് നിർവ്വഹിക്കപ്പെട്ടു. കടിഞ്ഞൂലായ ആണൊക്കെയും കർത്താവിന് വിശുദ്ധമായിരിക്കണം എന്നാണ് ന്യായപ്രമാണം അനുശാസിക്കുന്നത്. പ്രസവിച്ചിട്ട് എട്ടു ദിവസം കഴിയുമ്പോൾ ശിശുവിനെ പരിച്ഛേദന* കഴിക്കണം. തുടർന്ന് ശിശുവിനെ ദേവാലയത്തിൽ കാഴ്ച വയ്ക്കുന്നു. ശിശുവിനെ വീണ്ടെടുക്കുന്നതിന് പകരമായി രണ്ടു കുറുപ്രാവിനെയോ രണ്ടുപ്രാവിൻ കുഞ്ഞുങ്ങളെയോ ദേവാലയത്തിൽ യാഗം അർപ്പിക്കണം. ജോസഫിനോടൊപ്പം ദേവാലയത്തിൽ പോയതും ചടങ്ങുകൾ നിർവ്വഹിച്ചതുമൊക്കെ ഒരു നിമിഷം കൺമുമ്പിൽ മിന്നിമറയുന്നു.

അതു കഴിഞ്ഞ് ബേത്‌ലഹേമിലെത്തിയപ്പോഴാണ് പൗരസ്ത്യദേശത്തു നിന്ന് വിദ്വാന്മാർ ദിവ്യനക്ഷത്രത്താൽ അനുഗതരായി കാലിത്തൊഴുത്ത് തേടിയെത്തിയത്. കുതിരപ്പുറത്ത് സഞ്ചരിച്ചിരുന്ന ആ മൂന്ന് ജ്യോതിശാസ്ത്രപണ്ഡിതന്മാർ കാലിത്തൊഴുത്തിലെ ശിശുവിന്റെ മുമ്പിൽ മുട്ടുകുത്തി. തങ്ങളുടെ നിക്ഷേപപാത്രങ്ങളെ തുറന്നു പൊന്നും മീറയും കുന്തിരിക്കവും കാഴ്ചവച്ചു. അവരിലൊരാൾ അതിന്റെ അർത്ഥം ജോസഫിനു വിവരിച്ചു കൊടുത്തു. ജ്യോതിലക്ഷണപ്രകാരം ഈ ശിശുവിൽ രാജത്വവും, ദിവ്യത്വവും, പൗരോഹിത്യവും ഒത്തിണങ്ങിയിരിക്കുന്നു. ഈ കുട്ടി ഭാവിയിൽ ഈ മൂന്നിൽ ഏതാകും എന്ന് തങ്ങൾക്കു നിശ്ചയമില്ല. സ്വർണ്ണം അവന്റെ രാജത്വത്തേയും, മീറ അവന്റെ സമ്പൂർണ്ണ മനുഷ്യത്വത്തേയും, കുന്തിരിക്കം അവന്റെ പൗരോഹിത്യത്തേയും പ്രതിഫലിപ്പിക്കുന്നു. ആ നിമിഷം മുതൽ ശിശുവിന്റെ ഭാവിയിൽ വലിയ പ്രതീക്ഷകളാണ് താനും ജോസഫും വച്ചു പുലർത്തിയിരുന്നത്. പാവം ജോസഫ് ഒന്നും കാണാൻ വേണ്ടി ജീവിച്ചിരുന്നില്ല. തങ്ങളെ തനിച്ചാക്കിയിട്ട് അദ്ദേഹം പരലോകം പ്രാപിച്ചിരിക്കുന്നു. എല്ലാം സഹിക്കാൻ ദുഃഖത്തിന്റെ പുതിയ പുതിയ ഭാണ്ഡക്കെട്ടുകൾ പേറാൻ താൻ മാത്രം ജീവിച്ചിരിക്കുന്നു. തന്റെ സർവ്വതുമായ മകന്റെ ഭാവിയെക്കുറിച്ചുള്ള തീവ്രമായ ഉൽക്കണ്ഠ തന്നെ ഒരിക്കലും വിട്ടകന്നിരുന്നില്ല.

---

* *പരിച്ഛേദന–മതനിയമപ്രകാരം ആൺകുട്ടികളുടെ ലിംഗാഗ്രം ഛേദിക്കുന്ന ചടങ്ങ്.*

അഞ്ച്

"റാമയിൽ ഒരു ശബ്ദം കേട്ടു കരച്ചിലും വലിയ നിലവിളിയും തന്നെ"

"എന്റെ സങ്കടത്തിൽ അവർ കൂട്ടംകൂടുകയും എനിക്കെതിരായി സന്തോഷിക്കുകയും ചെയ്തു.
ദീർഘകാലത്തേക്ക് എനിക്കെതിരായി അവർ കൂട്ടം കൂടി, ഞാനോ അവരുടെ അഹങ്കാരം അറിഞ്ഞില്ലതാനും. അവർ ആക്ഷേപിച്ചുകൊണ്ട് എന്റെ നേരെ പല്ലു കടിക്കുകയും ചെയ്തു".

വിദൂരദേശത്തു നിന്നും ആഗതരായ വിദ്വാന്മാർ ശിശുവിന്റെ ഭാവിയെക്കുറിച്ച് നടത്തിയ പ്രവചനം മറിയയേയും ജോസഫിനേയും സന്തോഷിപ്പിച്ചു. തങ്ങളുടെ സന്താനങ്ങളുടെ ശോഭന ഭാവി പ്രവചിച്ചു കേൾക്കുമ്പോൾ ഏതു മതാപിതാക്കൾക്കാണ് സന്തോഷം തോന്നാതിരിക്കുക. പക്ഷേ ആ സന്തോഷം അധികകാലം നീണ്ടുനിന്നില്ല. അസ്വസ്ഥതയുടെ വിഷവിത്തുകൾ മനസ്സിൽ പൊട്ടിവിരിയിച്ച ആ സംഭവം ഓർമ്മയിൽ ഓടിയെത്തി. അന്നൊരു രാത്രി ജോസഫിനുണ്ടായ വിസ്മയകരമായ സ്വപ്നം! പാതിരാത്രി പിന്നിട്ടിരുന്നതേയുള്ളൂ തന്റെ ശരീരത്തിന്റെ ചൂടുപറ്റി യേശു ഉറങ്ങുന്നു. തൊട്ടപ്പുറത്ത് ജോസഫ് ഗാഢ നിദ്രയിൽ ലയിച്ചിരിക്കുകയായിരുന്നു. താനുണർന്നുനോക്കിയപ്പോൾ ഉറക്കത്തിൽ നിന്നു ഞെട്ടിയെഴുന്നേറ്റ ജോസഫ് അങ്ങോട്ടുമിങ്ങോട്ടും നോക്കുന്നു. കാരണം തിരക്കിയപ്പോൾ കിതപ്പടക്കിക്കൊണ്ട് അദ്ദേഹം താൻ കണ്ട സ്വപ്നം വിവരിച്ചു.

ജോസഫിന്റെ മുമ്പാകെ ഒരു ദൈവദൂതൻ പ്രത്യക്ഷനായി ആജ്ഞാപിച്ചു. "നീ എഴുന്നേറ്റ് ശിശുവിനെയും അമ്മയെയും കൂട്ടി ഈജിപ്റ്റിലേക്ക് രക്ഷപ്പെടുക, ഞാൻ നിന്നോടറിയിക്കുന്നതുവരെ നീ അവിടെ പാർക്കുക. ഹെരോദാവ് ശിശുവിനെ നശിപ്പിക്കേണ്ടതിന് അവനെ അന്വേഷിക്കുന്നു".

എബ്രായർ ആരും തന്നെ തങ്ങളുടെ സ്വപ്നങ്ങളെ അവിശ്വസിക്കാറില്ല. തങ്ങളുടെ ഗോത്രപിതാക്കന്മാരുടെ കാലം മുതൽ യഹോവയും അവന്റെ ദൂതന്മാരും സ്വപ്നങ്ങളിലൂടെയാണ് ജനങ്ങളുമായി ബന്ധപ്പെട്ടിരുന്നത്. വരാനിരിക്കുന്ന കാര്യങ്ങൾ മുൻകൂട്ടി സ്വപ്നങ്ങളിലൂടെ ദൈവം തന്റെ ഭക്തന്മാരെ അറിയിക്കുമെന്നാണ് സങ്കല്പം. കൂടുതലൊന്നും ആലോചിക്കാൻ നിന്നില്ല. ആ രാത്രി തന്നെ ജോസഫ് തൊഴുത്തിൽ നിന്നു തന്റെ കഴുതയെ അഴിച്ചു. സാധനങ്ങളൊക്കെ ഭാണ്ഡത്തിൽക്കെട്ടി കഴുതയുടെ പുറത്തുവച്ചു. ഉറങ്ങുന്ന ശിശുവിനെയും മാറത്തടക്കിപ്പിടിച്ചു കൊണ്ട് എങ്ങോട്ടാണെന്നു ചോദിക്കാതെ താനും ജോസഫിന്റെ കാലടികളെ പിന്തുടർന്നു. യാതൊരു പരിചയവുമില്ലാത്ത നാട്ടിലേക്കാണ് യാത്ര. ജോസഫിന്റെ മടിശ്ശീലയുടെ ഭാരം ഇതിനകം തന്നെ കുറഞ്ഞുതുടങ്ങിയിരുന്നു. പ്രതിബന്ധങ്ങളെ എങ്ങനെ തരണം ചെയ്യുമെന്ന് ഒരു നിശ്ചയവുമില്ലായിരുന്നു. ദിക്കറിയാതെ കടലിൽ കഷ്ടപ്പെടുന്ന നാവികരെപ്പോലെ താനും ജോസഫും പല നാടുകൾ താണ്ടി. നഗരങ്ങളും ഗ്രാമങ്ങളും പിന്നിട്ട് ഈജിപ്റ്റിനെ ലക്ഷ്യമാക്കി യാത്ര തുടർന്നു. വഴികളൊക്കെ ജോസഫിന് നല്ല നിശ്ചയമാണ്. യെരൂശലേമിൽ നിന്ന് നേരെ ബെഥാന്യയിലേക്ക്, അവിടെ നിന്ന് ഒലിവു മലയുടെ താഴ്വര താണ്ടി എമ്മാവോസിലേക്ക് അവിടെ നിന്ന് വേണം ഈജിപ്റ്റിലേക്ക് കടക്കാൻ.

എമ്മാവോസിൽ വച്ചു കണ്ടുമുട്ടിയ അറബിക്കച്ചവടക്കാർ പറഞ്ഞ കാര്യം ശ്രദ്ധിച്ചപ്പോഴാണ് ജോസഫിന്റെ സ്വപ്നം സത്യമായി ഭവിച്ചിരിക്കുന്നുവെന്ന് ബോധ്യപ്പെട്ടത്. ഈജിപ്റ്റിൽ സ്ഥിരതാമസമാക്കിയിരിക്കുന്ന രണ്ട് യഹൂദർ എന്ന നിലയിലാണ് ജോസഫ് അവർക്കു തങ്ങളെ പരിചയപ്പെടുത്തിക്കൊടുത്തത്. തങ്ങളുടെ ആദ്യജാതനായ പൈതലിനെ യഹൂദാചാരപ്രകാരം യെരൂശലേം ദേവാലയത്തിൽ കാഴ്ചവയ്ക്കുന്നതിന്ന് പോയിട്ട് മടങ്ങുകയാണ്. അവരുടെ അന്വേഷണത്തിന് ജോസഫിന്റെ മറുപടി അതായിരുന്നു. “സന്ധ്യക്ക് മുമ്പ് പട്ടണത്തിന്റെ അതിർത്തി കടക്കണം. അല്ലെങ്കിൽ അപകടമാണ്, ഓരോ വീട്ടിൽ നിന്നും ഉയരുന്ന നിലവിളി നിങ്ങൾ കേൾക്കുന്നില്ലേ?”. അവരിൽ ഒരുവൻ ചോദിച്ചു. ശരിയാണ്. പിന്നിട്ട വഴികളിൽ പലേടത്തും സ്ത്രീകളുടെ ഉച്ചത്തിലുള്ള നിലവിളി കേൾക്കുന്നു. “ആ രാജാവിന് ഭ്രാന്താണ് അയാളുടെ രാജകിരീടം തട്ടിയെടുക്കാൻ ഒരു ശിശു ബത്‌ലഹേമിൽ ജനിച്ചിരിക്കുന്നതായി ഏതോ ഒരു ജ്യോത്സ്യൻ പ്രവചിച്ചിരിക്കുന്നത്രെ”. അയാൾ വിശദീകരണത്തിനു തയ്യാറായി. ജോസഫ് അയാളെക്കൊണ്ടു കൂടുതൽ പറയിപ്പിച്ചു. “രണ്ടു വയസ്സിൽതാഴെ പ്രായമുള്ള സർവ്വ ആൺകുട്ടികളെയും കൊന്നുകളയുവാൻ രാജകല്പനയായിരിക്കുന്നു”. അറബിക്കച്ചവടക്കാരിൽ ഒരുവൻ തലയിൽ കൈവച്ചുകൊണ്ട് പറഞ്ഞു. ചരിത്രത്തിലെ ഏറ്റവും വലിയ ക്രൂരത, സങ്കല്പത്തിലെ ശത്രുവിനെ സംഹരിക്കാൻ അനേകം നിർദ്ദോഷികളുടെ ജീവനൊടുക്കുക.

“റാമയിൽ ഒരു ശബ്ദം കേട്ടു, വലിയ നിലവിളിയും കരച്ചിലും തന്നെ. റാഹേൽ മക്കളെച്ചൊല്ലിക്കരഞ്ഞു. അവർ ഇല്ലായ്കയാൽ

ആശ്വാസം" എന്നുള്ള യിരമ്യാപ്രവാചകന്റെ വാചകങ്ങൾ ഓർമ്മവന്നു. തിടുക്കത്തിൽ നടന്ന് ആ രാത്രി തന്നെ ഈജിപ്റ്റിലെത്തി.

ഹേരോദസിന്റെ അധികാരാതിർത്തിക്കപ്പുറത്തു കടന്നതിൽ ആശ്വാസം തോന്നിയെങ്കിലും അപരിചിതമായ നാട്ടിൽ ജീവിതം തള്ളി നീക്കുക എന്നത് ഒരു പ്രശ്നമായിരുന്നു. എങ്കിലും മകനെ രക്ഷപ്പെടുത്താൻ കഴിഞ്ഞതിലുള്ള ചാരിതാർത്ഥ്യം ഇപ്പോഴും ബാക്കി നിൽക്കുന്നു. യഹൂദ്യയിലെ നിഷ്കളങ്കരായ എത്ര കുട്ടികളാണ് ആ രാജാവിന്റെ ഭ്രാന്തിനിരയായിത്തീർന്നത്. അല്ലെങ്കിലും രാജാക്കന്മാർ പൊതുവെ ഭ്രാന്തന്മാരാണ്. അവർ വെറുതെ മനുഷ്യരെ ഉപദ്രവിക്കുന്നു. മറ്റുള്ളവരെ ഭരിക്കുന്നതിന്റെ സുഖം കാംക്ഷിക്കുന്ന അല്പബുദ്ധികൾ. യിസ്രായേലിന്റെ യഥാർത്ഥ ഭരണാധികാരി യഹോവ മാത്രമാണ്. ജനങ്ങൾ യഹോവയെ തള്ളി മറ്റു മനുഷ്യരായ ഭരണാധികാരികളെ വരിച്ചപ്പോൾ മുതൽ അവരുടെ ദുരിതങ്ങളും ആരംഭിച്ചു. മറിയയുടെ ഓർമ്മകൾ ബാല്യത്തിൽ ലഭിച്ച മതപാഠങ്ങളിലേക്കു തിരിഞ്ഞു. ക്രാന്തദർശിയായ ശമുവേൽ പ്രവാചകന്റെ വാക്കുകൾ എത്ര അർത്ഥവത്താണ്. പക്ഷേ വിഡ്ഢികളായ ജനങ്ങൾ ആ വാക്കുകൾ ഗ്രഹിച്ചില്ല. അവർ ഒരു രാജാവിനുവേണ്ടി പ്രവാചകന്റെയടുക്കൽ നിലവിളിച്ചു. പ്രവാചകൻ തനിക്കുലഭിച്ച ദൈവീകവെളിപാട് അവരെ അറിയിച്ചു.

"നിങ്ങളെ വാഴുവാനിരിക്കുന്ന രാജാവിന്റെ ന്യായം ഇതായിരിക്കും; അവൻ നിങ്ങളുടെ പുത്രന്മാരെ തനിക്കു തേരാളികളും കുതിരച്ചേകവരും ആക്കും. അവന്റെ രഥങ്ങൾക്കു മുമ്പേ ഓടേണ്ടിയും വരും. അവൻ അവരെ ആയിരത്തിനും അമ്പതിനും അധിപന്മാരാക്കും. തന്റെ നിലം കൃഷിചെയ്യുവാനും തന്റെ വിള കൊയ്‌വാനും തന്റെ പടക്കോപ്പും തേർക്കോപ്പും ഉണ്ടാക്കുവാനും അവരെ നിയമിക്കും. അവൻ നിങ്ങളുടെ പുത്രിമാരെ തൈലക്കാരത്തികളും വയ്പുകാരത്തികളും അപ്പക്കാരത്തികളും ആയിട്ട് എടുക്കും. അവൻ നിങ്ങളുടെ വിശേഷമായ നിലങ്ങളും മുന്തിരിത്തോട്ടങ്ങളും എടുത്ത് തന്റെ ഭൃത്യന്മാർക്ക് കൊടുക്കും. അവൻ നിങ്ങളുടെ വിളവുകളിലും മുന്തിരിത്തോട്ടങ്ങളിലും ദശാംശം എടുത്ത് തന്റെ ഷണ്ഡന്മാർക്കും ഭൃത്യന്മാർക്കും കൊടുക്കും. അവൻ നിങ്ങളുടെ ദാസന്മാരേയും, ദാസിമാരേയും നിങ്ങളുടെ കോമളയുവാക്കളേയും നിങ്ങളുടെ കഴുതകളേയും പിടിച്ച് തന്റെ വേലയ്ക്ക് ആക്കും. അവൻ നിങ്ങളുടെ ആടുകളിൽ പത്തിലൊന്നെടുക്കും. നിങ്ങൾ അവന്നു ദാസന്മാരായിത്തീരും. നിങ്ങൾ തെരഞ്ഞെടുത്ത രാജാവിന്റെ നിമിത്തം നിങ്ങൾ അന്നു നിലവിളിക്കും. എന്നാൽ യഹോവ അന്നു ഉത്തരമരുളുകയില്ല".

അക്ഷരാർഥത്തിൽ സഫലമായ ഒരു ദീർഘദർശനം. ജനങ്ങളെ അടിച്ചമർത്തി ഭരിക്കുകയും അയൽനാടുകളെ വെട്ടിപ്പിടിച്ച് രാജ്യത്തിന്റെ അതിർത്തി വിപുലമാക്കാൻ നോക്കുകയും ചെയ്യുന്ന രാജാവ് ജനങ്ങൾക്കു കൺകണ്ട ദൈവമാണ്. ഇസ്രായേലിന്റെ രാജപരമ്പരയിലെ ശക്തനായ രാജാവ് ഹേറോദസ്. റോമാസാമ്രാജ്യത്തിനു കീഴ്‌വഴങ്ങിയാണെങ്കിലും ജനങ്ങൾക്കു പൊതുവെ പ്രീതികരമാണ്; അയാളുടെ ഭരണം. സ്വന്തം സിംഹാസനത്തിന്റെ സുരക്ഷിതത്വത്തെക്കുറിച്ചുള്ള

അതിരു കവിഞ്ഞ ഉത്കണ്ഠയാണല്ലോ ഏതൊരു ഭരണാധികാരിയേയും ക്രൂരനാക്കി മാറ്റുന്നത്. താനിറങ്ങിപ്പോകുമ്പോൾ തന്റെ സിംഹാസനത്തിൽ തന്റെ പുത്രൻ ഇരിക്കുന്നതുകണ്ട് കൺകുളിർക്കുവാൻ എല്ലാ അല്പന്മാരായ ഭരണാധികാരികളും ആഗ്രഹിക്കുന്നുണ്ടാവും. ഹേറോദാസും അതിനൊരപവാദമായില്ല.

ഈജിപ്തിൽ ചെലവഴിച്ച ദിവസങ്ങളുടെ ചിത്രം സ്മരണയിലെത്തുന്നു. വഴിയോരത്ത് കൂടാരം അടിച്ചാണ് രാത്രി തള്ളിനീക്കിയത്. ചെറിയ മരക്കഷണങ്ങളിൽ കൊത്തുപണികൾ ചെയ്ത കൗതുകവസ്തുക്കൾ നിർമ്മിക്കും. ജോസഫ് ആ കൗതുകവസ്തുക്കളുമായി ചന്തയിൽ പോകും. ഈജിപ്തിലെ ധനാഢ്യരായ സ്ത്രീപുരുഷന്മാർ ആ മരസാധനങ്ങൾ പറയുന്ന വിലകൊടുത്തു വാങ്ങി തങ്ങളുടെ ഗൃഹങ്ങളിലെ അലങ്കാരവസ്തുക്കളുടെ എണ്ണം കൂട്ടി. തന്റെ ഉളിയും കൊട്ടുപിടിയും കൈവശമുള്ളിടത്തോളം കാലം ജീവിതം ജോസഫിനൊരു ബുദ്ധിമുട്ടാകില്ലെന്നകാര്യം തനിക്കുറപ്പായിരുന്നു.

ഈജിപ്റ്റിൽ വച്ച് ജോസഫ് വീണ്ടുമൊരു സ്വപ്നം കണ്ടു. മുൻ സ്വപ്നത്തിൽ കണ്ട അതേ ദൈവദൂതൻ. "ശിശുവിന് പ്രാണഹാനി വരുത്തുവാൻ നോക്കുന്നവർ മരിച്ചുപോയതുകൊണ്ട് നീ എഴുന്നേറ്റ് ശിശുവിനേയും അമ്മയേയും കൂട്ടികൊണ്ട് യിസ്രായേൽ ദേശത്തേക്ക് പോകുക". അന്ന് യേശുവിന് വയസ്സ് മൂന്ന് കഴിഞ്ഞിരുന്നു. ശിശുവിന്റെ കളിതമാശകളും, കൊഞ്ചി കൊഞ്ചിയുള്ള വർത്തമാനവും തന്നെയും ജോസഫിനെയും വളരെ രസിപ്പിച്ചിരുന്നു. എത്ര വേഗമായിരുന്നുപൈതലിന്റെ വളർച്ച. അതിനകം തങ്ങളുടെ രണ്ടു പേരുടെയും ജീവന്റെ ജീവനായി മാറിക്കഴിഞ്ഞിരുന്ന പൈതലിന്റെ രക്ഷയെ മുന്നിൽക്കണ്ടുകൊണ്ടുള്ള ഏതു ബുദ്ധിമുട്ടും തങ്ങൾക്കൊരു ഹരമായിരുന്നു.

ജോസഫ് അടുത്ത ദിവസം തന്നെ ഇസ്രായേലിലേക്കുള്ള യാത്രയ്ക്ക് തയ്യാറായി. തങ്ങളുടെ പ്രായംചെന്ന കഴുതയെ ചന്തയിൽ കൊണ്ടുപോയി വിറ്റു. കളിപ്പാട്ടങ്ങൾ വിറ്റു ശേഖരിച്ചു വച്ചിരുന്ന പണത്തിൽ കുറേക്കൂടി മുടക്കി രണ്ടു കരുത്തുള്ള കഴുതകളെ വാങ്ങി. യേശുവിനെ മടിയിലിരുത്തി താനൊരു കഴുതപ്പുറത്ത് മുന്നിൽ പോകും. തങ്ങളെ സൂക്ഷിച്ചുകൊണ്ട് ഭാണ്ഡക്കെട്ടുകൾ കയറ്റിയ കഴുതയുടെ പിന്നാലെ ജോസഫ് കാൽ നടയായി സഞ്ചരിക്കും. യഹൂദ്യാദേശമായിരുന്നു ലക്ഷ്യമെങ്കിലും അവിടെയെത്തിപ്പെട്ടാൽ എവിടെ സ്ഥിരതാമസമാക്കണമെന്ന് ജോസഫിന് നിശ്ചയമുണ്ടായിരുന്നില്ല. ദേശാന്തരയാത്രകൾ ജോസഫിന് ഒരു രസമായിരുന്നു. എങ്കിലും പിതാക്കന്മാരുടെ ദേശമെന്ന പ്രത്യേകത യഹൂദ്യക്കുണ്ടല്ലോ. പിതൃഭൂമി ഏതൊരു യഹൂദനും സിരകളിൽ ഹരം പകരുന്ന ലഹരിയാണ്. സ്വപ്നത്തിൽ കണ്ടത് ശരിയായിരുന്നുവെന്ന് യാത്രാമദ്ധ്യേ മനസ്സിലായി. യഹൂദ്യയിൽ എന്തെല്ലാം തരത്തിലുള്ള രാഷ്ട്രീയമാറ്റങ്ങളാണ് ഹേരോദാവിന്റെ മരണശേഷം സംഭവിച്ചത്. അധികാരത്തിൽ കൂടുതൽ പങ്കാളിത്തത്തിനുവേണ്ടി പുരോഹിതന്മാരും പ്രഭുക്കന്മാരും ശബ്ദമുയർത്തി തുടങ്ങിയ കാലം. ജനപ്രതിനിധികളുടെ ഒരു സംഘം റോമിൽ നേരിട്ട് ചെന്ന് നിവേദനം നടത്തി.

സ്വന്തം നാട്ടിലെ അധികാരമത്സരത്തിനറുതി വരുത്താൻ ചെറുകിട രാജ്യങ്ങൾ, എപ്പോഴും വൻകിട വിദേശരാജ്യങ്ങളെ ആശ്രയിക്കുന്നു. അപ്പം പങ്കുവയ്ക്കാൻ കുരങ്ങിനെ മദ്ധ്യസ്ഥനാക്കിയ പൂച്ചകളുടെ അനുഭവം തന്നെ ചെറിയ രാജ്യങ്ങൾക്കും സംഭവിക്കുന്നു. ഓർമ്മകൾ അന്നത്തെ രാഷ്ട്രീയ കോളിളക്കങ്ങളിലേക്ക് കുതിച്ചുപായുകയാണ്. റോമിൽ നിന്നുള്ള ഉത്തരവുപ്രകാരം യഹൂദ്യയിലെ രാജസ്ഥാനം നിറുത്തലാക്കി. ഹേറോദസ് ഭരിച്ചിരുന്ന പ്രദേശം അയാളുടെ പുത്രന്മാർക്കായി പങ്കുവച്ചു. അർക്കലേ്യാസ് യഹൂദ്യയുടെയും ശമര്യായുടെയും ഇദുമ്യായുടെയും നാടുവാഴിയായി വിലപ്പെട്ടതെന്തോ നഷ്ടപ്പെട്ടതുപോലെയാണ് ദിവസങ്ങൾ കടന്നു പോകുന്തോറും തനിക്കും ജോസഫിനും തോന്നിയത്. പ്രായം ചെല്ലുന്തോറും യേശു കൂടുതൽ കൂടുതൽ ഗൗരവസ്വഭാവം ആർജ്ജിക്കുന്നില്ലേയെന്നൊരു സംശയം. ബാലസഹജമായ കളികളിലും തമാശകളിലും എന്തോ ഒരു താൽപ്പര്യക്കുറവ്.

പഴയ നിയമത്തിലെ കഥകളും പ്രവചന പുസ്തകങ്ങളുടെ വ്യാഖ്യാനങ്ങളും കേൾക്കുന്നതിലായിരുന്നു യേശുവിന് താൽപ്പര്യം. താനും ജോസഫും ചേർന്നാണ് യേശുവിനെ അക്ഷരം പഠിപ്പിച്ചത്. സമപ്രായക്കാരായ കുട്ടികളെക്കാൾ വേഗം യേശു അക്ഷരവിദ്യ വശമാക്കുന്നതുപോലെ തോന്നി. കുട്ടിയുടെ ബുദ്ധിസാമർത്ഥ്യത്തിൽ തനിക്കഭിമാനം തോന്നിയ നിമിഷങ്ങൾ ഓർമ്മയിൽ പച്ചപിടിച്ചു നിൽക്കുന്നു.

ആലേഫ്, ബേത്ത്, ശീമെൻ, ദാലെത്ത്, ഹേവന, സയിൻ, ഹേത്ത് തുടങ്ങി ഹീബ്രു അക്ഷരമാലയിലെ എല്ലാ അക്ഷരങ്ങളും ഏതോ മുൻജന്മവാസനയാൽ എന്ന പോലെ ഒറ്റയാഴ്ച കൊണ്ട് ആ ആറു വയസ്സുകാരൻ ബാലൻ ഹൃദിസ്ഥമാക്കി. അക്ഷരം അഭ്യസിച്ചു കഴിഞ്ഞപ്പോൾ കുട്ടി വായിക്കാനും അനായാസം അഭ്യസിച്ചു. ജോസഫിന്റെ ശേഖരത്തിലുള്ള മിക്ക തുകൽച്ചുരുളുകളും വായിക്കാൻ യേശുവിന് കഴിഞ്ഞിരുന്നു, തനിക്കു പോലും അത്ര നന്നായി വായിക്കാൻ കഴിയുമായിരുന്നില്ല. പ്രവചന ഗ്രന്ഥങ്ങൾ വായിച്ചിട്ട് ജോസഫ് കൊടുക്കുന്ന വ്യാഖ്യാനങ്ങൾ പലപ്പോഴും ആ ബാലമനസ്സിനെ തൃപ്തിപ്പെടുത്തിയിരുന്നില്ല. യേശു പലപ്പോഴും തന്റേതായ വ്യാഖ്യാനങ്ങൾകൊണ്ട് മാതാപിതാക്കളെ ആശ്ചര്യപ്പെടുത്തുകയായിരുന്നു പതിവ്.

ശൈശവം പിന്നിടുന്നതിനു മുമ്പേ പ്രായപൂർത്തിവന്ന ഒരു പുരുഷൻ അതാണ് തന്റെ മകൻ യേശുവെന്ന് പലപ്പോഴും തോന്നിയിട്ടുണ്ട്. തങ്ങൾ നസ്രേത്തിൽ മടങ്ങിവന്നിരിക്കുന്നുവെന്നറിഞ്ഞു പുരോഹിതനായ സഖറിയ്യാവ് ഭാര്യ എലിസബത്തിനോടും പുത്രനായ യോഹന്നാനോടും ഒപ്പം തങ്ങളുടെ അടുക്കൽ ഒരാഴ്ചയോളം താമസിച്ച കാര്യം ഓർമ്മ വന്നു. എലിസബത്തിന്റെ പുത്രൻ യോഹന്നാനും യേശുവും ഒരേ പ്രായക്കാരായിരുന്നല്ലോ...? നസ്രേത്തിലെ സമപ്രായക്കാരായ മറ്റു കുട്ടികളോടൊന്നും തോന്നാതിരുന്ന അടുപ്പമാണ് യേശുവിന് യോഹന്നാനോട് തോന്നിയത്. തങ്ങൾ മുതിർന്നവർക്കു പോലും മനസ്സിലാകാത്ത എന്തൊക്കെയോ ഗഹനമായ കാര്യങ്ങൾ സംസാരിക്കുകയായിരിക്കും അവർ ഇരുവരും. യേശുവിന്റെ കാര്യത്തിലെന്നപോലെ യോഹന്നാന്റെ ബുദ്ധിസാ

മർത്ഥ്യത്തിലും സഖറിയാവും എലിസബത്തും ആശ്ചര്യപ്പെട്ടു. ഒട്ടേറെ കാര്യങ്ങളിൽ യേശുവിലും യോഹന്നാനിലും പ്രകടമായിക്കൊണ്ടിരുന്ന സമാനത തങ്ങളെ സർവ്വരേയും വല്ലാതെ ആശ്ചര്യപ്പെടുത്തിയിരുന്നു. മുഖത്തു നോക്കിയാൽ ഇരുവരും ഒരേ മാതാപിതാക്കളുടെ മക്കളാണെന്നേ പറയൂ. അത്രയ്ക്ക് മുഖസാദൃശ്യമുണ്ടായിരുന്നു അവർ തമ്മിൽ.. അഭിരുചികളിലും ഉണ്ടായിരുന്നു അത്ഭുതകരമായ ഈ സാദൃശ്യം. ഒരാഴ്ച തങ്ങളോടൊപ്പം താമസിച്ചിട്ട് മടങ്ങിപ്പോകുമ്പോൾതന്നെ യോഹന്നാന്റേയും യേശുവിന്റേയും മുഖത്ത് ഒരേ പോലെ വേർപാടിന്റെ വേദനപ്രകടമായിരുന്നു. അന്നേ താൻ മനസ്സിൽക്കരുതി ഇവർ ഇരുവർക്കും വിധി ഒരേ അനുഭവങ്ങളാണ് വച്ചിരിക്കുന്നതെന്ന് തന്റെ കണക്കുകൂട്ടലുകൾ ലേശവും പിഴച്ചില്ല.

യേശുവിന്റെ പന്ത്രണ്ടാമത്തെ വയസ്സിൽ യെരുശലേം ദേവാലയത്തിൽ പെരുന്നാളാഘോഷിക്കുവാൻ പോയ സംഭവം പെട്ടെന്നോർമ്മ വന്നു. എത്ര വീറോടെയാണ് ബാലനായ യേശുപുരോഹിതന്മാരോടും ശാസ്ത്രിമാരോടും തർക്കിച്ചത്. അത് ജീവിതത്തിൽ ഏറ്റവും കൂടുതൽ ഞെട്ടലുണ്ടാക്കിയ ഒരു സംഭവമായിരുന്നു. വിവാഹം കഴിഞ്ഞതിൽ പിന്നെ ആണ്ടുതോറും പെസഹാ പെരുന്നാളിന് തങ്ങൾ യെരുശലേമിൽ പോകുക പതിവാണ്. ജോസഫ് അത് ഒരിക്കലും മുടക്കിയിട്ടില്ല.

പെസഹായെക്കുറിച്ചുള്ള ഏതൊരു സ്മരണയും യഹൂദർക്ക് രോമാഞ്ചദായകമാണ്. ഇന്നും പെസഹായാണ്. ആർഭാടങ്ങളുടെ അകമ്പടിയില്ലാത്ത ആദ്യത്തെ പെസഹാ. ആടിനെ അറക്കാതെയും അപ്പം ചുടാതെയും കടന്നുപോയ ആദ്യത്തെ പെസഹാപ്പെരുന്നാൾ. ഇത്തവണത്തെ പെസഹായ്ക്ക് അറക്കപ്പെടുന്ന കുഞ്ഞാട് തന്റെ അരുമസന്താനമാണെന്ന് തോന്നി. സർവ മനുഷ്യരുടെയും രക്ഷയ്ക്കുവേണ്ടി അറക്കപ്പെടുന്ന ജീവനുള്ള കുഞ്ഞാട്. പീലാത്തോസിന്റെ കോടതിയിൽ പ്രതിക്കൂട്ടിൽ കെട്ടപ്പെട്ട നിലയിൽ വിദൂരതയിൽ ദൃഷ്ടികളൂന്നി നിൽക്കുന്ന യേശു എന്ന കുഞ്ഞാടിനെ പ്രസവിച്ചവൾ താനാണെന്ന ബോധം തന്നിൽ അഭിമാനത്തിന്റെ നാമ്പുകൾ വിരിയിക്കുന്നു.

പെസഹായുടെ കുഞ്ഞാട് യഹൂദന്മാർക്കൊരു കടങ്കഥ മാത്രമല്ല അമൂർത്തമായ എന്തൊക്കെയോ സങ്കല്പങ്ങളുടെ സമൂർത്തരൂപവുമാണ്. മോശയുടെ ന്യായപ്രമാണത്തിൽ പെസഹായുടെ ആടിനെ സൂചിപ്പിച്ചിരിക്കുന്ന ഭാഗം ഓർമ്മയിൽ ഓടിയെത്തുന്നു. "യഹോവ മോശയോടും മിസ്രയിം ദേശത്തു വച്ചു അരുളിചെയ്തത് എന്തെന്നാൽ ഈ മാസം നിങ്ങൾക്കു മാസങ്ങളുടെ ആരംഭമായി ആണ്ടിൽ ഒന്നാം മാസം ആയിരിക്കണം. ഈ മാസം പത്താം തീയ്യതി അതതു കുടുംബത്തിനു ഒരു ആട്ടിൻകുട്ടി വീതം ഓരോരുത്തൻ ഓരോ ആട്ടിൻകുട്ടിയെ എടുക്കണം. ആട്ടിൻകുട്ടി ഊനമില്ലാത്തതും ഒരു വയസ്സു പ്രയമുള്ള ആണുമായിരിക്കണം. അതു ചെമ്മരിയാടോ, കോലാടോ ആകാം. ഈ മാസം 14-ാം തീയ്യതി വരെ അതിനെ സൂക്ഷിക്കണം. യിസ്രായേൽ സഭയുടെ കൂട്ടമെല്ലാം സന്ധ്യാസമയത്ത് അതിനെ അറുക്കേണം. അതിന്റെ രക്തമെല്ലാം കുറെ എടുത്ത് തങ്ങളുടെ വീടുകളിലെ കട്ടിളക്കാൽ രണ്ടിന്മേലും

കുറുമ്പടിമേലും പുരട്ടണം. അന്നു രാത്രി അവർ തീയിൽ ചുട്ടതായ ആ മാംസവും പുളിപ്പില്ലാത്ത അപ്പവും തിന്നേണം. അരകെട്ടിയും കാലിനുചെരിപ്പിട്ടും കയ്യിൽ വടിപിടിച്ചും കൊണ്ടു നിങ്ങൾ തിന്നേണം. അത് യഹോവയുടെ പെസഹായാകുന്നു".

ഇതാണ് പെസഹായുടെ തുടക്കം. പൂർവ്വപിതാക്കന്മാർ ഈജിപ്റ്റിൽ നിന്നും വാഗ്ദത്തഭൂമിയിലേക്ക് യാത്ര തുടങ്ങിയതിന് തൊട്ടു മുമ്പ് നടത്തിയ ചടങ്ങ് അർത്ഥമറിയാതെ ആവർത്തിക്കുന്നു. ചടങ്ങുകൾ ചടങ്ങുകൾക്കുവേണ്ടി മാത്രമാകുമ്പോൾ കേവലം അലങ്കാരങ്ങൾ മാത്രമായി അവ അധഃപതിക്കുന്നു. കുഞ്ഞാട് എന്തിന്റെയൊക്കെ പ്രതീകമാണ്. നിഷ്കളങ്കതയോ, നൈർമ്മല്യമോ ആയിരിക്കില്ല. ഭൗതികമായ ആസക്തികളെയാവാം ആട് പ്രതിനിധീകരിക്കുന്നത്. അതുകൊണ്ടായിരിക്കുമല്ലോ ആടിനെ അറുത്തു പെസഹാ ആചരിക്കാൻ നിർദ്ദേശിച്ചത്.

അങ്ങനെയെങ്കിൽ പെസഹായുടെ ആട് മോശയോടുകൂടിയല്ലാ ഗോത്രപിതാവായ അബ്രഹാമിനൊപ്പം തന്നെ യഹൂദവർഗ്ഗത്തിന്റെ ജീവിതസങ്കല്പങ്ങളിൽ നിർദ്ധാരണം ചെയ്യപ്പെട്ടിട്ടില്ലാത്ത ഒരാദിരൂപം എന്ന നിലയിൽ പറ്റിപ്പിടിച്ചിരിക്കണം. യിസഹാക്കിനെ ബലിപീഠത്തിൽ നിന്നു സ്വതന്ത്രമാക്കിയ ആ കൊറ്റനാടിന്റെ കഥ പഴയനിയമത്തിൽ പരാമർശിച്ചിരിക്കുന്നതോർമ്മവന്നു. "അതിന്റെ ശേഷം ദൈവം അബ്രഹാമിനെ പരീക്ഷിച്ചതെങ്ങനെയെന്നാൽ........നിന്റെ മകനെ, നീ സ്നേഹിക്കുന്ന നിന്റെ ഏകജാതനായ യിസഹാക്കിനെ തന്നെ കൂട്ടിക്കൊണ്ട് മോറിയാ ദേശത്ത് ചെന്ന് അവിടെ ഞാൻ നിന്നോട് കല്പിക്കുന്ന ഒരു മലയിൽ അവനെ ഹോമയാഗം കഴിക്കുക എന്നരുളിച്ചെയ്തു". യാതൊരുശങ്കയും കൂടാതെ അബ്രഹാം തന്റെ മകനേയും കൂട്ടി രണ്ടു ഭൃത്യന്മാരോടൊപ്പം കഴുതപ്പുറത്ത് കയറി മോറിയാമലയെ ലക്ഷ്യമാക്കി യാത്ര പുറപ്പെട്ടു. യാത്രാമദ്ധ്യേ ആ അപ്പനും മകനും തമ്മിൽ നടന്ന സംവാദം തിരുവെഴുത്തുകളിൽ നിന്ന് വായിച്ചത് മറിയയ്ക്ക് ഓർമ്മവന്നു. "അപ്പാ തീയ്യും വിറകും ഉണ്ട്. എന്നാൽ ഹോമയാഗത്തിന് ആട്ടിൻകുട്ടി എവിടെ"? ബാലന്റെ ചോദ്യം. "ദൈവം തനിക്ക് ഹോമയാഗത്തിന് ഒരാട്ടിൻ കുട്ടിയെ നോക്കിക്കൊള്ളും മകനെ" അതായിരുന്നു മറുപടി. ഇവിടെ ചരിത്രം ആവർത്തിക്കുന്നു. പിതാവായ അബ്രഹാമിന്റെ സ്ഥാനത്താണ് താനെന്ന് മറിയത്തിന് തോന്നി. പുത്രന്റെ കഴുത്തിനു മുകളിൽ മരണത്തിന്റെ കുരുക്ക്. അബ്രഹാമിനെയും മകനേയും അത്ഭുതകരമായി രക്ഷിക്കാൻ പ്രത്യക്ഷപ്പെട്ട യിസ്രായേലിന്റെ ദൈവമായ യഹോവയുടെ കരങ്ങൾ പുത്രദുഃഖത്താൽ മനസ്സുരുകികരയുന്ന ഈ അമ്മയുടെ കണ്ണുനീരൊപ്പാൻ വേണ്ടി നീളാതിരിക്കുമോ? എല്ലാം യഹോവയ്ക്ക് മാത്രം അറിയാം.

എത്ര അത്ഭുതകരമായിട്ടാണ് യിസഹാക്കു ബലിപീഠത്തിൽ നിന്നു രക്ഷപ്പെട്ടത്. ആ ഭാഗം വിശുദ്ധഗ്രന്ഥത്തിൽ രേഖപ്പെടുത്തിയിരിക്കുന്നത് ഓർമ്മയിൽ പ്രതിഫലിച്ചു. "പിന്നെ അബ്രഹാം കൈ നീട്ടി തന്റെ മകനെ അറുക്കേണ്ടതിന് കത്തിയെടുത്തു. ഉടനെ യഹോവയുടെ ദൂതൻ ആകാശത്തിൽനിന്നും അബ്രഹാമേ, അബ്രഹാമേ എന്ന് വിളിച്ചു. ബാലന്റെ മേൽ കൈവയ്ക്കരുത്......... അബ്രഹാം ചെന്ന് ആട്ടുകൊറ്റനെ പിടിച്ച്

തന്റെ മകനു പകരം ഹോമയാഗം കഴിച്ചു. ഈ ആട്ടുകൊറ്റനല്ലേ യഥാർത്ഥത്തിൽ പെസഹാകുഞ്ഞാടിന്റെ മുന്നോടി. ചിന്തകൾ ആ വഴിക്കു നീങ്ങി. മനുഷ്യന്റെ രക്ഷയ്ക്കു വേണ്ടി അറുക്കപ്പെട്ട ആദ്യത്തെ ആട്ടുകൊറ്റൻ. ആ പതിവ് ഇവിടെ അവസാനിക്കുകയാണെന്ന് തോന്നുന്നു. ആടിനു പകരം മറ്റൊരു മനുഷ്യൻ അറുക്കപ്പെടുന്നു. "അറവുകാരന്റെ മുമ്പിൽ ആടുപോലെയും രോമം കത്രിക്കുന്നവന്റെ മുമ്പിൽ കുഞ്ഞാടുപോലെയും ഞാൻ മിണ്ടാതിരുന്നു" എന്ന് ദീർഘദർശി എഴുതിയത് ന്യായാസനത്തിനുമുമ്പിൽ നാവടക്കി ശിരസ്സുയർത്തി നിൽക്കുന്ന തന്റെ മകനെക്കുറിച്ച്തന്നെയാണെന്നകാര്യത്തിൽ മറിയയ്ക്കൊരു സംശയവുമില്ലായിരുന്നു.

താനും മകനും ഒരുമിച്ചാഘോഷിച്ച എത്രയെത്ര പെസഹാ പെരുന്നാളുകളുടെ നിറപ്പകിട്ടാർന്ന ചിത്രം ഓർമ്മയിൽ തിളക്കം നഷ്ടപ്പെടാതെ നിലനിൽക്കും. എങ്കിലും യേശുവിന്റെ പന്ത്രണ്ടാം വയസ്സിൽ പെസഹാപെരുന്നാളിന് യെരൂശലേമിലേക്ക് നടത്തിയ യാത്ര......ഹേരോദാസിന്റെ കിങ്കരന്മാർ ശിശുക്കളെ കൊല്ലാൻ നാടുനീളെ ഓടി നടന്നപ്പോഴും അന്ന് യാത്രയിൽ സംഭവിച്ചതുപോലെയുള്ള മനോവേദന അനുഭവപ്പെട്ടിരുന്നില്ല.

പെരുന്നാൾ കഴിഞ്ഞു മടങ്ങിവരുമ്പോൾ ഒരു ദിവസത്തെ വഴി നടന്നു കഴിഞ്ഞപ്പോഴാണ് യേശു കൂടെയില്ലെന്നു മനസ്സിലായത്. സമയം രാത്രിയോടടുത്തു. രാത്രിയിലെ വിശ്രമത്താവളത്തിലെത്തുമ്പോഴാണ് യേശു കൂടെയില്ലെന്ന കാര്യം ഗ്രഹിക്കുന്നത്. അന്നത്തെ സംഭവം സ്മരിക്കുമ്പോൾ ഇപ്പോഴുമൊരുൾക്കിടിലം. താൻ നെഞ്ചത്തടിച്ചു നിലവിളിച്ചു. ജോസഫും മറ്റു മുതിർന്ന ആളുകളും തന്നെ ആശ്വസിപ്പിക്കാൻ വൃഥാ ശ്രമം നടത്തി. കൂടെയുള്ള കുട്ടികളോടൊപ്പം യേശുവുമുണ്ടായിരിക്കുമെന്നാണ് കരുതിയത്. ബാലനെന്തു സംഭവിച്ചുവെന്നറിയാതെ രണ്ടുപേരും പരിഭ്രമിച്ചു. കൂടുതലൊന്നും ആലോചിക്കാതെ യെരൂശലേമിലേക്കു തിരികെ നടന്നു.

വഴിനീളെ തീർത്ഥാടകരുടെയും മറ്റു യാത്രക്കാരുടെയും ബഹളമാണ്. കഴുതപ്പുറത്തും കുതിരവണ്ടികളിലും യാത്ര ചെയ്യുന്നവർ, കാൽനടയായി സഞ്ചരിക്കുന്നവർ... എല്ലാ പെരുന്നാൾ കാലത്തും ഇതുതന്നെയാണ് സ്ഥിതി. യേശുവിനെന്തു സംഭവിച്ചുവെന്ന ഉത്ക്കണ്ഠ തങ്ങളിരുവരേയും വേട്ടയാടിയിരുന്നു. ഇത്തരം തിരക്കിനിടയിൽ കുട്ടികളെ കാണാതാവുക പതിവാണ്. വല്ല അടിമക്കച്ചവടക്കാരുടെയും കൈയ്യിലകപ്പെട്ടുപോയാൽ അവർ പിടിച്ചുകൊണ്ടുപോയി അടിമച്ചന്തകളിൽ വിറ്റു പണം വാങ്ങിക്കും. വ്യാപാരികളായി നടക്കുന്ന അറബികളും തുർക്കികളും ഒക്കെ കുട്ടികളെ വിലയ്ക്കു വാങ്ങിക്കാറുണ്ട്. റോമിലെയോ, ഈജിപ്തിലെയോ അടിമച്ചന്തകളിൽ എത്തിച്ചാൽ അവരുടെ മടിശ്ശീല വീർക്കുന്നതിന് അത് സഹായമാകും.

യേശുവിനെപ്പോലെ ബുദ്ധിസാമർത്ഥ്യമുള്ള ഒരു പയ്യനെ കെണിയിൽ വീഴ്ത്തുക അത്ര എളുപ്പമല്ല. ബാലന് അപകടമൊന്നും വരുത്തരുതേ എന്ന് വഴിനീളെ പ്രാർത്ഥിച്ചുകൊണ്ടാണ് വന്നവഴിക്കു തന്നെ

തിരിച്ചു നടന്നത്. രാവിലെ തങ്ങൾ വീണ്ടും ദേവാലയത്തിലെത്തി. പെരുന്നാളിന്റെ ആൾത്തിരക്ക് അപ്പോഴും കുറഞ്ഞിട്ടില്ല. പള്ളിയുടെ പരിസരങ്ങളിലും ഗോപുരകവാടങ്ങളിലും അലഞ്ഞു തിരിഞ്ഞു നടക്കുന്ന കുട്ടികളുടെ കൂട്ടത്തിൽ യേശുവും ഉണ്ടോയെന്ന് തിരക്കി. കച്ചവടക്കാരെ തിരക്കി. യേശുവിന്റെ ലക്ഷണങ്ങൾ പറഞ്ഞു കേട്ടത് ശ്രദ്ധിച്ച ഒരപരിചിതൻ പറഞ്ഞു. "ഈ ലക്ഷണമുള്ള ഒരു കുട്ടി ശാസ്ത്രിമണ്ഡപത്തിൽ ഇരുന്നു തർക്കിക്കുന്നതു കണ്ടു. ഒരു പക്ഷേ അതായിരിക്കും നിങ്ങളുടെ കുട്ടി". ആ വാക്കുകൾ കേട്ടു കഴിഞ്ഞപ്പോഴാണ് ജീവൻ നേരേ വീണത്. അതു കേട്ടതുപാതി കേൾക്കാത്തതുപാതി വീർപ്പടക്കിക്കൊണ്ട് ദേവാലയത്തിനുള്ളിലേക്ക് കുതിച്ചു. ജോസഫ് തന്റെ നിഴൽപോലെ പിന്തുടരുന്നുണ്ടായിരുന്നു.

അകത്ത് ചെന്ന് നോക്കിയപ്പോൾ അയാൾ പറഞ്ഞത് ശരിയായിരുന്നു. ഒരു സംഘം ഉപദേഷ്ടാക്കളുടെ നടുവിൽ നിന്നുകൊണ്ട് യേശു അവരുടെ നേർക്ക് മൂർച്ചയുള്ള ചോദ്യങ്ങൾ എറിയുന്നു. അവരുടെ ഉത്തരങ്ങൾ യേശുവിനെ തൃപ്തിപ്പെടുത്തുന്നില്ല. യേശു വീണ്ടും വീണ്ടും ചോദ്യങ്ങൾ ചോദിക്കുകയും എതിർ വാദങ്ങൾ ഉന്നയിക്കുകയും ചെയ്യുന്നു. ഇത്ര ചെറിയപ്രായത്തിൽ ഇത്ര ജ്ഞാനമോ? കേട്ടവർ കേട്ടവർ കൗതുകത്തോടെ ആ വാദപ്രതിവാദത്തിനു ചെവികൊടുത്തുകൊണ്ടു ചുറ്റും കൂടി.

യേശുവിന്റെ ശ്രദ്ധയാകർഷിക്കുവാൻ താനാദ്യം ചെയ്ത ശ്രമങ്ങൾ സഫലമായതേയില്ല. അവൻ തന്നെ കണ്ടുവെന്ന് ബോധ്യം വന്നപ്പോൾ താനടുത്ത് ചെന്ന് ഏങ്ങലടിച്ചുകൊണ്ട് പറഞ്ഞു. "മകനേ, ഞങ്ങളോട് ഇങ്ങനെ ചെയ്തത് എന്ത്? നിന്റെ അപ്പനും ഞാനും വ്യസനിച്ച് എവിടെയെല്ലാം നിന്നെ തിരിഞ്ഞു." താനേർപ്പെട്ടിരിക്കുന്ന വാദപ്രതിവാദത്തിൽ നിന്നു പിന്തിരിയാതെ തന്നെ തികച്ചും നിസ്സംഗമായ ഒരു മറുപടിയാണ് അവൻ പറഞ്ഞത്. "നിങ്ങളെന്തിനാണ് എന്നെ തിരയുന്നത്. എന്റെ പിതാവിനുള്ളതിൽ ഞാൻ ഇരിക്കേണ്ടതുണ്ട് എന്നു നിങ്ങൾ അറിയുന്നില്ലയോ....". ആ വാക്കുകൾ കൊണ്ട് അവനെന്താണ് അർത്ഥമാക്കിയതെന്ന് തനിക്കോ ജോസഫിനോ മനസ്സിലായില്ല. തങ്ങളുടെ മുഖത്ത് നിഴലിട്ട വിഷമം അവൻ തിരിച്ചറിഞ്ഞു. ശാസ്ത്രിമാരോട് യാത്ര പറഞ്ഞിട്ട് അവൻ മണ്ഡപത്തിൽ നിന്നും താഴെയിറങ്ങി. തന്റെ കൈപിടിച്ചു ഒരു കള്ളച്ചിരിയിലൂടെ തങ്ങളുടെ മുഖത്തെ കോപം മായിച്ചു കളയുവാൻ അവൻ ശ്രമിക്കുകയായിരുന്നുവെന്ന് വ്യക്തം. ജോസഫ് ഒരിക്കൽപ്പോലും യേശുവിനോടു ദേഷ്യപ്പെടുന്നത് താൻ കണ്ടിട്ടില്ല. ഇത്തവണ ജോസഫിന്റെ മുഖം കോപം കൊണ്ടു ചുവന്നു തുടുത്തിരുന്നു. ക്ഷമയാചിക്കുന്ന മട്ടിൽ അവൻ ജോസഫിന്റെ മുഖത്തു നോക്കി മടക്കയാത്രയിലുടനീളം കിലുക്കാംപെട്ടിപോലെ സംസാരിച്ചു കൊണ്ടിരുന്നു. അന്നു പലരും ചോദിച്ചു, ഈ ബാലൻ ഭാവിയിൽ ആരായിത്തീരും?.

ആറ്

വൃക്ഷങ്ങളുടെ ചുവട്ടിനു കോടാലി വച്ചിരിക്കുന്നു.

"എന്റെ ദൈവമേ, പകൽ സമയത്ത് ഞാൻ നിന്നെ വിളിക്കും. നീ എന്നോട് ഉത്തരമരുളുകയില്ല. രാത്രിയായാലും ഞാൻ നിന്നെ വിളിക്കും. നീ എന്നെ കാത്തു കൊള്ളുകയില്ല".

കാറ്റത്തു കൊഴിഞ്ഞുവീണ ഇലകൾ പോലെ ഓർമ്മകൾ അവിടെയും ഇവിടെയും പറന്ന് നടക്കുന്നു. പ്രവാചകന്മാരുടെ രക്തം ചിന്തുന്നത് ഇസ്രായേലിനെന്നും ഒരു രസമായിരുന്നു. തന്റെ പുത്രൻ പ്രവാചകപരമ്പരയിലെ ഒടുക്കത്തെ കണ്ണിയായിരിക്കുമെന്ന് മറിയത്തിനു തോന്നി. ഇനിയെങ്കിലും ഇസ്രയേൽ മക്കളുടെ കൈ പ്രവാചകന്മാരുടെ രക്തം കൊണ്ടു പങ്കിലമാവാതിരിക്കട്ടെ. യേശു അന്നൊരിക്കൽ ജനക്കൂട്ടത്തോട് പ്രസംഗിക്കുമ്പോൾ പറഞ്ഞ ഒരു വാചകം മറിയയുടെ ഓർമ്മയിൽ തിളങ്ങി. "നിങ്ങൾ പ്രവാചകന്മാരുടെ കല്ലറകളെ പണിയുന്നു നിങ്ങളുടെ പിതാക്കന്മാർ അവരെ കൊന്നു ഹാബേലിന്റെ രക്തം തുടങ്ങി യാഗപീഠത്തിനും ആലയത്തിനും നടുവിൽ വച്ചു കൊല്ലപ്പെട്ട സെഖര്യാവിന്റെ രക്തം അവരെ ലോകസ്ഥാപനം മുതൽ പൊരിഞ്ഞിരിക്കുന്ന സകല പ്രവാചകന്മാരുടെയും രക്തം ഈ തലമുറയോട് ചോദിപ്പാൻ ഇടവരും".

കഴിഞ്ഞ ഒരു സംവത്സരത്തിനുള്ളിൽ പ്രവാചക ദൗത്യം നിർവഹിച്ചുവെന്നതുകൊണ്ട് മാത്രം കൊല്ലപ്പെടുന്ന രണ്ടാമത്തെ പ്രവാചകനാണ് യേശു. ഒരു വർഷം മുമ്പാണ് എലിസബത്തിന്റെ പുത്രൻ യോഹന്നാന്റെ ശിരസ്സറുക്കപ്പെട്ടത്. യാതൊരു കുറ്റവും ആരോപിക്കപ്പെടാതെ കേവലം ഒരു അന്തഃപുര കന്യകയുടെ ബാലിശമായ കൗതുകത്തെ തൃപ്തിപ്പെടുത്താൻ വേണ്ടി മാത്രം പ്രവാചകനായ യോഹന്നാന്റെ കഴു

ത്തറക്കപ്പെട്ട ആ സംഭവം ഓർമ്മകളിൽ മുള്ളു തറയ്ക്കുന്നു. ഇസ്രായേലിന്റെ ചരിത്രത്തിലെ കൊടും പാതകങ്ങളിൽ ഒന്ന്.

ക്രിസ്തുവും യോഹന്നാനും സ്വന്തം സഹോദരങ്ങളെപ്പോലെയാണ് ചെറുപ്പകാലം ചെലവഴിച്ചത്. സഖര്യാവും ജോസഫും ഇരുവരും ഒരുമിച്ചിരുന്നു ന്യായപ്രമാണങ്ങളുടെയും ചുരുളുകൾ നിവർത്തിവച്ചു ഗഹനമായ പഠനത്തിൽ മുഴുകുമായിരുന്നു. പിതാവായ സെഖര്യാവിനെ പോലെ യോഹന്നാനും ദേവാലയത്തിൽ കർമ്മങ്ങൾ അനുഷ്ഠിക്കുന്ന ഒരു പുരോഹിതനായി മാറുമെന്ന തങ്ങളുടെ പ്രതീക്ഷ ഫലിച്ചില്ല. ശാബത്തുതോറും പള്ളിയിൽ പോകാനോ പൗരോഹിത്യകർമ്മങ്ങൾ പരിശീലിക്കാനോ യോഹന്നാൻ താൽപ്പര്യം കാട്ടിയില്ല. കാലത്തിന്റെ കരവിരുതുകൾ എന്തൊക്കെ മാറ്റങ്ങളാണ് ആ ചെറുപ്പക്കാരനിൽ ഉണ്ടാക്കിയത്. ഒരു സാധാരണ യഹൂദനെപ്പോലെ അന്തസ്സായി വേഷം ധരിക്കാൻ പോലും യോഹന്നാൻ കൂട്ടാക്കിയില്ല. ഒരുതരം പ്രാകൃതമായ വേഷം, തടിച്ചുരുണ്ട ശരീരം, നീണ്ടുവളർന്ന കേശദീക്ഷാദികൾ. മരവുരിയോ മാൻതോലോ ആയിരിക്കും മിക്കപ്പോഴും ധരിക്കുന്നത്. ആരെയും കൂസലില്ലാത്ത, എല്ലാറ്റിനേയും ധിക്കരിക്കുന്ന മുഖഭാവം, വീട്ടിലന്തിയുറങ്ങുന്നതുപോലും അപൂർവ്വം. മരുഭൂമിയിലും വനാന്തരഭാഗങ്ങളിലും ധ്യാനനിരതമായി സമയം ചെലവഴിക്കുന്നു. ഫലമൂലാദികളും കാട്ടുതേനും ഭക്ഷിച്ചാണ് വിശപ്പടക്കുക. വല്ലപ്പോഴും പട്ടണമദ്ധ്യത്തിൽ പ്രത്യക്ഷപ്പെടും. ജനക്കൂട്ടത്തെ നോക്കി ശകാരവർഷം തുടങ്ങും. "സർപ്പസന്തികളെ, വരുവാനുള്ള ശിക്ഷാവിധിയിൽ നിന്നൊഴിഞ്ഞു പോകുവിൻ. വൃക്ഷങ്ങളുടെ ചുവട്ടിനു കോടാലി വച്ചിരിക്കുന്നു. നല്ലഫലം കായ്ക്കാത്ത വൃക്ഷമെല്ലാം വെട്ടി തീയ്യിൽ ഇട്ടു കളയുന്നു". യെശയ്യാവിന്റേയും യഹസ്തിയേലിന്റേയും ഒക്കെ ഗ്രന്ഥങ്ങളിൽ നിന്നു ഉദ്ധരണികൾ മുഴക്കിക്കൊണ്ട് തെരുവിൽ നിന്നു പ്രസംഗിക്കുന്ന ഇയാൾക്കു ഭ്രാന്താണെന്ന് ചിലർ അഭിപ്രായപ്പെട്ടു. ചിലരൊക്കെ അടുത്തു ചെന്നു പ്രസംഗം ശ്രദ്ധിച്ചു. മാനസാന്തരത്തിന്റെ ആവശ്യമാണ് യോഹന്നാൻ തന്റെ പ്രസംഗത്തിൽ ഊന്നിപ്പറഞ്ഞത്. "അബ്രഹാം നിങ്ങൾക്കു പിതാവായുണ്ടെന്ന് പറവാൻ തുനിയരുത്. ഈ കല്ലുകളിൽ നിന്നും അബ്രഹാമിനു മക്കളെ സൃഷ്ടിക്കാൻ ദൈവത്തിനു കഴിയും, പള്ളികളിലും സിന്നഗോഗുകളിലും മാത്രം മുഴങ്ങിക്കേട്ടിരുന്ന ദിവ്യപ്രബോധനം ഒരു തെരുവുതെണ്ടി വഴിക്കവലയിൽ നിന്നു വിളിച്ചു കൂവുന്നു. "ആരെടാ ഇവൻ" പല മാന്യന്മാരുടെയും ആദ്യപ്രതികരണം ഇതായിരുന്നു. വരാനിരിക്കുന്ന മിശിഹ ഇവൻ തന്നെയോ? ചിലർ സംശയിച്ചു. ഇസ്രായേലിൽ മക്കൾ നോക്കിപ്പാർത്തിരിക്കുന്ന ക്രിസ്തു താനല്ലെന്നു യോഹന്നാൻ വ്യക്തമാക്കി. "ഞാൻ നിങ്ങളുടെ മാനസാന്തരത്തിനായി വെള്ളത്തിൽ സ്നാനം ഏൽപ്പിക്കുന്നതേയുള്ളൂ. എന്റെ പിന്നാലെ വരുന്നവനോ എന്നെക്കാൾ ബലവാൻ ആകുന്നു. അവന്റെ ചെരിപ്പു ചുമപ്പാൻ ഞാൻ മതിയായവനല്ല. അവൻ നിങ്ങളെ പരിശുദ്ധാത്മാവിലും തീയിലും സ്നാനം ഏല്പിക്കും. വീശുമുറം അവന്റെ

കൈയ്യിൽ ഉണ്ട്. അവൻ കളം വെടിപ്പാക്കി ഗോതമ്പ് കളപ്പുരയിൽ കൂട്ടി വയ്ക്കുകയും പതിര് കെടാത്ത തീയിൽ ഇട്ടു ചുട്ടുകളയുകയും ചെയ്യും.

പ്രവാചകന്മാർ പുനർജ്ജനിക്കുമെന്നൊരു വിശ്വാസം യഹൂദന്മാരുടെ ഇടയിൽ ഉണ്ടായിരുന്നു. മോശയോ ഏലിയാ ദീർഘദർശിയോ പുനർജ്ജന്മം പൂണ്ട് തങ്ങളുടെ ഇടയിൽ വന്നിരിക്കുകയാണെന്നു ചിലർ പ്രചരിപ്പിച്ചു. താനാരെന്നു യോഹന്നാൻ പലവുരു പ്രഖ്യാപിച്ചു. യെശയ്യാ പ്രവാചകൻ രേഖപ്പെടുത്തിയിരിക്കുന്നതുപോലെ "കർത്താവിന്റെ വഴി നേരെയാക്കുവിൻ എന്നു മരുഭൂമിയിൽ വിളിച്ചു പറയുന്നവന്റെ ശബ്ദം ഞാനാകുന്നു". അതു മാത്രമായിരുന്നു യോഹന്നാന് തന്നെക്കുറിച്ച് പറയുവാനുണ്ടായിരുന്നത്.

ന്യായപ്രമാണവും പ്രവചനഗ്രന്ഥങ്ങളുമായി പരിചയിച്ചിരുന്നവർക്കു പോലും 'മാനസാന്തരം' എന്ന യോഹന്നാന്റെ ആശയം മനസ്സിലായില്ല. ഒരു പക്ഷേ യോഹന്നാൻ തന്റെ പരസ്യപ്രവർത്തനങ്ങൾക്കു മുമ്പ് ഇതേക്കുറിച്ചൊക്കെ യേശുവുമായി കൂടിയാലോചിച്ചിരുന്നിരിക്കണം. യോഹന്നാന്റെ പ്രവർത്തനങ്ങൾ യേശു അകന്നു നിന്നു നിരീക്ഷിക്കുകയായിരുന്നു. മാനസാന്തരത്തെക്കുറിച്ച് ന്യായപ്രമാണം മൗനം അവലംബിക്കുന്നതേയുള്ളൂ. പരിച്ഛേദനം ചെയ്യുക, യഹൂദാചാരങ്ങൾ അനുവർത്തിക്കുക ഇതു മാത്രമേ രക്ഷ പ്രാപിക്കുവാൻ ഒരുവൻ ചെയ്യേണ്ടതുള്ളൂ. രക്ഷ യഹൂദന്റെ മാത്രം കുത്തകയാണ്. യഹൂദനെന്തു തെറ്റു ചെയ്താലും യഹോവ അവനെ കൈവെടിയുകയില്ല. യഹൂദരല്ലാത്ത സർവ്വരും യഹോവയുടെ ശത്രുക്കളത്രെ. ലേവ്യരായ പുരോഹിത പ്രമാണികളുടെ ന്യായപ്രമാണ വ്യാഖ്യാനം ഇത്തരം ഒരു ധാരണ ജനങ്ങളുടെ ഇടയിൽ ഉറപ്പിക്കാനാണ് പ്രയോജനപ്പെട്ടത്. ഈ ധാരണയുടെ അടിവേരുകൾ പിഴുതെറിയുകയാണ് യോഹന്നാൻ തന്റെ പ്രസംഗത്തിലൂടെ ചെയ്തത്.

മാനസാന്തരത്തിന്റെ അടയാളമായി ജലത്തിൽ സ്നാനപ്പെടണമെന്ന് യോഹന്നാൻ ശഠിച്ചു. ആ വാക്കുകൾ കേട്ട് മനസ്സു തിരിഞ്ഞ പലരും യോഹന്നാന്റെ മുമ്പിൽ യോർദ്ദാൻ നദിയിൽ മുങ്ങിക്കുളിച്ചു. യോഹന്നാന്റെ പ്രബോധനം കേട്ടു നദിയിൽ മുങ്ങിയവർ പൊങ്ങിയത്. ഒരു പുതിയ സൃഷ്ടിയായിട്ടാണ്. അവർ തങ്ങളുടെ ശരീരത്തിലെ ചെളിയല്ല നദിയിൽ ഒഴുക്കിക്കളഞ്ഞത്. മനസ്സിന്റെ ചെളിയും കറയുമാണ്. പരസ്യമായ ഈ ആത്മശുദ്ധീകരണം അനേകരെ ആകർഷിച്ചു.

യേശുവും അന്ന് നാടകീയമായ രീതിയിൽ യോഹന്നാനിൽനിന്നും സ്നാനം ഏൽക്കുകയുണ്ടായല്ലോ. യേശു അടുത്തു ചെന്നപ്പോൾ യോഹന്നാൻ വിലക്കുകയായിരുന്നു. "നിന്നാൽ സ്നാനം ഏല്ക്കുവാൻ എനിക്കാവശ്യം; പിന്നെ എന്റെ അടുക്കൽ നീ വരുന്നതെന്ത്?" യേശു പിൻവാങ്ങിയില്ല. "ഇപ്പോൾ സമ്മതിക്ക, ഇങ്ങനെ സകല നീതിയും നിവർത്തിയാകട്ടെ" ഇതായിരുന്നു യേശുവിന്റെ മറുപടി. യോഹന്നാന്റെ അനുവാദത്തിനു കാത്തു നിൽക്കാതെ യേശു ജലത്തിലിറങ്ങി. യോഹന്നാൻ അവന്റെ ശിരസ്സിൽ ഉപചാരപൂർവ്വം വെള്ളം കോരിയൊഴിച്ചു. ആ സമയം

ഒരു വെളുത്ത പ്രാവ് അവന്റെ തലയ്ക്കു മുകളിൽ വട്ടമിട്ടു പറന്നതായും "ഇവൻ എന്റെ പ്രിയപുത്രൻ, ഇവനിൽ ഞാൻ പ്രസാദിച്ചിരിക്കുന്നു" എന്ന് ഒരശരീരി കേട്ടതായും ചിലർ പറയുകയുണ്ടായി.

ഈ സംഭവത്തെ തുടർന്നാണ് യേശു യോഹന്നാനെക്കാൾ വലിയ ഗുരുവാണെന്ന ധാരണ സാമാന്യജനങ്ങളുടെ ഇടയിൽ പരന്നത്. യോഹന്നാന്റെ ശിഷ്യന്മാരിൽ പലരും യേശുവിനെ പിൻതുടർന്നു. യോഹന്നാൻ അതിനെ പ്രോത്സാഹിപ്പിക്കുകയായിരുന്നു. യഹൂദ്യയും ഗലീലയും ഉൾപ്പെട്ട ഭൂപ്രദേശത്തിന്റെ മുക്കിലും മൂലയിലും രണ്ട് ഗുരുക്കന്മാർ അവരുടെ പഠിപ്പിക്കലുകൾ തുടരുകയായിരുന്നു. രണ്ടുപേർക്കും പഠിപ്പിക്കുവാനുണ്ടായിരുന്നത് ഒന്നു തന്നെ. മാനസാന്തരം, രക്ഷപ്രാപിക്കൽ, രണ്ടും സമാനമായ ആശയങ്ങൾ തന്നെ.

അങ്ങനെ തുടരവെയാണ് ആ കൊടും പാതകം അരങ്ങേറിയത്. അനീതിയെ കണ്ണും പൂട്ടി വിമർശിക്കുന്ന യോഹന്നാന്റെ ചെവിയിൽ ആ വാർത്തയെത്തി. ഗലീലയിലെ രാജാവായ ഹേരോദാസ് അന്തിപ്പാസ് സ്വന്തം സഹോദരനായ ഫിലിപ്പോസിന്റെ ഭാര്യ ഹേരോദ്യയെ ഭാര്യയാക്കിവച്ചു കൊണ്ടിരിക്കുന്നു. ഇത് യഹൂദന്യായപ്രമാണത്തിന് നിരക്കാത്തതായിരുന്നു. രാജാവിന്റെ ഈ തെറ്റ് ചൂണ്ടിക്കാണിക്കാൻ ആരും ധൈര്യപ്പെട്ടില്ല. നിയമങ്ങൾ സാധാരണ മനുഷ്യർക്കുള്ളതാണല്ലോ?. അതു നിർമ്മിക്കുന്നതൊരിക്കലും അവരല്ലല്ലോ?. നിർമ്മിക്കുന്നവർ എപ്പോഴും അനുസരിക്കേണ്ട ബാധ്യതയിൽ നിന്നൊഴിഞ്ഞു മാറുന്നു. ഒരു സ്ത്രീ ഒരിക്കലും രണ്ടു പുരുഷന്മാർക്ക് ഭാര്യമാരായിരിക്കാൻ പാടുള്ളതല്ല. എന്ന് മോശ തന്റെ ന്യായപ്രമാണത്തിൽ തറപ്പിച്ചു പറയുന്നു. ഭാര്യാഭർത്തൃബന്ധം യിസ്രായേലും യഹോവയും തമ്മിലുള്ള പവിത്രമായ ബന്ധത്തിന്റെ സാദൃശ്യമാണ്. യഹോവ വരനും യിസ്രയേൽ വധുവുമാണ്. യിസ്രയേൽ എന്ന വധുവിന്റെ നിത്യമണവാളനാണ് യഹോവ. യിസ്രായേൽ യഹോവയെ ഉപേക്ഷിച്ച് അന്യദൈവങ്ങളെ ആശ്രയിക്കുന്നതിന് തുല്യമാണ് യിസ്രായേലിലെ ഒരു വനിത സ്വന്തം ഭർത്താവിനെ വെടിഞ്ഞ് പരപുരുഷനെ പ്രാപിക്കുന്നത്. ഇതുയർത്തിക്കാട്ടി രാജാവിന്റെ അതിക്രമത്തെക്കുറിച്ച് യോഹന്നാൻ ജനങ്ങളോട് പ്രസംഗിച്ചു.

രാജാവിന്റെ അതിക്രമങ്ങളെക്കുറിച്ച് പരസ്യമായി പ്രസംഗിക്കുന്ന ഏർപ്പാട് ഒരു പുതുമയായിരുന്നു. കേട്ടവർ പരിഭ്രമിച്ചു. അവർ മനസ്സിൽ നിരൂപിച്ചു. ഇദ്ദേഹം പറയുന്നതത്രേ ശരി. ഈ അധർമ്മിയായ രാജാവ് ഇസ്രായേലിനെ ഭരിക്കാൻ തീർത്തും യോഗ്യനല്ല.

ആളുകളുടെ കുശുകുശുപ്പ് ഹെരോദ്യയുടെ ചെവിയിലെത്തി. മഹാനായ ഹെരോദാവിന്റെ മക്കളിൽ നല്ലവനെന്നു പറയുവാൻ ഒരുവനുണ്ടായിരുന്നുവെങ്കിൽ അതു ഫിലിപ്പോസ് മാത്രമായിരുന്നു. ആ മനുഷ്യന്റെ ഭാര്യയായിരുന്നു ഹെരോദ്യ. ഭർത്താവിന്റെ കിടപ്പറയിൽ അയാളുടെ സഹോദരനെ ക്ഷണിച്ചുവരുത്തി സ്വീകരിച്ച കുലട. ഒരു ദിവസം ഫിലിപ്പോസ് ആ കാഴ്ച നേരിൽകാണുകയുണ്ടായി. പിന്നെ മറ്റൊരു പോംവ

ഴിയുമുണ്ടായിരുന്നില്ല. അന്നുതന്നെ ഹെരോദ്യ പുത്രിയായ ശലോമിയെയും കൂട്ടി ഇതൂര്യയിലെ അന്തഃപുരത്തിൽ നിന്നു ഗലീലയിലെ രാജധാനിയിലേക്ക് താമസം മാറ്റി. ജനങ്ങൾ മറന്നു തുടങ്ങിയ കാര്യങ്ങൾ ഒരു പ്രവാചകൻ കുത്തിപ്പൊക്കുന്നു. ഇതു തുടരാൻ അനുവദിക്കുന്ന പക്ഷം താൻ രാജപത്നിയായി തുടരുന്നതിൽ എന്തർത്ഥം. അവൾ ഭർത്താവിനെ സ്വാധീനിച്ച് യോഹന്നാനെ തടവിലാക്കാൻ രാജശാസനം പുറപ്പെടുവിച്ചു. പത്നീസമേതം സിംഹാസനാരൂഢനായിരിക്കുന്ന ഹേരോദസ് സ്നാപകനെ മുമ്പിൽ നിറുത്തി വിചാരണ ചെയ്തു. ബാല്യംമുതൽ ദൈവത്തിന് നാസീർവ്രതക്കാരനായ യോഹന്നാനെ ജനങ്ങൾ സ്നേഹബഹുമാനത്തോടെയാണ് വീക്ഷിക്കുന്നത്. അങ്ങനെയൊരാളെ ഉപദ്രവിക്കുന്നത് രാജയശസ്സിനു നല്ലതല്ല. സ്നേഹപൂർവ്വം താക്കീതു നൽകി വിട്ടയയ്ക്കാനാണ് രാജാവ് ഉദ്ദേശിച്ചിരുന്നത്. രാജാവിന്റെ തന്ത്രം സ്നാപകന്റെ മുമ്പിൽ വിലപ്പോയില്ല. ക്രോധത്തിന്റെ ഒരഗ്നിപർവ്വതം രാജസന്നിധിയിൽ പൊട്ടിത്തെറിച്ചു. ഇരുവരുടെയും നേരെ വിരൽ ചൂണ്ടിക്കൊണ്ട് പ്രവാചകൻ ഇടിമുഴക്കം പോലെ ഗർജ്ജിച്ചു. തൽക്കാലം സ്നാപകനെ തടവറയിൽ സൂക്ഷിക്കുകയല്ലാതെ മറ്റു പോംവഴിയൊന്നും രാജാവിനില്ലായിരുന്നു. കാരാഗൃഹത്തിൽ അകപ്പെട്ട സ്നാപകൻ അവിടെയും തന്റെ മാനസാന്തരപ്രസംഗം തുടർന്നുകൊണ്ടിരുന്നു. തടവുകാരും ജയിലുദ്യോഗസ്ഥന്മാരും സ്നാപകന്റെ ശ്രോതാക്കളായി മാറി. ജയിൽചട്ടങ്ങൾക്ക് വിരുദ്ധമായി ഒരു ജയിൽപ്പുള്ളി തത്വോപദേശ പ്രസംഗം നടത്തുന്നത് ജയിലിനുള്ളിൽ ഒരു പ്രതിസന്ധി തന്നെ സൃഷ്ടിച്ചു. തടവുപുള്ളികളുടെ കൈകാലുകളല്ലാതെ വായ് ബന്ധിക്കാൻ നിയമമില്ലല്ലോ? ചങ്ങലയ്ക്കുള്ളിൽ കിടന്നുകൊണ്ട് സ്നാപകൻ വായ് പൂട്ടാതെ പ്രസംഗിച്ചുകൊണ്ടിരുന്നു. സഹതടവുകാരിൽ അധികംപേരും ഹേരോദാവിന്റെ രാഷ്ട്രീയ പ്രതിയോഗികളായിരുന്നു. സ്നാപകൻ കേവലമൊരു ആത്മീയ പ്രഭാഷകൻ മാത്രമല്ല, ഒരു രാഷ്ട്രീയ കലാപകാരി കൂടിയാണെന്നാണ് ജയിലുദ്യോഗസ്ഥന്മാരുടെ അഭിപ്രായം.

ഇസ്രയേലിൽ ഒരു രാഷ്ട്രീയ വിപ്ലവം ആസന്നമായിരിക്കുന്നു. അതിനു ജനങ്ങൾ തയ്യാറെടുക്കണം. പിതാക്കന്മാരുടെ ദൈവമായ യഹോവ ജനങ്ങളുടെ പക്ഷത്തുണ്ടായിരിക്കും. ഇതായിരിക്കും പ്രവാചകന്റെ പ്രസംഗത്തിന്റെ പ്രധാന സാരാംശം. തടവിലടച്ചിട്ടും ആ മനുഷ്യൻ തന്നെയും, ഭർത്താവിനേയും അധിക്ഷേപിച്ചുകൊണ്ടിരിക്കുന്നു എന്ന കാര്യം ഹേരോദ്യയെ അസ്വസ്ഥയാക്കി. ആരോടെങ്കിലും വിരോധം തോന്നിയാൽ ഉചിതമായ പ്രതികരണനടപടി സ്വീകരിക്കാതെ അടങ്ങുന്നതായിരുന്നില്ല ആ സ്ത്രീയുടെ പ്രതികാരവഹ്നി. ഇതിനു കഴിയുന്നില്ലെങ്കിൽ താൻ രാജപത്നിയായി തുടരുന്നതിൽ എന്തർത്ഥമെന്ന ചിന്ത അവരെ അലോസരപ്പെടുത്തി. പ്രവാചകനെ നിഗ്രഹിക്കുക എന്നൊരു നിർദ്ദേശം ഹെരോദ്യ ഹെരോദാസിന്റെ മുമ്പിൽ വച്ചു. ജനങ്ങൾ ആദരിക്കുന്ന ഒരു ദിവ്യപുരുഷനെ അകാരണമായി വധിക്കുക എന്നുള്ളത് ബുദ്ധിമാനായ ഒരു രാജാ

വിന്റെ യശസ്സിൽ കളങ്കം ചാർത്തും. രാജാവ് തന്റെ ഉപദേഷ്ടാക്കന്മാരുമായി ഇതേക്കുറിച്ച് തീവ്രമായി ആലോചിച്ചതുവേണ്ടെന്നുവച്ചു.

ഗലീലയിലും പരിസരപ്രദേശങ്ങളിലും ജനങ്ങൾ നല്ലപങ്കും ഭക്ത്യാദരവുകളോടെ വീക്ഷിക്കുന്ന പ്രവാചകനാണ് യോഹന്നാൻ. മോശ മുതൽ സെഖര്യവുവരെ നീണ്ടുകിടക്കുന്ന യഹൂദ പ്രവാചകപരമ്പരയിലെ അവസാനത്തെ കണ്ണിയാണ് യോഹന്നാനെന്നാണ് പലരുടേയും അഭിപ്രായം. അദ്ദേഹം ജനനം മുതൽ ദൈവത്തിനു നാസീർ ആണ്. നാസീർ എന്നാൽ വേർപ്പെടുത്തുക എന്നാണ് അർത്ഥം. പല പ്രവാചകന്മാരും ന്യായാധിപന്മാരും നാസീർവ്രതം ആചരിക്കുന്നവരാണ്. നാസീർ വ്രതാനുഷ്ഠാനങ്ങളെ സംബന്ധിച്ച വിശദമായ ചിട്ടവട്ടങ്ങൾ പഴയനിയമഗ്രന്ഥങ്ങളിൽ പ്രതിപാദിച്ചിട്ടുണ്ട്. ഇവർ സർവ്വ അശുദ്ധികളിൽ നിന്നും വേർപ്പെട്ട് ദൈവകൽപ്പനകൾ അനുസരിക്കുന്നതിന് നിയമിക്കപ്പെട്ടവരും പരസ്യമായ അടയാളത്താൽ അതിനായി പ്രതിഷ്ഠിക്കപ്പെട്ടവരുമായിരുന്നു. നാസീർവ്രതക്കാർ വീഞ്ഞുക്കുടിക്കുകയോ തലക്ഷൗരം ചെയ്യുകയോ പ്രേതങ്ങളെ തൊടുകയോ ന്യായപ്രമാണത്തിൽ വിലക്കിയിട്ടുള്ള ഭക്ഷണപദാർത്ഥങ്ങൾ ഭക്ഷിക്കുകയോ ചെയ്കയില്ല. പുറജാതിക്കാർ തങ്ങളുടെ ദേവന്മാർക്കും ദേവികൾക്കും വീഞ്ഞ് നിവേദ്യമായി അർപ്പിച്ചിരുന്നതിനാൽ വീഞ്ഞു വെടിയുന്നത് യഹോവ ഭക്തിയുടെ നിർദശനമായി യഹൂദന്മാർ കരുതിയിരുന്നു. ഇതിനാലായിരിക്കണം നാസീർവ്രതം നോക്കുന്നവർ വീഞ്ഞുപേക്ഷിച്ചിരുന്നത്. നാസീർ വ്രതക്കാർ യഹോവയോടുവളരെ ഭക്തി തീഷ്ണതയുള്ളവരായിരിക്കും. ഇവരിൽ മിക്കവരും ജീവിതകാലം മുഴുവനും നാസീർവ്രതക്കാരായിത്തന്നെ തുടരും. ചിലർ നിർദ്ദിഷ്ടകാലം കഴിയുമ്പോൾ വ്രതം അവസാനിപ്പിക്കും. കുറഞ്ഞതു മുപ്പതു ദിവസമെങ്കിലും വ്രതം നോക്കിയിരിക്കണമെന്നാണ് നിയമം. യോഹന്നാനാകട്ടെ ആജീവനാന്തം നാസീർ വ്രതം പാലിച്ചിരുന്നു. അതു കൊണ്ടു തന്നെ ഇസ്രായേലിലെ ഭക്തജനങ്ങൾ യോഹന്നാനെ വളരെയേറെ ബഹുമാനിച്ചിരുന്നു. ഇങ്ങനെയുള്ള ഒരാളെ വിചാരണ കൂടാതെ വധിക്കുക എന്നു പറഞ്ഞാൽ അതു തന്റെ സിംഹാസനത്തിന്റെ സുരക്ഷിതത്വത്തിനൊരു ഭീഷണിയായി മാറിയേക്കുമെന്ന ഭയം ഹേരോദാവിനെ വല്ലാതെ അലട്ടി.

എന്നിട്ടും ആ ദുര്യോഗം സംഭവിച്ചു. അതിലേക്കു നയിച്ച സംഭവവികാസങ്ങൾ മറിയയുടെ മനസ്സിൽ മിന്നിമറഞ്ഞു. ഹെരോദ്യയെക്കാൾ സുന്ദരിയായിരുന്ന മകൾ ശലോമി പ്രായത്തിൽ നന്നെ ചെറുപ്പം. സ്ത്രീസൗന്ദര്യം ഹെരോദാവിന് ഒരു ദൗർബല്യമായിരുന്നു. ഹേരോദാവ് അന്തഃപുരത്തിൽ ചെന്നാലുടൻ ശലോമിയെ അടുത്തു വിളിക്കും. അതിരുവിട്ടുള്ള വാത്സല്യ പ്രകടനങ്ങൾ നടത്തും. ഹേരോദ്യ പലവുരു തന്റെ അനിഷ്ടം പരസ്യമായി പ്രകടിപ്പിക്കുക തന്നെ ചെയ്തു. ശലോമി ഹേരോദാവിന്റെ സഹോദരൻ ഫിലിപ്പോസിന്റെ മകളാണ്. സഹോദരന്റെ മകൾ സ്വന്തം മകളെപ്പോലെയാണ്. ഈ മനുഷ്യൻ വന്നുവന്ന് ബന്ധങ്ങൾ പോലും തിരിച്ചറിയാതായിരിക്കുന്നു. സഹോദരന്റെ ഭാര്യയെ സഹോദരിയെപ്പോലെ കരുതുക എന്നതാണ് സംസ്കാരമുള്ള യഹൂദന്റെ മര്യാദ.

ആ മര്യാദ രാജാവ് ലംഘിച്ചിരിക്കുന്നു. അമ്മയെ മടുത്തു കഴിഞ്ഞ രാജാവ് മകളിലേക്ക് ശ്രദ്ധതിരിച്ചിരിക്കുന്നു. കാമാസന്ധനായ പുരുഷൻ ഇര തേടുന്ന കഴുകനെപ്പോലെയാണ്. കാലിന്നടിയിൽ ഒരിര പിടഞ്ഞു മരിക്കുമ്പോൾ തന്നെ അടുത്തയിരയുടെ മേൽനോട്ടമിടുന്ന ബുദ്ധിയുള്ള കഴുകൻ. ഈ കഴുകന്റെ കണ്ണുകളിൽ നിന്നു മകളെ എങ്ങനെ രക്ഷിക്കാനാവുമെന്ന ചിന്ത ഹെരോദ്യയെ വേട്ടയാടി.

രാജാവിനു തന്നെ മടുത്തുതുടങ്ങിയോ എന്ന ആശങ്കയും ഹെരോദ്യയെ പിടികൂടിയിരുന്നു. തന്റെ ആവേശത്തിന് ഇന്ധനം ആക്കുക എന്നതിൽ കവിഞ്ഞൊരു ലക്ഷ്യം പുരുഷന് സ്ത്രീയെക്കുറിച്ചുണ്ടോ? പുരുഷന്റെ വികാരങ്ങൾ പെട്ടെന്ന് കത്തിയടങ്ങുന്ന ഒരു തീച്ചൂളയാണ്. ആ ചൂളയിൽ ചൂടു പകരാൻ തന്റെ സാന്നിദ്ധ്യത്തിനു പഴയ പോലെ കഴിയുന്നില്ലെന്ന സത്യം ഹേരോദ്യയ്ക്ക് നന്നായറിയാം.

തടവറയിൽ കിടന്നുകൊണ്ട് തനിക്കെതിരെ തന്വചിന്ത പ്രസംഗിക്കുന്ന ആ പ്രവാചകന്റെ നാവു പിഴുതെടുക്കാൻ താനാവശ്യപ്പെട്ടിട്ട് രാജാവ് സമ്മതിച്ചില്ല എന്നത് രാജാവിന് തന്നോട് സ്നേഹം കുറഞ്ഞുവെന്നതിന്റെ ലക്ഷണമായി ഹെരോദ്യ വ്യാഖ്യാനിച്ചു. യോഹന്നാനെ നിഗ്രഹിക്കുക എന്ന ആവശ്യം പലവുരു ഹെരോദ്യ രാജാവിന്റെ മുമ്പിൽ വച്ചു. അത് സാധ്യമല്ലെന്നു തറപ്പിച്ചു പറഞ്ഞു പിൻവാങ്ങുകയാണ് രാജാവ് ചെയ്തത്.

അങ്ങനെയിരിക്കുമ്പോഴാണ് രാജാവിന്റെ ജന്മദിനാഘോഷം സമാഗതമായത്. അയൽ രാജ്യങ്ങളിൽ നിന്നാഗതരായ രാജകീയവിരുന്നുകാർ, റോമാസാമ്രാജ്യത്തിന്റെ ഉന്നതാധികാര ശ്രേണികളുമായി ബന്ധപ്പെട്ട ഉന്നത ഉദ്യോഗസ്ഥന്മാർ, ഒക്കെ സകുടുംബം സന്നിഹിതരായിരിക്കുന്നു. സദസ്സിൽ ശലോമി അതിവിദഗ്ധമായി നൃത്തം ചെയ്തു. അതിനു മുമ്പ് പലതവണ രാജാവിന്റെ മുമ്പിൽ നൃത്തം ചെയ്യാൻ ശലോമി പ്രേരിപ്പിക്കപ്പെട്ടിരുന്നെങ്കിലും ഓരോ ഒഴിവു കഴിവു പറഞ്ഞ് ഹെരോദ്യ അതിനെ തടസ്സപ്പെടുത്തുകയായിരുന്നു. കേവലം നൃത്തത്തിലുള്ള ഈ താൽപ്പര്യത്തിൽ കവിഞ്ഞ മറ്റെന്തോ ഒന്ന് രാജാവിനെ ശലോമിയിലേക്ക് ആകർഷിക്കുന്നു എന്ന കാര്യം ഹെരോദ്യ മനസ്സിലാക്കിയിരിക്കുന്നു. രാജസദസ്സിൽ ലഹരി പകർന്ന ശലോമിയുടെ നൃത്തപരിപാടി വളരെ സമയം നീണ്ടുപോയി. നൃത്തം പര്യവസാനിച്ചപ്പോൾ സദസ്സ് ഒന്നടങ്കം കയ്യടിച്ചഭിനന്ദനം രേഖപ്പെടുത്തി. രാജാവ് സ്വന്തം ഇരിപ്പിടം വിട്ടെഴുന്നേറ്റ് അടുത്തു ചെന്ന് പിതൃസഹജമായ വാത്സല്യത്തോടെ നർത്തകിയുടെ മൂർദ്ധാവിൽ ചുംബിച്ചു. മനോഹരമായ നൃത്തം കൊണ്ടു സദസ്സിനെ പ്രീതിപ്പെടുത്തിയ ശലോമിക്ക് അവൾ ചോദിക്കുന്ന സമ്മാനം അതായിരുന്നു രാജാവിന്റെ വാഗ്ദാനം. എന്തു വേണമെങ്കിലും ചോദിക്കാം. രാജ്യത്തിൽ പകുതി വേണമെങ്കിൽ അതുതന്നെ നൽകാം. പെൺകുട്ടി എന്തായിരിക്കും ചോദിക്കുക എന്നറിയാൻ ഏവരും കാതുകൂർപ്പിച്ചിരിപ്പായി. ആ സമയം യാതൊന്നും ചോദിക്കാൻ അവളുടെ നാവനങ്ങിയില്ല.

മഹാരാജാവ് തന്റെ മകളെ വീഴ്ത്താൻ ഒരു വലവിരിച്ചിരിക്കുക

യാണെന്നു ഹെരോദ്യയ്ക്കു തോന്നി. അവളതിൽക്കുടുങ്ങിയാൽ പിന്നീടൊരിക്കലും രക്ഷപ്പെടൽ ഉണ്ടാകുകയില്ല. ഭാഗ്യത്തിന് അവൾ ഒന്നും ചോദിച്ചില്ല. അമ്മയോട് ആലോചിച്ചിട്ട് പിന്നീട് ചോദിച്ചുകൊള്ളാം എന്നു പറഞ്ഞ് പിൻവാങ്ങി.

അമ്മയും മകളും ചേർന്ന് ആ രാത്രി മുഴുവൻ എന്ത് ചോദിക്കണമെന്നതിനെ ചൊല്ലി തർക്കിക്കുകയായിരുന്നു. അവസാനം അമ്മയുടെ നിർദ്ദേശം മകൾക്കും അംഗീകരിക്കേണ്ടതായി വന്നു. കാരാഗൃഹത്തിലാക്കിയിരിക്കുന്ന യോഹന്നാൻ സ്നാപകന്റെ തലയരിഞ്ഞ് ഒരു താലത്തിൽ സമ്മാനിക്കണമെന്നായിരുന്നു ആ ആവശ്യം. അതിന്റെ പ്രയോജനമെന്തെന്ന് ശലോമിക്ക് മനസ്സിലായില്ല. അമ്മയുടെ പ്രേരണയുടെ മുന്നിൽ അവൾ കീഴടങ്ങുകയായിരുന്നു. കേട്ടവർ കേട്ടവർ ആശ്ചര്യപ്പെട്ടു. ഈ പെൺകുട്ടിക്കു ഭ്രാന്തുപിടിച്ചോ? ഇവൾ മനുഷ്യസ്ത്രീ തന്നെയോ...? അതോ നരഭോജിയായ ഒരു യക്ഷി സ്ത്രീവേഷം പൂണ്ടു വന്നതോ.... ഒരു പുണ്യാത്മാവിന്റെ ചോരയൊലിക്കുന്ന ശിരസ്സ് ഒരു പെൺകുട്ടിയുടെ കളിപ്പാട്ടമാക്കണമെന്നോ....? ആവശ്യപ്പെടുന്നത് ശലോമിയാണ്. എന്താവശ്യപ്പെട്ടാലും സാധിച്ചു കൊടുക്കാം എന്ന് വാക്കുകൊടുത്തുപോയതാണ്. രാജാവ് ഒരു വിഷമവൃത്തത്തിലാണ് അകപ്പെട്ടത്. വാക്കു പാലിക്കാതെ നിവൃത്തിയില്ല. രാജശാസനം നിമിഷങ്ങൾക്കകം ഉണ്ടായി. ഉടൻ തന്നെ ഒരു രാജകിങ്കരൻ സ്നാപകന്റെ ചോര ചീറ്റുന്ന ശിരസ്സുമായി പ്രത്യക്ഷപ്പെട്ടു. അതൊരു താലത്തിൽ വച്ച് ശലോമിക്ക് സമ്മാനിക്കപ്പെട്ടു. അവളത് അമ്മയ്ക്ക് കൈമാറി

അനീതിക്കെതിരെ ചലിച്ചുകൊണ്ടിരുന്ന മൂർച്ചയേറിയ ആ നാവ് നിശ്ചലാവസ്ഥയിൽ വെളിയിലേക്കു നീണ്ടുകിടക്കുന്നു. ജീവൻ പോയിട്ടും തിളക്കം നഷ്ടപ്പെടാത്ത രണ്ടു കണ്ണുകൾ പുറത്തേക്കു തള്ളി നിൽക്കുന്നു. രക്തം പുരണ്ട വികൃതമായ കേശദീക്ഷാദികൾ. ഒരിക്കൽ മാത്രമെ ശലോമിക്ക് നോക്കാൻ കഴിഞ്ഞിരിക്കൂ. ഒരു പ്രേതത്തെ കണ്ടു ഭയന്നിട്ടെന്നവണ്ണം നിലവിളിച്ചുകൊണ്ട് അവളോടി മറഞ്ഞു കാണണം. അവിടെ നടന്ന രംഗങ്ങൾ മറിയത്തിന്റെ ഭാവനയിൽ ചിത്രങ്ങൾ വിരചിച്ചു. രാജകല്പന നിറവേറ്റിയ ചാരിതാർത്ഥ്യത്തോടെ വിഡ്ഢിയായ ഒരു സൈനികൻ പ്രവാചകന്റെ ശിരസ്സ് താലത്തിലേന്തിക്കൊണ്ട് ഇളിഭ്യചിരിയും ചിരിച്ച് ഒരേ നില്പ് നിൽക്കുന്നു. ഒക്കെ ഓർമ്മിക്കുമ്പോൾ നീതിക്കുവേണ്ടി രക്തസാക്ഷിത്വം വരിച്ച യോഹന്നാനോടുള്ള ആദരവ് വർദ്ധിക്കുകയാണ്.

ഏഴ്

മനുഷ്യൻ അപ്പം കൊണ്ടു മാത്രമല്ല ജീവിക്കുന്നത്

'ദുഷ്ടമനുഷ്യരോടു കൂടി ഞാൻ അപ്പം ഭക്ഷിക്കുമാറാകരുതേ
നീതിമാൻ എന്നെ പഠിപ്പിക്കുകയും ശാസിക്കുകയും ചെയ്യട്ടെ.
ദുഷ്ടന്മാരുടെ എണ്ണ എന്റെ തലയെ കൊഴിപ്പിക്കരുതേ
എന്റെ പ്രാർത്ഥന അവരുടെ ദോഷം നിമിത്തമാകുന്നു.
അവരുടെ ന്യായാധിപന്മാർ പാറായാൽ തടയപ്പെട്ടു.
ഇമ്പമുള്ള എന്റെ വചനങ്ങൾ അവർ കേട്ടു".

പീലാത്തോസ് നീതിപീഠത്തിൽ അസ്വസ്ഥനായി. ചുറ്റുമിരുന്ന പ്രഭുക്കന്മാരും പുരോഹിതന്മാരും സ്വസ്ഥാനത്തു നിന്നെഴുന്നേറ്റ് ആദരവ് പ്രകടിപ്പിച്ചു. ചുമതലപ്പെട്ട ഒരുദ്യോഗസ്ഥൻ മുന്നോട്ടുവന്ന് പ്രതിക്കൂട്ടിൽ ബന്ധനസ്ഥനായി നിൽക്കുന്ന യേശുവിന്റെ പേരിൽ ആരോപിക്കപ്പെട്ട കുറ്റങ്ങൾ പീലാത്തോസിനെ വായിച്ചുകേൾപ്പിച്ചു.

"നസ്രേത്തുകാരൻ തച്ചൻ ജോസഫിന്റെ മകൻ യേശു എന്നു വിളിക്കപ്പെടുന്ന ഈ മനുഷ്യൻ യഹൂദസമൂഹത്തിൽ കലാപം ഉണ്ടാക്കുന്ന ആശയങ്ങൾ പ്രചരിപ്പിക്കുന്നു. സർവ്വോപരി ഇവന്റെ പ്രസംഗങ്ങൾ യഹൂദമതത്തിന്റെ ന്യായപ്രമാണങ്ങൾക്കും റോമാസാമ്രാജ്യത്തിന്റെ സുരക്ഷിതത്വത്തിനും ഒരു ഭീഷണിയാണ്. ഇയാൾ താൻ ക്രിസ്തു എന്ന രാജാവാകുന്നു എന്നു പറഞ്ഞുകൊണ്ട് കൈസർക്കു കരം കൊടുക്കുന്നതിനെ വിലക്കുകയുണ്ടായി". അയാൾ ഇത് ന്യായാധിപന്റെ മേശപ്പുറത്തു വച്ചു. അദ്ദേഹം അതിലൂടെ കണ്ണോടിച്ചു. എന്നിട്ട് യേശുവിനോട് ചോദിച്ചു "നീ യഹൂദന്മാരുടെ രാജാവാകുന്നുവോ...........?" യേശു ഉത്തരമൊന്നും പറഞ്ഞില്ല. പീലാത്തോസിന് ആ കണ്ണുകളിൽ തന്റെ ചോദ്യത്തിന് ഉത്തരം കണ്ടെത്തിയതുപോലെ തോന്നി. "ഈ മനുഷ്യനിൽ ഞാനൊരു കുറ്റവും

കാണുന്നില്ല" പീലാത്തോസ് എല്ലാവരോടുമായി പറഞ്ഞു. മഹാപുരോഹിതനായ കയ്യാഫസ് എഴുന്നേറ്റ് നിന്ന് തടസ്സവാദം ഉന്നയിച്ചു. "പ്രഭോ, ഈ മനുഷ്യൻ നിങ്ങളുദ്ദേശിക്കുന്നതുപോലെ ഒരു നിസ്സാരക്കാരനല്ല. ഇപ്പോൾ തന്നെ ഇവൻ ഒട്ടേറെ അനുയായികളെ സമ്പാദിച്ചുകഴിഞ്ഞു. ഇപ്പോൾ നിയന്ത്രിച്ചില്ലെങ്കിൽ ലോകം മുഴുവൻ ഇവന്റെ അനുയായികളെ കൊണ്ടു നിറയും. മഹത്തായ റോമാസാമ്രാജ്യത്തിന്റെ അടിസ്ഥാനം തന്നെ ഇളകും. ഇത് അനുവദിക്കണമെന്നാണോ റോമാഗവർണ്ണറായ പീലാത്തോസ് പറയുന്നത്".

"അവൻ ഗലീലക്കാരനാണെന്നല്ലേ പറഞ്ഞത്. ഹേരോദാവിന്റെ അധികാരപരിധിയിൽപ്പെട്ടസ്ഥലമല്ലേ. ഈ കാര്യത്തിൽ ഹേരോദാവ് അയാളുടെ വിധി പ്രഖ്യാപിക്കട്ടെ". അല്പനേരത്തെ നിശബ്ദത. പീലാത്തോസിന്റെ ഉപദേശക സമിതിയിൽപ്പെട്ട ഒരു യഹൂദശാസ്ത്രി എഴുന്നേറ്റു നിന്നുപറഞ്ഞു. "പ്രഭോ മരണശിക്ഷ വിധിക്കാൻ റോമാഗവർണ്ണറായ അങ്ങേയ്ക്കു മാത്രമാണധികാരം. അതിൽക്കുറഞ്ഞ ശിക്ഷയൊന്നും ഇവനർഹിക്കുന്നില്ല. പിന്നെന്തിനു വെറുതെ ഹെരോദാവിന്റെ അടുത്തുകൊണ്ട് പോയി സമയം കളയണം" "മരണശിക്ഷയർഹിക്കുന്ന എന്തു കുറ്റമാണ് ഈ മനുഷ്യൻ ചെയ്തത്? എനിക്കു മനസ്സിലാകുന്നില്ല". അസ്വസ്ഥത പ്രകടമാക്കിക്കൊണ്ട് പീലാത്തോസ് ചോദിച്ചു. "യഹൂദമത നിയമപ്രകാരവും അഭിവന്ദ്യ റോമാസാമ്രാജ്യത്തിന്റെ നിയമപ്രകാരവും ഇവൻ മരണശിക്ഷയർഹിക്കുന്നു. താൻ സ്വയം ദൈവമാണെന്ന് പറയുകവഴി യഹൂദരുടെ ദൈവമായ യഹോവയെ ഇവൻ നിന്ദിച്ചിരിക്കുന്നു. ഞാൻ രാജാവാണെന്നു പറയുകവഴി റോമാചക്രവർത്തിയെ ഇവൻ അവഹേളിച്ചിരിക്കുന്നു. ദൈവത്തേയും രാജാവിനെയും നിന്ദിക്കുന്ന ഒരുവനു മരണശിക്ഷയാണ് അനുശാസിക്കുന്നത്. യഹൂദ നിയമവും അതുതന്നെ".

മഹാപുരോഹിതനായ കയ്യാഫസ് ദൃഢമായ ശബ്ദത്തിൽ ഉൽഘോഷിച്ചു. പീലാത്തോസ് കുലുങ്ങിയില്ല. അയാൾ തന്റെ തീരുമാനം അറിയിച്ചു. "നിങ്ങളിവനെ ഹെരോദാസിന്റെയടുക്കൽ കൊണ്ടുപോകു. നിങ്ങളുടെ ആരോപണങ്ങൾ ഹേരോദാവ് പരിശോധിക്കട്ടെ". ഇതു പറഞ്ഞിട്ട് അദ്ദേഹം തന്റെ സ്വകാര്യമുറിയിലേക്ക് നടന്നു. പടയാളികൾ യേശുവിനെ പ്രതിക്കൂട്ടിൽ നിന്നും വെളിയിൽ ഇറക്കി. ഒരു വലിയ ജനസമൂഹത്തിന്റെ അകമ്പടിയോടെ അവർ അവനെ ഹേരോദാവിന്റെ അരമനയിലേക്ക് നയിച്ചു.

യെരുശലേമിന്റെ തെരുവീഥികളിലൂടെ ഒരു കുറ്റവാളിയെ വലിച്ചിഴയ്ക്കുന്നതുപോലെ അവർ യേശുവിനെ വലിച്ചിഴയ്ക്കുന്നു. തിരിഞ്ഞാക്രമിക്കാത്ത ജീവികളെ വേദനിപ്പിക്കുന്നതിന്റെ രസം അനുഭവിക്കുകയാണ് ഈ പട്ടാളക്കാരെന്നു തോന്നുന്നു. പിന്നാലെ കൂടിയിരിക്കുന്നവരിൽ അധികം പേരും പുരോഹിതന്മാരുടെ സ്തുതിപാഠകരാണ്. സ്ത്രീകളുൾപ്പെടെ ഒരു ചെറിയ സംഘം ആളുകൾ കരഞ്ഞു നെടുവീർപ്പിട്ടു

കൊണ്ട് പിന്നാലെ കൂടിയിരിക്കുന്നു. ജനക്കൂട്ടം തങ്ങളേയും ആക്രമിക്കുമോ എന്നഭയം അവർക്കില്ലാതില്ല. അക്രമിക്കുന്നെങ്കിൽ അക്രമിക്കട്ടെയെന്നു ധൈര്യമുള്ളവർ മാത്രമെ ഇപ്പോൾ അവരുടെ കൂടെയുള്ളൂ. പലരും എവിടെയൊക്കെയോ ഓടി ഒളിച്ചിരിക്കുന്നു, ഭീരുക്കൾ!

യേശുവിന്റെ ദൃഷ്ടികൾ യെരുശലേം നഗരവീഥികളെ ഗാഢവീക്ഷണം നടത്തുകയാണ്. "യെരുശലേമേ! പ്രവാചകന്മാരെ കല്ലെറിയുകയും, കൊല്ലിക്കുകയും ചെയ്യുന്നവളേ കോഴി തന്റെ കുഞ്ഞുങ്ങളെ ചിറകിൻകീഴിൽ മറയ്ക്കുന്നതുപോലെ നിന്നെ സംരക്ഷിച്ചു കൊള്ളാൻ എനിക്കു മനസ്സായിരുന്നു. നിനക്കോ മനസ്സായില്ല". രണ്ടു ദിവസങ്ങൾക്കു മുമ്പ് ശിഷ്യന്മാരുടെ കണ്മുമ്പിൽ വച്ച് യെരുശലേമിനെ നോക്കി കണ്ണീർ വാർത്തുകൊണ്ട് പറഞ്ഞ വാചകങ്ങൾ ഓർമ്മയിൽ വന്നു. അവ ഒരിക്കൽ കൂടി ഉരുവിട്ടു. കാലുകൾ മുമ്പോട്ടു നീങ്ങുന്നില്ല. കഴിഞ്ഞ രാത്രി ശിഷ്യന്മാരോടൊപ്പം അത്താഴം കഴിച്ചതാണ്. വിശപ്പും ദാഹവും തോന്നുന്നു. അതിനു പുറമെ പട്ടാളക്കാരുടെ ചമ്മട്ടി പ്രയോഗവും. വേച്ചു വേച്ചു മുമ്പോട്ടുപോകുമ്പോഴും ചിന്തകൾ ഭൂതകാലത്തിന്റെ മേച്ചിൽപ്പുറങ്ങളിൽ ഇഴഞ്ഞുനടക്കുന്നു. ഇത് നേരത്തെ പ്രതീക്ഷിച്ചിരുന്നതല്ലേ, യേശു വിചാരിച്ചു. ഓരോ ചുവട് വയ്പിലും അപകടത്തിലേക്കുനടന്നടുക്കുകയായിരുന്നു. ഒരുപക്ഷേ ഇത്രവേഗം കൈകളിൽ ചങ്ങലവീഴും എന്നു കരുതിയിരുന്നില്ല. ചുരുങ്ങിയ ദിവസങ്ങൾക്കുള്ളിൽ എല്ലാം സംഭവിച്ചിരിക്കുന്നു. എതിർക്കുന്നവരെ അപ്പോഴപ്പോൾ അരിഞ്ഞുവീഴ്ത്തുക എന്നതാണ് യാഥാസ്ഥിതികത്വം അവലംബിച്ചു വന്ന പതിവ്. ഇത്രയും കാലം പിടിച്ചു നിൽക്കാൻ കഴിഞ്ഞതുതന്നെ അത്ഭുതം. എത്ര വേഗത്തിലാണ് തന്റെ സ്നേഹിതൻ യോഹന്നാന്റെ കഴുത്ത് അറുക്കപ്പെട്ടത്. യോഹന്നാൻ! ആ ഓർമ്മപോലും ഞെട്ടലുണ്ടാക്കുന്നു. നീതിക്കുവേണ്ടി മുഴങ്ങിയ ഒടുവിലത്തെ ശബ്ദം യോഹന്നാന്റേതായിരുന്നു. എന്തെന്ത് പ്രതീക്ഷകളാണ് തനിക്കും യോഹന്നാനും ഉണ്ടായിരുന്നത്. യോഹന്നാന്റെ ശിരസ്സ് ഛേദിച്ച വാർത്തയറിഞ്ഞപ്പോഴെ തനിക്കു തോന്നിയതാണ് ഭരണാധികാരത്തിന്റെ കരങ്ങൾ അടുത്തതായി നീങ്ങുക തന്റെ നേരെയായിരിക്കുമെന്ന്. മരുഭൂമിയിലെ ഉപവാസകാലത്താണ് യോഹന്നാനെ കൂടുതൽ അടുത്തറിഞ്ഞത്. ചിന്തകളിലും വീക്ഷണത്തിലും അയാൾ തന്നോട് അടുപ്പം പുലർത്തിയിരുന്നു. യോഹന്നാൻ ചെറുപ്പം മുതലേ വിപ്ലവകാരിയായിരുന്നു. എന്തൊക്കെ വിപ്ലവകരമായ അഭിപ്രായങ്ങളായിരുന്നു യോഹന്നാനുണ്ടായിരുന്നത്.

യഹോവയെക്കുറിച്ചും യഹോവയുടെ പ്രതിയോഗിയായി തിരുവെഴുത്തുകൾ ചിത്രീകരിക്കുന്ന സാത്താനെക്കുറിച്ചും ന്യായപ്രമാണഗ്രന്ഥങ്ങളെക്കുറിച്ചും ഒക്കെയുള്ള യോഹന്നാന്റെ വീക്ഷണങ്ങൾ മനസ്സിനു ഹരം പകരുന്നവതന്നെ. യോഹന്നാന്റെ ചിന്തകൾക്കെത്തിപ്പെടാൻ കഴിയാത്ത പല മേഖലകളിലേക്കും അയാളെ നയിക്കാൻ തനിക്കു കഴിഞ്ഞതുതന്നെയാവണം തന്നെ ഗുരുവായി കാണാൻ യോഹന്നാനെ

പ്രേരിപ്പിച്ചത്. തങ്ങളിൽ ആര് ആരുടെ ഗുരുവായിരുന്നു എന്ന കാര്യത്തിൽ ഇരുവർക്കും അഭിപ്രായവ്യത്യാസമുണ്ടായിരുന്നു. രണ്ടുപേരും അങ്ങോട്ടുമിങ്ങോട്ടും പലതും പഠിച്ചു, പഠിപ്പിച്ചു. അപൂർവ്വമായ ഒരു ഗുരുശിഷ്യ ബന്ധം യേശുവിന്റെ ഓർമ്മകൾ കഴിഞ്ഞ കാലത്തിന്റെ കാൽപ്പാടുകളെ പിന്തുടരുകയായിരുന്നു.

ദുഃഖത്തിന്റെ രഹസ്യം തേടിയുള്ള ഈ യാത്ര എവിടെനിന്നാണാരംഭിച്ചതെന്ന് കൃത്യമായി നിർണ്ണയിക്കാനാവുന്നില്ല. പന്ത്രണ്ടാം വയസ്സിൽ പെസഹാ പെരുന്നാളിന് മാതാപിതാക്കന്മാരോടൊപ്പം യെരുശലേമിലേക്ക് യാത്ര നടത്തിയത് തന്നെയായിരുന്നില്ലേ ഇതിന്റെ തുടക്കം........? ആയിരിക്കാം. ഇത്ര ചെറിയപ്രായത്തിൽ ഇത്തരം വലിയ ചിന്തകൾ എങ്ങനെ തന്നിലേക്ക് കടന്നുവന്നു. പലപ്പോഴും വിചാരിക്കാറുണ്ട്. സിന്നഗോഗുകളിൽ, പള്ളിയിൽ ഒക്കെ ജനങ്ങളോടൊപ്പം താനും സന്നിഹിതനായിരുന്നു. അവരുടെ ലക്ഷ്യം തന്നെയായിരുന്നു തന്റെ ലക്ഷ്യം? അല്ല, ഒട്ടുമിക്കവർക്കും ദേവാലയങ്ങൾ പുണ്യം വിൽക്കുന്ന ചന്തകൾ മാത്രമായിരുന്നു. ദൈവത്തെ അവർക്കു ഭയമായിരുന്നു. സൈന്യങ്ങളുടെ യഹോവെ, നിന്റെ നാമം വാഴ്ത്തപെടട്ടെ എന്നാണ് ദാവീദ് പ്രാർത്ഥിച്ചത്. സൈന്യങ്ങളുടെ രക്തത്തിൽ നിന്നു പടുത്തുയർത്തിയ ഒരു സിംഹാസനത്തിന്റെ ഉടമസ്ഥനായിരുന്നു ദാവീദ്. ആ ദാവീദിനെ സൈന്യങ്ങളുടെ മുൻനിരയിൽ നിന്നു തനിക്കുവേണ്ടി യുദ്ധം ചെയ്യുന്ന ഒരു യഹോവയെ ആയിരുന്നു ആവശ്യം. യുദ്ധത്തിന്റെയും, പ്രതികാരത്തിന്റെയും, ദുരന്തങ്ങളുടെയും മൂർത്തിയായ യഹോവയെ ഭയന്നു വിറച്ചു കഴിയുന്ന ആരാധകർ അതായിരുന്നില്ലേ ദാവീദിന്റെ യഹോവ സങ്കല്പം. ഇത്തരം ആരാധകരുടെ വൃന്ദം യഹോവയ്ക്കുപോലും അരോചകമായിരിക്കില്ലേ?.

അല്പബുദ്ധിയായ മനുഷ്യൻ ഇപ്പോൾ പിറന്നു വീണ ശിശുവിനെപ്പോലെ തന്റെ ചുറ്റുപാടുകളെ ഭയക്കുന്നു. പിറന്നുവീഴുമ്പോൾ മുതൽ വല്ലാത്തൊരു അരക്ഷിതാവസ്ഥ മനുഷ്യനെ വേട്ടയാടുന്നു. തന്റെ നേരെ നീളുന്ന കരങ്ങളൊക്കെയും രക്ഷിക്കാനല്ല, സംഹരിക്കാനാണെന്ന് മനുഷ്യന് ബോധ്യപ്പെടുന്നത് ആ കൈകൾ കഴുത്തിൽ മുറുകി കഴിയുമ്പോൾ മാത്രമാണ്. ജീവിതം, മരണം ഒരു വൃത്തത്തിനുള്ളിൽ ചലിക്കുന്ന രണ്ടു രേഖകൾ ഇടയ്ക്കിടെ അവ അന്യോന്യം കൂട്ടിമുട്ടുന്നു. യഹോവ ജീവിതത്തിന്റെയും സാത്താൻ മരണത്തിന്റെയും അധിനായകന്മാരാണെന്ന് യഹൂദമതത്തിന്റെ വംശപുരാണം സാക്ഷ്യപ്പെടുത്തുന്നു.

സ്വർഗ്ഗത്തിൽ നിന്നും പുറന്തള്ളപ്പെട്ടവനത്രെ സാത്താൻ. പ്രവാചകന്മാരും, പുരാണങ്ങളുടെ കർത്താക്കളും, സാത്താന്റെ ചിത്രത്തിൽ ആവശ്യത്തിൽ കൂടുതൽ കരിതേച്ചുപിടിപ്പിച്ചിട്ടില്ലേ? തീർച്ചയായും; വർഗ്ഗപുരാണം ശരിയാണെങ്കിൽ സാത്താനും ഒരർത്ഥത്തിൽ ദൈവപുത്രൻ തന്നെ. മനുഷ്യനും ദൈവപുത്രൻ തന്നെ. അപ്പോൾ ഇരുവരും സഹോദരങ്ങൾ. ഒരുപക്ഷേ മനുഷ്യസ്വഭാവത്തിന്റെ രണ്ടു ധ്രുവങ്ങളെ ചിത്രീകരിക്കുന്ന പ്രതീകങ്ങളാവാം ദൈവവും സാത്താനും. ഓരോ മനുഷ്യ

നിലും ദൈവവും സാത്താനും കുടികൊള്ളുന്നു. കലാപത്തിനുള്ള വാസന സാത്താന്റെ പ്രേരണയല്ലേ? അങ്ങനെയെങ്കിൽ സാത്താൻ സ്വാതന്ത്ര്യത്തിന്റെ പ്രവാചകനാണ്. കലാപത്തിനു തയ്യാറാകാത്തവർ സ്വാതന്ത്ര്യം എന്തെന്നറിയുന്നില്ല. സ്വർഗ്ഗത്തിൽ അടിമയായിരിക്കുന്നതിലും നരകത്തിൽ സ്വതന്ത്രനായിരിക്കാൻ ഇഷ്ടപ്പെട്ട സാത്താൻ എങ്ങനെ ഇത്ര ക്രൂരനും അധർമ്മിയുമായി ചിത്രീകരിക്കപ്പെട്ടു.

ജനങ്ങൾക്കു മിത്രങ്ങളേക്കാൾ ആവശ്യം ശത്രുക്കളേയാണ്. തങ്ങളുടെ സർവതെറ്റുകളുടെയും കാരണക്കാരനായി ഒരു സാത്താനെ പ്രതിഷ്ഠിക്കുകവഴി സ്വന്തം ഉത്തരവാദിത്വത്തിൽ നിന്നൊഴിഞ്ഞു മാറാൻ അവർക്കവസരം ലഭിക്കുന്നു.

ഒരു വശത്തു ദൈവവും മറുവശത്തു പിശാചും. അതിന്റെ മദ്ധ്യത്തിൽ മനുഷ്യനും. ജീവിതമെന്നാൽ ദൈവവും പിശാചും തമ്മിലുള്ള ഒരു ചൂതുകളി മാത്രമാണെന്നമട്ടിൽ മതപുരോഹിതന്മാർ ജനങ്ങളെ പഠിപ്പിക്കുന്നു. ന്യായപ്രമാണത്തേയും പുരാണഗ്രന്ഥങ്ങളേയും, ഈ വീക്ഷണത്തിനനുസരിച്ച് പുരോഹിതപരിഷകൾ വ്യാഖ്യാനിച്ച് വികലമാക്കുന്നു. ഈ ചൂതുകളിയിൽ ജനങ്ങളെ ദൈവത്തിങ്കലേക്ക് കടത്തിവിടുന്നു. ഏജന്റന്മാർ തങ്ങൾ മാത്രമാണെന്നും അതിനുള്ള കൈക്കൂലി തരണ്ടേതാണെന്നുമുള്ള ഭാവത്തിൽ അവർ ജനങ്ങളുടെ മുമ്പിൽ കൈനീട്ടിനിൽക്കുന്നു.

ഈ വിഷമവൃത്തം ഭേദിച്ചുവേണമായിരുന്നു തനിക്കകത്തു കടക്കാൻ. ഈ അവസ്ഥയെ തരണം ചെയ്ത് തന്റെ സന്ദേശം ജനങ്ങളിലെങ്ങനെ എത്തിക്കും എന്നാലോചിച്ചു കിടന്ന രാത്രി.... മരുഭൂമിയിലെ ഉപവാസം പൂർത്തിയായത് അന്നായിരുന്നു. ഉറക്കത്തിൽ കണ്ട രസകരമായ ആ സ്വപ്നം ഓർമ്മയിൽ വരുന്നു. സാത്താൻ ഒരു സുഹൃത്തിനെപ്പോലെ വന്നു നിൽക്കുന്നു. വിരൂപമായമുഖമോ, ഭയം തോന്നിക്കുന്ന പല്ലുകളോ ഒന്നുമില്ലായിരുന്നു. സുന്ദരമായ ആകാരം, സൗമ്യമായ പെരുമാറ്റം. ഒരു ചിരകാല സുഹൃത്തിനെയെന്നപോലെ അവൻ തന്നെ അഭിവാദ്യം ചെയ്തു. പ്രലോഭനത്തിന്റെ ഒരു കോട്ടതന്നെ അവൻ തന്റെ മുന്നിലുയർത്തി. സ്വന്തം ഇച്ഛാശക്തികൊണ്ട് അതിനെ ഭേദിച്ചു പുറത്തു കടക്കാൻ തനിക്കു കഴിഞ്ഞു. അവന്റെ പരീക്ഷകളെ അതിജീവിച്ചാൽ താൻ ദൈവപുത്രൻ തന്നെയെന്നവനംഗീകരിക്കാംപോലും. അവൻ തന്റെ ആവനാഴിയിലെ അസ്ത്രങ്ങൾ ഒന്നൊന്നായി പുറത്തെടുത്തു. ലോകത്തിന്റെ ദാരിദ്ര്യത്തെക്കുറിച്ചായിരുന്നു അവന്റെ ആദ്യത്തെ പരിദേവനം. ലോകമെങ്ങും എത്രയോ മനുഷ്യർ വിശന്നു മരിക്കുന്നു. അപ്പം കിട്ടാതെ കുഞ്ഞുങ്ങളുടെ നിലവിളി സ്വർഗ്ഗത്തിനുപോലും അരോചകമായി ഭവിക്കുന്നു, ദൈവപുത്രനായ നീ വേണം കരയുന്ന കുഞ്ഞുങ്ങൾക്കപ്പം കൊടുക്കാൻ, അവരുടെ വിശപ്പുമാറ്റാൻ നിന്റെ ശക്തിയുപയോഗിച്ച് ഈ കല്ലുകളെ അപ്പമാക്കി മാറ്റുക. ഇങ്ങനെ ചെയ്താൽ മനുഷ്യർ മുഴുവൻ നിന്നെ ദൈവപുത്രനായി അംഗീകരിക്കും.

സാത്താന്റെ ആ വെല്ലുവിളിയെ താൻ നേരിട്ട ആ രംഗം ഓർമ്മ

യിൽ നിന്നും ചികഞ്ഞെടുത്തു. മനുഷ്യൻ അവന്റെ നെറ്റിയിലെ വിയർപ്പു കൊണ്ടുവേണം ആഹാരം സമ്പാദിക്കാൻ. കല്ലുകൾ അപ്പമാക്കി മാറ്റുന്ന ഒരു മായാജാലക്കാരനല്ല ദൈവപുത്രൻ. ലോകത്തിലെ മുഴുവൻ മനുഷ്യർക്കും വയറുനിറയെ ഭക്ഷിക്കാനുള്ള വിഭവങ്ങൾ ഈ ലോകത്തിൽ ദൈവം നിറച്ചുവച്ചിട്ടുണ്ട്. മറ്റുള്ളവർക്കവകാശപ്പെട്ട ഭക്ഷണം മൂടി കയ്യടക്കി വച്ചിരിക്കുന്ന സമ്പന്നന്മാരുടെ കലവറകൾ വിശക്കുന്ന മനുഷ്യർ കയ്യേറുന്ന കാലംവരും. ലോകത്തിന്റെ സമ്പത്ത് മനുഷ്യർ പങ്കിട്ടനുഭവിക്കുന്ന കാലത്തേ ലോകത്തുനിന്ന് വിശപ്പിന്റെ കണ്ണുനീർ വറ്റൂ. കല്ലുകൾ അപ്പമാക്കി മാറ്റുന്ന ഒരു രക്ഷകനു വേണ്ടിയുള്ള കാത്തിരിപ്പ് വ്യർത്ഥമാണെന്ന് ലോകത്തെ പഠിപ്പിക്കാനാണ് ഞാൻ വന്നിരിക്കുന്നത്.

തന്റെ വിശദീകരണങ്ങൾ സാത്താനെ തൃപ്തിപ്പെടുത്തിയെന്നു തോന്നുന്നു. എങ്കിലും അവൻ വീണ്ടും കെണികൾ ഒരുക്കുകയായിരുന്നു. അപ്പോൾ തനിക്കു നന്നായി വിശക്കുന്നുണ്ടായിരുന്നു. "ഈ കല്ലുകൾ അപ്പമാക്കി മാറ്റി നിന്റെ വിശപ്പെങ്കിലും പരിഹരിക്കുക....." സാത്താന്റെ പ്രലോഭനം. "മനുഷ്യൻ അപ്പം കൊണ്ടു മാത്രമല്ല ജീവിക്കുന്നത്" തന്റെ മറുപടി ദൃഢസ്വരത്തിലുള്ളതായിരുന്നു.

തുടർന്ന് അവൻ തന്നെ തോളിൽ പൊക്കിയെടുത്തു. ഒരു ജ്യേഷ്ഠസഹോദരന്റെ തോളിലെന്നവണ്ണം താനവന്റെ തോളിൽ അള്ളിപ്പിടിച്ചിരുന്നു. അവൻ തന്നെ കൊണ്ടുപോയത് യെരുശലേം ദേവാലയത്തിന്റെ അഗ്രഭാഗത്തേക്കാണ്. തന്നെ ആ ഉയരം കൂടിയ സ്തൂപത്തിൽ കയറ്റി നിറുത്തിയിട്ടവൻ തന്നോടാജ്ഞാപിച്ചു. "നീ ദൈവപുത്രനെങ്കിൽ താഴോട്ടു ചാടുക. നിന്നെക്കുറിച്ച് അവൻ തന്റെ ദൂതന്മാരോട് കല്പിക്കും. അവർ നിന്റെ കാൽ കല്ലിൽതട്ടാത്തവണ്ണം നിന്നെ കയ്യിൽ താങ്ങിക്കൊള്ളും എന്ന് എഴുതിയിരിക്കുന്നുവല്ലോ" എന്ന് പറഞ്ഞു. "നിന്റെ ദൈവമായ കർത്താവിനെ പരീക്ഷിക്കരുത്. എന്നുകൂടി എഴുതിയിരിക്കുന്നു എന്നായിരുന്നു തന്റെ മറുപടി. സാത്താൻ വീണ്ടും തന്നെ തോളിൽ വഹിച്ചുകൊണ്ട് ഏറ്റവും ഉയർന്ന ഒരു മലമേൽ കൊണ്ടുപോയി. ലോകത്തിലുള്ള സകലരാജ്യങ്ങളേയും അവയുടെ മഹത്വത്തെയും പ്രകീർത്തിച്ചു വീണ് എന്നെ നമസ്കരിച്ചാൽ ഇതൊക്കെയും നിനക്ക് തരാം എന്നു പറഞ്ഞു. തന്നെ പ്രകോപിപ്പിക്കാനെ ആ പരീക്ഷണം പ്രയോജനപ്പെട്ടുള്ളൂ. ലോകത്തിന്റെ ഭരണാധികാരിയാകാനല്ല തനിക്ക് മോഹം. ലോകത്തിന്റെ ദുഃഖങ്ങൾ പരിഹരിക്കാനാണ്. അപ്രാപ്യമായ ഏതോ ലോകത്തുണ്ടെന്ന് വിശ്വസിക്കുന്ന സ്വർഗ്ഗത്തെ ഭൂമിയിലേക്ക് കൊണ്ടുവരാനാണ് താൻ ശ്രമിക്കുന്നത്. അതാണ് തന്റെ ആദർശം. ആ ആദർശലോകത്തിൽ ഭരിക്കുന്നവരും ഭരിക്കപ്പെടുന്നവരുമില്ല. എല്ലാവരും സ്വയം ഭരിക്കുന്നു. ആരും ആരുടെയും മേൽ ആധിപത്യം ചെലുത്തുന്നില്ല. തന്റെ രാജ്യസങ്കല്പം മനസ്സിലാകാതെയാണ് സാത്താൻ അവന്റെ രാജ്യാധികാരം തനിക്കു കൈമാറാമെന്ന പ്രലോഭനവുമായി വന്നിരിക്കുന്നത്. അനുസരിക്കാൻ ആഗ്രഹിക്കാത്തവൻ ആജ്ഞാപിക്കുകയും അരു

ത്. അധികാരം അതിൽത്തന്നെ തിന്മയാണ്. അതു വഹിക്കുവാൻ പറ്റിയ ആൾ തൽക്കാലം സാത്താൻ തന്നെയാണ്. അവനിൽ നിന്നതേറ്റെടുക്കുവാൻ താനാഗ്രഹിക്കുന്നില്ല.

"സാത്താനേ, എന്നെ വിട്ടുപോകൂ. നിന്റെ ദൈവമായ കർത്താവിനെ നമസ്കരിച്ച് അവനെ മാത്രമേ ആദരിക്കാവൂ എന്നെഴുതിയിരിക്കുന്നല്ലോ?" എന്നു പറഞ്ഞു. ആ ക്ഷണം സാത്താൻ തന്നെ വിട്ടുപോയി. സ്വർഗ്ഗം തുറന്ന് അവിടെ നിന്നിറങ്ങി വന്ന ഒരു സംഘം മാലാഖമാർ തന്നെ ശുശ്രൂഷിച്ചു. അവർ തനിക്കു ഭക്ഷിക്കാനും കുടിക്കാനും നൽകി. തിന്നു കുടിച്ചു സംതൃപ്തനായപ്പോൾ മാലാഖമാർ അപ്രത്യക്ഷരായി. അപ്പോഴേക്കും ഉറക്കം ഉണർന്നിരുന്നു. കഴിഞ്ഞത് വെറും ഒരു സ്വപ്നമായിരുന്നില്ലെന്ന് തോന്നി. എന്തൊരത്ഭുതം നേരത്തേ അനുഭവപ്പെട്ടിരുന്ന വിശപ്പും ദാഹവും അപ്രത്യക്ഷമായിരിക്കുന്നു. വയറുനിറയെ ആഹാരം കഴിച്ച പ്രതീതി.

പുരോഹിത പ്രമാണികളുടെ കണ്ണിലെ കരടായി മാറിക്കൊണ്ട് പരസ്യമായ ഒരു വെല്ലുവിളിക്കു തുടക്കമിട്ട ആ സംഭവം ഓർമ്മയിൽ വന്നു. അതേ തുടർന്ന് എത്രയെത്ര സംഭവങ്ങൾ എന്തെന്ത് ഏറ്റുമുട്ടലുകൾ. ചമ്മട്ടിക്ക് അടികിട്ടുന്നതിന്റെ കഠിനമായ നീറ്റൽ. മുതുകുവേദനിക്കുന്നുണ്ടെങ്കിലും തിരിഞ്ഞു നോക്കുമ്പോൾ വല്ലാത്ത ഒരു സംതൃപ്തി. ഒരു ഹ്രസ്വജീവിതം കൊണ്ടു വലുതായി എന്തൊക്കെയോ നേടിയവന്റെ സായൂജ്യം. യെരൂശലേമിന്റെ തെരുവീഥികളിൽ, കഫർന്നഹൂമിന്റെ മരുഭൂമിയിൽ, ഗലീലക്കടലിന്റെ താഴ്‌വാരങ്ങളിൽ, യോർദ്ദാന്റെ തീരങ്ങളിൽ ആഴത്തിൽ പതിഞ്ഞിട്ടുള്ള തന്റെ കാൽപ്പാടുകൾ മായിച്ചുകളയാൻ കഴിയില്ലെന്നകാര്യം തനിക്കു വ്യക്തമാണ്. ചരിത്രത്തിന്റെ താളുകളിൽ എക്കാലത്തും സ്മരിക്കപ്പെടുന്ന രക്തസാക്ഷികളുടെ പട്ടികയിൽ സ്ഥാനം പിടിക്കുക എന്നതിൽകവിഞ്ഞെന്തു നേട്ടമാണ് ഒരു പ്രവാചകന് തന്റെ ജീവിതം കൊണ്ട് നേടാനുള്ളത്. കെട്ടുപിണഞ്ഞ ചിന്തകളെ ഇഴ വിടർത്തി പരിശോധിക്കുമ്പോഴും മദ്യപിച്ചു സമനില തെറ്റിയ പട്ടാളക്കാർ ഒരു തെരുവുനായയെ എന്നപോലെ തന്നെ മർദ്ദിച്ചുകൊണ്ടിരുന്നു. താൻ ശബ്ദമുയർത്തി കരയാത്തതുകൊണ്ടും എതിർത്തൊരു ശബ്ദവും ഉരിയാടാത്തതുകൊണ്ടും ആയിരിക്കും ഇവർ ഇത്ര ക്രൂരമായി മർദ്ദനം തുടരുന്നത്.

എട്ട്

"ഈ വെള്ളം കുടിക്കുന്നവനൊരുനാളും ദാഹിക്കുകയില്ല."

"കർത്താവെ, ഞാൻ എന്റെ കണ്ണുകൾ
നിന്റെ അടുക്കലേക്ക് ഉയർത്തി; നിന്നിൽ ശരണപ്പെട്ടു
എന്റെ ആത്മാവിനെ തള്ളിക്കളയരുതെ.
എനിക്കായി കെണികൾ മറച്ചുവെച്ചിട്ടുള്ള പ്രശംസക്കാരുടെ
കൈയിൽ നിന്നും എന്നെ കാത്തു കൊള്ളേണമെ.
ഞാൻ കടന്നു പോകുമ്പോൾ അന്യായക്കാർ ഒരുമിച്ച്
അവരുടെ വലകളിൽ വീഴട്ടെ".

ഹേരോദാവിന്റെ അടുക്കലേക്കുള്ള യാത്ര വ്യർത്ഥമാണെന്ന് തനിക്കു നന്നായി അറിയാമായിരുന്നു. തന്റെ ജീവനാണ് യഹൂദന്മാർക്കാവശ്യം. അതിൽക്കുറഞ്ഞ ഒന്നുകൊണ്ടും അവർ തൃപ്തരാകാൻ പോകുന്നില്ല. ആരെയും മരണശിക്ഷയ്ക്ക് വിധിക്കാനുള്ള അവകാശം ഹേരോദാവിനില്ല. അയാൾ തന്നെ എന്തെങ്കിലും ലഘുവായ ശിക്ഷ നൽകി വിട്ടയക്കുമെന്ന കണക്കുകൂട്ടലിലായിരിക്കും പീലാത്തോസ് ഇങ്ങോട്ട് പറഞ്ഞയച്ചത്. തീരുമാനങ്ങൾ എടുക്കുന്നതിൽ മനുഷ്യർ എത്ര ദുർബ്ബലരാണ്. തികച്ചും ശരിയെന്നറിയാവുന്ന കാര്യങ്ങളിൽപോലും വ്യക്തമായ തീരുമാനങ്ങൾ എടുക്കാൻ മനുഷ്യർ മടിക്കുന്നു. എന്താണിതിനു കാരണം. സ്വന്തം തീരുമാനങ്ങളുടെ അനന്തരഫലങ്ങളെക്കുറിച്ച് മനുഷ്യർ വല്ലാത്ത ആശങ്ക പ്രകടിപ്പിക്കുന്നു. ഭവിഷ്യത്തുകൾ ദുസ്സഹങ്ങളായാൽ അന്യരുടെ മേൽ പഴിചാരി രക്ഷപ്പെടാനാണേവരും ശ്രമിക്കുന്നത്.

ഹേരോദാവ് തന്നെ കാണണം എന്നാഗ്രഹിച്ചിരുന്നു. പല തവണ ആളെവിട്ടു വിളിപ്പിച്ചിരുന്നു. രാജകൊട്ടാരങ്ങളിലെ ആധിത്യം സ്വയമെടുത്തണിയുന്ന കൈവിലങ്ങുകളാണെന്ന് അറിയാമായിരുന്നു. അതു

കൊണ്ടുതന്നെ ആ ക്ഷണം നിരസിച്ചു. കൊട്ടാരങ്ങളിലെ സുഖസൗകര്യങ്ങളെക്കാൾ തെരുവീഥികളേയും കടലോരങ്ങളേയും ഇഷ്ടപ്പെട്ടിരുന്നതന്നെയിപ്പോൾ ബന്ധനസ്ഥനായ നിലയിൽ കൊട്ടാരത്തിലേക്കാനയിക്കുന്നു.

ഒരു കൗതുക വസ്തുവിനെപ്പോലെ കൊട്ടാര ഉദ്യോഗസ്ഥന്മാർ തന്നെ വീക്ഷിക്കുന്നു. ഹേരോദാവ് പോലും ഒരു വിചിത്ര കാഴ്ചയെന്നപോലെ നോക്കിക്കാണുന്നു. താനൊരു ഇന്ദ്രജാലക്കാരനാണെന്നാണ് പലരുടെയും ധാരണ. രാജാവിനും ആവശ്യം തന്നിൽ നിന്നെന്തെങ്കിലും അത്ഭുതപ്രകടനമാണ്. നസ്രേത്തിലെ യേശു ഒരു മാന്ത്രികനാണെന്ന് മറ്റു പലരേയും പോലെ ഹേരോദാവും കരുതുന്നു. ഹേരോദാവിന്റെ ചോദ്യങ്ങൾക്കൊന്നും മറുപടി പറഞ്ഞില്ല. ആവർത്തിതമായ മൗനം രാജസദസ്സിൽ തന്നെ പരിഹാസപാത്രമാക്കുകയായിരുന്നു. ഫെലിസ്ത്യരുടെ കൈയ്യിൽ അകപ്പെട്ട ശിംശോനെപ്പോലെ ഈ പരിഹാസികളുടെ മുമ്പിൽ താൻ നിസ്സഹായനായിപ്പോകുന്നു. തന്റെ മന്ത്രശക്തിയെല്ലാം കൈവിട്ടു പോയെന്നും അതുകൊണ്ടാണ് തനിക്കീപരിഹാസങ്ങൾ ഏൽക്കേണ്ടി വന്നതുമെന്നാണ് ചിലരെങ്കിലും ധരിക്കുന്നത്. നസ്രേത്തിലെ യേശു ലോകത്തിനു പുതിയ ഉപദേശങ്ങൾ നൽകുവാൻ വന്നതാണെന്ന കാര്യം ആരും മനസ്സിലാക്കുന്നില്ല. അവർക്കെല്ലാം താൻ കേവലം ഒരു മന്ത്രവാദിമാത്രമാണ്. മരിച്ചവരെ ജീവിപ്പിക്കുന്നവൻ, കുരുടർക്ക് കാഴ്ച കൊടുക്കുന്നവൻ, മുടന്തരെ സുഖപ്പെടുത്തുന്നവൻ ഇതൊക്കെയാണ് തന്നെക്കുറിച്ചുള്ള ജനത്തിന്റെ ധാരണകൾ. എന്തെന്തു കഥകളാണ് തന്നെക്കുറിച്ചു ജനങ്ങൾക്കിടയിൽ പ്രചരിക്കുന്നത്.

കഫർന്നഹൂമിലെ ചന്തസ്ഥലത്ത്, ഗലീലയിലെ കടലോരങ്ങളിൽ, സീനായ്മലയുടെ താഴ്‌വാരങ്ങളിൽ, ചുറ്റും കൂടിയ ജനങ്ങളോട് താനെന്തൊക്കെ ഉപദേശിച്ചു. അതൊന്നും ഈ ജനങ്ങൾ ഓർമ്മിക്കുന്നില്ലെന്നുവരുമോ? എല്ലാ ഉപദേശങ്ങളും അതിവേഗം വിസ്മരിക്കപ്പെടുന്നു. മോശമുതൽ യോഹന്നാൻ വരെ എത്രയോ നീണ്ട ഒരു പ്രവാചകപരമ്പര പ്രബോധനത്തിന്റെ വിത്തുകൾ ഇസ്രായേലെന്ന മുന്തിരിത്തോപ്പിൽ വിതച്ചിരിക്കുന്നു. അവയിൽ വേരു പിടിച്ചവ എത്ര തുച്ഛം. അധികവും പാറപ്പുറത്തുവീണ വിത്തുപോലെയോ പീലാത്തോസിനൊരു കുറിപ്പും കൊടുത്തയച്ചിരുന്നു. ഏതോ നിസ്സാരകാര്യത്തിനു തമ്മിൽ പിണങ്ങിക്കഴിയുകയായിരുന്നു ഹേരോദാവും പീലാത്തോസും. ഈ സംഭവത്തോടെ അവർ വീണ്ടും സുഹൃത്തുക്കളായി. വഴിയോരങ്ങളിലെ കരുവേലകവൃക്ഷങ്ങളുടെ തണലിൽ അൽപ്പം വിശ്രമിക്കാൻ കൊതി തോന്നി. മദ്യപിച്ചു ലക്കുകെട്ട പട്ടാളക്കാർ അതിനു സമ്മതിക്കുമെന്നു തോന്നുന്നില്ല. അവർ ഹോമയാഗത്തിനു കൊണ്ടുപോകുന്ന ഒരു ആട്ടുകൊറ്റനെയെന്നപോലെ തന്നെ വലിച്ചിഴയ്ക്കുകയാണ്. ചുറ്റുപാടുകളിലേക്ക് കണ്ണോടിച്ചു. പരിചയമുള്ള പരിസരങ്ങൾ. ഈ പരിസരങ്ങളിലെ മണൽത്തരികൾക്കുപോലും തന്റെ പാദചലനം പരിചിതമാണ്. ഒരു

വിചിത്രകാഴ്ച കാണാനെന്നപോലെ ആളുകൾ ഓടിവന്ന് എത്തിനോക്കുന്നു.

അന്നൊരിക്കൽ ഇതേ വഴിയെ ശിഷ്യന്മാരുമായി നടന്നുപോകുമ്പോഴാണ് യോഹന്നാൻ സ്നാപകൻ വിളിച്ചു പറഞ്ഞത്. "ഇതാ ദൈവത്തിന്റെ കുഞ്ഞാട്" അതൊരു പ്രവാചക ശബ്ദം തന്നെയായിരുന്നു. ഈ ലോകത്തിന്റെ ദുഃഖഭാരം മുഴുവൻ ഏറ്റുവാങ്ങുവാൻ തനിക്കു കഴിഞ്ഞിരുന്നെങ്കിൽ; മനുഷ്യന്റെ പാപത്തിനുവേണ്ടി അറുക്കപ്പെടുന്ന ഒരു കുഞ്ഞാടായി മാറിയിരുന്നെങ്കിൽ, ഇനിമേൽ ലോകത്ത് പാപപരിഹാരബലികൾ ആവർത്തിക്കപ്പെടാതിരുന്നെങ്കിൽ!

കത്തിജ്ജ്വലിക്കുന്ന മദ്ധ്യാഹ്നസൂര്യന്റെ പ്രഭയിൽ യെരുശലേം ദേവാലയത്തിന്റെ താഴികക്കുടം വെട്ടിത്തിളങ്ങുന്നു. ചെറുപ്പം മുതൽ ജീവിതത്തിൽ സ്വാധീനം ചെലുത്തിയ ഒരു ശക്തികേന്ദ്രമായിരുന്നു ശലോമോൻ പണികഴിപ്പിച്ച ആ മനോഹരദേവാലയം. യഹൂദസംസ്കാരത്തിന്റെ സിരാകേന്ദ്രമായ ആ ദേവാലയത്തെ ചുറ്റിപ്പറ്റിയാണ് തന്റെ ആശയങ്ങൾ പൂവണിഞ്ഞത്. "നിന്റെ ആലയത്തെക്കുറിച്ചുള്ള എരിവ് എന്നെ തിന്നുകളയുന്നുവെന്ന് തിരുവെഴുത്തു തന്നെ സംബന്ധിച്ചിടത്തോളം അർത്ഥവത്തായിരുന്നു. ദേവാലയത്തിൽ നടമാടിയിരുന്ന അഴിമതികൾ ശിശുപ്രായത്തിൽ തന്നെ വല്ലാതെ അസ്വസ്ഥനാക്കിയിരുന്നു. അവസരം കിട്ടിയാൽ ഇതിനൊരറുതി വരുത്തണമെന്ന് അന്ന് മനസ്സിൽ പ്രതിജ്ഞയെടുത്തതാണ്. തലേവർഷത്തെ പെസഹാപെരുന്നാളിന് തന്റെ ആശയങ്ങൾ പ്രാവർത്തികമാക്കാൻ ഒരു വിഫലശ്രമം നടത്തി നോക്കിയിരുന്നു. ആ സംഭവം സ്മരണയിൽ തെളിയുന്നു. കയറുകൊണ്ട് ഒരു ചമ്മട്ടിയുണ്ടാക്കി കൈയ്യിൽ കരുതി. ദേവാലയത്തിൽ കാള, ആട്, പ്രാവ് ഇവയെ വിൽക്കുന്നവരേയും, സ്വർണ്ണനാണയങ്ങൾ മാറി കൊടുക്കാനിരിക്കുന്നവരെയും അടിച്ചോടിച്ചു. ആടുമാടുകളെ കെട്ടഴിച്ചുവിട്ടു. അവയെ അറുത്തു ബലിയർപ്പിക്കാൻ സജ്ജമാക്കിയിരുന്ന യാഗപീഠങ്ങൾ മറിച്ചിട്ടു. സ്വർണ്ണനാണയങ്ങൾ ദേവാലയത്തിൽ ചിതറിക്കിടന്നു. പുറത്തു തമ്പടിച്ചിരുന്ന ഭിക്ഷക്കാരുടെ കൂട്ടം അകത്തുകയറി ആർത്തിയോടെ അവ വാരിയെടുത്തു. യഥാർത്ഥത്തിൽ എന്തൊക്കെയാണ് സംഭവിച്ചതെന്നറിയാതെ അങ്ങോട്ടോടിയെത്തിയ ചില പുരോഹിതപ്രമാണിമാർക്ക് കിട്ടി ഒന്നു രണ്ടു ചമ്മട്ടിപ്രഹരം. ആരും എതിർത്തു നിന്നില്ല. അത്ഭുതം തോന്നി. "എന്റെ ആലയം പ്രാർത്ഥനാലയം എന്നു വിളിക്കപ്പെടും. നിങ്ങളോ ഇതിനെ കള്ളന്മാരുടെ ഗുഹയാക്കുന്നു." കത്തിക്കാളുന്ന ധാർമ്മികരോഷത്തോടെ വിളിച്ചു പറഞ്ഞപ്പോൾ താൻ ചെയ്തത് തികച്ചും ശരിയാണെന്ന് അവിടെ കൂടിയിരുന്ന ജനങ്ങൾക്കു തോന്നിയിരിക്കണം. ജനങ്ങൾ മുഴുവൻ തന്റെ പിന്നിലുണ്ടാവുമെന്ന ഭയം കൊണ്ടുമാത്രമായിരിക്കണം അന്നവർ തന്നെ വെറുതെവിട്ടത്.

സത്യത്തിൽ ആരുടേയും പിൻബലം കണ്ടുകൊണ്ടായിരുന്നില്ല ഇതൊന്നും ചെയ്തത്. തനിക്കെന്തുസംഭവിക്കും എന്ന ഉൽക്കണ്ഠ ഒരി

ക്കലും അലട്ടിയിരുന്നില്ല. അവർ തന്നെ വളഞ്ഞു പിടിച്ചു. തടഞ്ഞു വച്ചു ചോദ്യം ചെയ്തു. "നീ എന്തധികാരം കൊണ്ട് ഇങ്ങനെയൊക്കെ ചെയ്യുന്നു". "സ്വർഗ്ഗസ്ഥനായ എന്റെ പിതാവിൽ നിന്നു ലഭിച്ച അധികാരം" എന്നായിരുന്നു മറുപടി. അതു തെളിയിക്കാൻ ഒരടയാളം കാണിച്ചു തരാമോ എന്നായി ചോദ്യം. "ഈ മന്ദിരം പൊളിപ്പിൻ, ഞാൻ അടുത്ത മൂന്നു ദിവസത്തിനകം അതിനെ പണിയാം" മറുപടി കേട്ട് അവർ ചിരിച്ചു. ഈ മന്ദിരം നാല്പത്തിയാറു സംവത്സരംകൊണ്ടു പണിതിരിക്കുന്ന നീ അതിനെ മൂന്നു ദിവസംകൊണ്ടു പണിയും പോലും". അവർ അന്യോന്യം നോക്കി തന്റെ നേരെ പരിഹാസവാക്കുകൾ ഉതിർത്തു.

തന്റെ വാക്കുകളുടെ അർത്ഥം അവർ ഗ്രഹിച്ചില്ലെന്നു വ്യക്തം. നാലായിരം സംവത്സരംകൊണ്ടു പണിതെടുത്ത മന്ദിരമാണ് ഇസ്രായേലിന്റെ സംസ്കാരം. പഴയമയുടെ ജീർണ്ണതകൾ വികൃതമാക്കിയ ഈ മന്ദിരം പൊളിച്ചെടുക്കാൻ കഴിഞ്ഞാൽ അതിന്റെ അവശിഷ്ടങ്ങളിൽ നിന്ന് മൂന്നു ദിവസം കൊണ്ട് ഒരു പുതിയ സംസ്കാരം പണിയാൻ കഴിയുമെന്നാണ് താനർത്ഥമാക്കിയത്. തച്ചനായ ജോസഫിന്റെ പുത്രൻ യഥാർത്ഥത്തിൽ ഇങ്ങനെയൊരു മന്ദിരം പണിയിലാണ് വ്യാപരിച്ചിരുന്നത്. തന്റെ ഭാവനയിലെ ആ മന്ദിരത്തിന്റെ പണി താൻ തുടങ്ങിക്കഴിഞ്ഞിരുന്നു. അതു പൂർത്തിയാക്കാൻ അവർ തന്നെ അനുവദിക്കില്ല. തന്റെ പിൻതലമുറ ആ ജോലി പൂർത്തിയാക്കുമെന്ന പ്രത്യാശയൊന്നു മാത്രമാണ് മനസ്സിനു കരുത്തു നൽകുന്നത്.

തന്റെ ഭാഷ ഈ ജനങ്ങൾക്കു മനസ്സിലായിട്ടില്ല എന്നു തോന്നുന്നു. ഇവർക്കുമനസ്സിലാകുന്ന ഭാഷയിൽ ഇവരോട് സംസാരിക്കുവാൻ പരമാവധി ശ്രമിച്ചിട്ടുണ്ട്. എന്നിട്ടും ചിലരത് മനസ്സിലാക്കുന്നില്ല. പരീശനായ നിക്കോദമസിനു പോലും വീണ്ടും ജനനം എന്ന തന്റെ ആശയം പിടികിട്ടിയില്ലല്ലോ? മനുഷ്യമനസ്സിന് പകർന്നു കാണിക്കാൻ ഭാഷയൊരുപാധി മാത്രമാണ്. പലപ്പോഴും ഈ ലക്ഷ്യത്തിൽ ഭാഷ പരാജയപ്പെടുന്നു എന്നതല്ലേ സത്യം?

നിക്കോദമസ് ആദ്യമായി കാണാൻ വന്ന ആ സംഭവം ഓർമ്മയിൽ ഓടിയെത്തുന്നു. അന്നൊരു രാത്രി അയാൾ തന്റെ താമസസ്ഥലത്തെത്തി. സംശയങ്ങൾ ഇരുട്ടുപരത്തിയ ആ മനസ്സിൽ നിന്നു അന്വേഷണപരമായ ഒരുപാടു ചോദ്യങ്ങൾ പുറത്തു വന്നു. അയാൾ പറഞ്ഞു. "റബ്ബി നീ ദൈവത്തിന്റെ അടുക്കൽ നിന്ന് ഉപദേഷ്ടാവായി വന്നിരിക്കുന്നു, എന്ന് ഞങ്ങൾ അറിയുന്നു. ദൈവം നിന്നോടു കൂടിയില്ലെങ്കിൽ നീ ചെയ്യുന്ന ഈ അടയാളങ്ങൾ ചെയ്‌വാൻ ആർക്കും കഴിയില്ല". മുഖസ്തുതിയുടെ ആവരണമണിഞ്ഞ ആ വാക്കുകൾക്കന്നു പറഞ്ഞ മറുപടി ഓർമ്മിക്കുന്നു. "ആമേൻ, ആമേൻ ഞാൻ നിന്നോടു പറയുന്നു. പുതുതായി ജനിച്ചില്ല എങ്കിൽ ദൈവരാജ്യം കാണാൻ ആർക്കും കഴിയില്ല". "മനുഷ്യൻ വൃദ്ധനായശേഷം ജനിക്കുന്നതെങ്ങനെ? എന്നായിരുന്നു അയാളുടെ മറുചോദ്യം "ആമേൻ, ആമേൻ ഞാൻ നിന്നോടു പറ

യുന്നു". വെള്ളത്തിനാലും ആത്മാവിനാലും ജനിച്ചില്ലയെങ്കിൽ ദൈവ രാജ്യത്തിൽ കടപ്പാൻ ആർക്കും കഴിയുകയില്ല ജഡത്താൽ ജനിച്ചത് ജഡവും ആത്മാവിനാൽ ജനിച്ചത് ആത്മാവും ആകുന്നു. പുതുതായി ജനിക്കേണം എന്നു ഞാൻ നിന്നോടു പറകയാൽ ആശ്ചര്യപ്പെടരുത്. കാറ്റ് ഇഷ്ടമുള്ളിടത്ത് ഊതുന്ന അതിന്റെ ശബ്ദം നീ കേൾക്കുന്നു. എങ്കിലും അത് എവിടെ നിന്നുവരുന്നു എന്നും എവിടേക്കു പോകുന്നു എന്നും അറിയുന്നില്ല. ആത്മാവിനാൽ ജനിച്ചവൻ എല്ലാം അതുപോലെ യാകുന്നു". തന്റെ വിശദീകരണം അയാളെ തൃപ്തിപ്പെടുത്തിയോ എന്തോ?

ഇന്നലെയുടെ ഏടുകളിൽ മായാതെ കിടക്കുന്ന ഒട്ടേറെ ചിത്രങ്ങൾ കൺമുമ്പിൽ തെളിയുന്നു. ഭൂതകാലം ഏതൊരു വ്യക്തിക്കും ഒരാർജ്ജിത സമ്പത്താണ്. ഇതിനെ അഭിമുഖീകരിക്കാനും നാളയെ തന്റേടത്തോടെ നേരിടാനും മനുഷ്യന് കരുത്തു നൽകുന്നത് അവന്റെ ഇന്നലെകൾ ആണ്.

തിരിഞ്ഞു നോക്കിയപ്പോൾ തൊട്ടു പുറകെ കരഞ്ഞു നെടുവീർപ്പി ടുന്ന ഒരു സംഘം സ്ത്രീകൾ. അവർ തന്റെ ശിഷ്യഗണത്തിൽപ്പെട്ടവ രാണ്. മൂടുപടം കൊണ്ടു മുഖം മറച്ചിരുന്നതിനാൽ എല്ലാവരേയും തിരി ച്ചറിയാൻ കഴിഞ്ഞില്ല. ഉച്ചത്തിൽ നെടുവീർപ്പിടുന്ന ആ സ്ത്രീയെ വീണ്ടും നോക്കിയപ്പോൾ വേഗം തിരിച്ചറിഞ്ഞു. വല്ലപ്പോഴുമൊക്കെ തന്നെ സന്ദർശിക്കാൻ വരാറുള്ള ആ ശമര്യക്കാരി സ്ത്രീ. അവളെ ആദ്യം കണ്ടു മുട്ടിയ സംഭവം മനസ്സിൽ തെളിഞ്ഞുവന്നു.

യഹൂദ്യായിൽ നിന്ന് ഗലീലയ്ക്കുള്ള യാത്രാമദ്ധ്യേയാണ് യാദൃ ശ്ചികമായി അവളെ പരിചയപ്പെട്ടത്. സുഖാർ എന്ന ശമര്യാ പട്ടണത്തി ലൂടെ ഒറ്റയ്ക്കു യാത്ര ചെയ്യുകയായിരുന്നു. ശിഷ്യന്മാരിൽ ചിലർ ഗലീ ലക്കടലിൽ മീൻ പിടിക്കുവാനും ചിലർ ധാന്യം വാങ്ങിക്കുവാനും പോയി രിക്കുകയായിരുന്നു. അവിടെയാണ് പ്രസിദ്ധമായ യാക്കോബിന്റെ കിണർ. യാക്കോബ് തന്റെ പുത്രനായ ജോസഫിനു കൊടുത്ത നിലത്താണ് ആ കിണർ. ഒരു വേനൽക്കാലത്തും വറ്റാത്ത ആ നീരുറവയിൽ നിന്നു ജല മെടുക്കാൻ വളരെ ദൂരെ നിന്നുപോലും ശമര്യാസ്ത്രീകൾ വന്നിരുന്നു. യാത്രാക്ഷീണവും, ദാഹവും കിണറിന്നരികിൽ അല്പം വിശ്രമിക്കാൻ പ്രേരിപ്പിച്ചു. അപ്പോഴാണ് ഈ സ്ത്രീ പാത്രവുമായി വെള്ളം കോരാൻ വന്നത്. അവൾ വെള്ളം കോരിക്കഴിഞ്ഞപ്പോൾ താൻ ചോദിച്ചു. "എനിക്കു ദാഹിക്കുന്നു. അല്പം വെള്ളം". ചോദ്യം അവളിൽ ആശ്ചര്യമുണ്ടാക്കി. വസ്ത്രധാരണത്തിൽ നിന്നും ഒരു യഹൂദനാണെന്ന കാര്യം അവൾ ധരി ച്ചിരിക്കുന്നു. "നീ യഹൂദൻ അല്ലെ?. യഹൂദർക്കും ശമര്യർക്കും തമ്മിൽ സമ്പർക്കം പാടില്ലെന്ന കാര്യം നിനക്കറിയില്ലേ"? അവളുടെ ചോദ്യം.

യഹൂദരും ശമര്യരും തമ്മിലുള്ള ശത്രുതയ്ക്ക് നൂറ്റാണ്ടുകളുടെ പഴക്കമുണ്ട്. താൻ പഠിച്ച ചരിത്രത്തിന്റെ പാഠങ്ങൾ ഇതേക്കുറിച്ച് വിശ ദമായി പരാമർശിക്കുന്നുണ്ട്. ഏഴുനൂറ്റാണ്ടുകൾക്കപ്പുറം അശ്ശൂർ രാജാ

വായ സർഗ്ഗോൻ ശമര്യാദേശത്തേക്ക് അടിമകളായി പിടിച്ചുകൊണ്ടു പോയ യിസ്രായേല്യർക്കു പകരം അശ്ശൂർ രാജ്യത്തു നിന്നും കുടിയേറി പ്പാർത്ത വിദേശികളുടെ സന്തതിപരമ്പരയാണ് ഇപ്പോഴത്തെ ശമര്യർ. ഇവർ തങ്ങളുടെ പിതൃഭൂമിയായിരുന്ന അശ്ശൂർദേശത്താരാധിച്ചിരുന്നതു പോലെ അവരുടെ പഴയദേവതകളെത്തന്നെ ശമര്യായിലും ആരാധിച്ചു പോന്നു. എന്നാൽ ഇവർക്കു പല കഷ്ടതകൾ നേരിട്ടപ്പോൾ യഹോവ യാണ് കനാൻ ദേശത്തിലെ പരദേവതയെന്ന വിശ്വാസം ദൃഢമായി. പ്രവാ സത്തിൽ നിന്നുതിരികെ കൊണ്ടുവരപ്പെട്ട ഒരു പുരോഹിതന്റെ ഉപദേ ശപ്രകാരം യഹോവയെത്തന്നെ ആരാധിച്ചു തുടങ്ങി. ഇവർ ഇതിനായി പുരോഹിതന്മാരേയും നിയമിച്ചു. തങ്ങളുടെ ദൈവത്തെ അന്യദേശക്കാർ ആരാധിക്കുന്നത് യഹൂദന്മാർക്കു തീരെ ഇഷ്ടപ്പെട്ടില്ല. യഹൂദർക്കു ശമ ര്യരോടുള്ള ശത്രുത അവിടം മുതൽ തുടങ്ങുന്നു. ശമര്യർ ഒട്ടും വിട്ടു കൊടുത്തില്ല. അവർ ഗരസിംമലയിൽ യെരുശലേം ദേവാലയത്തോട് കിട പിടിക്കുന്ന ഒരു വലിയ ദേവാലയം പണികഴിപ്പിച്ചു. ഇരുകൂട്ടരും ഒരേ ദൈവത്തെത്തന്നെ ആരാധിച്ചു. ഒരേ ഭാഷ തന്നെ സംസാരിച്ചു. എങ്കിലും ശമര്യരെ യഹൂദന്മാരോളം കുലീനന്മാരായി കരുതിയിരുന്നില്ല. അവർ ഒരുമിച്ചു പന്തിഭോജനം നടത്തുകയോ വിവാഹബന്ധത്തിൽ ഏർപ്പെടു കയോ ചെയ്തിരുന്നില്ല.

ബാല്യം മുതൽ ഉച്ചനീചത്വങ്ങളെ എതിർത്തു വന്നിരുന്ന തനിക്കു ഇതിന്റെ പൊരുൾ തീരെ മനസ്സിലായിരുന്നില്ല. പല യഹൂദ ശാസ്ത്രിമാ രുമായി ഇതെക്കുറിച്ച് വാഗ്വാദം നടത്തിയിട്ടുണ്ട്. ആ സ്ത്രീയോടു പറഞ്ഞു. "ദൈവത്തിന്റെ ദാനവും, നിന്നോടു കുടിപ്പാൻ ചോദിക്കുന്ന വൻ ആരെന്നും അറിഞ്ഞിരുന്നുവെങ്കിൽ നീ അവനോടു ചോദിക്കുകയും, അവന്റെ ജീവനുള്ള വെള്ളം നിനക്കു തരികയും ചെയ്യുമായിരുന്നു". അവളുടെ മറുപടി "യജമാനനേ, നിനക്കു കോരുവാൻ പാത്രമില്ലല്ലോ.......? കിണർ ആഴമുള്ളതാകുന്നു. പിന്നെ ജീവനുള്ള വെള്ളം നിനക്കെവിടെ നിന്നു കിട്ടും......? നമ്മുടെ പിതാവായ യാക്കോബിനേക്കാൾ നീ വലിയ വനോ? അവനാകുന്നു ഈ കിണർ ഞങ്ങൾക്കു തന്നത് അവനും അവന്റെ മക്കളും, മൃഗങ്ങളും ഇതിലെ വെള്ളം കുടിച്ചുപോന്നു". താനൊന്നു പുഞ്ചിരിച്ചിട്ട് മറുപടി പറഞ്ഞു. "ഈ വെള്ളം കുടിക്കുന്നവ നെല്ലാം ദാഹിക്കും. ഞാൻ കൊടുക്കുന്ന വെള്ളം കുടിക്കുന്നവന് ഒരു നാളും ദാഹിക്കുകയില്ല. ഞാൻ കൊടുക്കുന്ന വെള്ളം അവനിൽ നിത്യ ജീവങ്കലേക്ക് പൊങ്ങിവരുന്ന നീരുറവയായിത്തീരും". തന്റെ വാക്കുകൾ അവളെ വല്ലാതെ പ്രലോഭിപ്പിച്ചു എന്നു തോന്നുന്നു. അവൾ തൽക്ഷണം മറുപടി പറഞ്ഞു. "യജമാനനേ, എനിക്കു ദാഹിക്കാതെയും, ഞാൻ കോരു വാൻ ഇവിടുത്തോളം വരാതെയുമിരിക്കേണ്ടതിന് ആ വെള്ളം എനിക്കു തരേണം" താനവളുടെ മുഖത്തു സൂക്ഷിച്ചു നോക്കി. ആ കണ്ണുകളിലെ അസ്വസ്ഥത തനിക്കു വായിക്കുവാൻ കഴിയുമായിരുന്നു. അവളുടെ ഹൃദ യരഹസ്യങ്ങൾ ആ മുഖത്ത് എഴുതിവച്ചിരിക്കുന്നതായി തോന്നി. താൻ

പറഞ്ഞു. "നീ പോയി നിന്റെ ഭർത്താവിനെ വിളിച്ചുകൊണ്ടു വരിക". "എനിക്ക് ഭർത്താവില്ല" അവളുടെ മറുപടി "എനിക്കു ഭർത്താവില്ലെന്നു നീ പറഞ്ഞത് ശരി, അഞ്ചു ഭർത്താക്കന്മാർ നിനക്കുണ്ടായിരുന്നു. ഇപ്പോൾ ഉള്ളവനോ ഭർത്താവല്ല". ഈ വാക്കുകൾ അവളിൽ ഞെട്ടലുണ്ടാക്കി. അവൾ തന്നെ നമസ്കരിച്ചുകൊണ്ട് പറഞ്ഞു. "യജമാനനേ, നീ പ്രവാചകൻ എന്നു ഞാൻ കാണുന്നു. ഞങ്ങളുടെ പിതാക്കന്മാർ ഈ മലയിൽ വന്നു നമസ്കരിച്ചുവന്നു. നമസ്കരിക്കേണ്ട സ്ഥലം യെരുശലേമിൽ ആകുന്നു എന്ന് നിങ്ങൾ പറയുന്നു". "സ്ത്രീയേ എന്റെ വാക്കു വിശ്വസിക്ക, നിങ്ങൾ പിതാവിനെ നമസ്കരിക്കേണ്ടത് ഈ മലയിലും അല്ല, യെരുശലേമിലും അല്ല എന്നുള്ള നാഴിക വരുന്നു. നിങ്ങൾ അറിയാത്തതിനെ നമസ്കരിക്കുന്നു. ഞങ്ങളോ അറിയുന്നതിനെ നമസ്കരിക്കുന്നു. രക്ഷ യഹൂദന്മാരുടെ ഇടയിൽ നിന്നല്ലോ വരുന്നത് സത്യവിശ്വാസികൾ പിതാവിനെ ആത്മാവിലും സത്യത്തിലും നമസ്കരിക്കേണ്ടിയിരിക്കുന്നു. ഇപ്പോൾത്തന്നെ ആ നാഴിക വന്നുമിരിക്കുന്നു. തന്നെ നമസ്കരിക്കുന്നവർ ഇങ്ങനെയുള്ളവർ ആയിരിക്കണം എന്ന് പിതാവ് ഇച്ഛിക്കുന്നു. ദൈവം ആത്മാവാകുന്നു. അവനെ നമസ്കരിക്കുന്നവർ ആത്മാവിലും സത്യത്തിലും നമസ്കരിക്കേണം". തന്റെ ഭാഷണത്തിന്റെ അന്ത്യത്തിൽ അവൾ പ്രതികരിച്ചു. "മിശിഹാ അഥവാ ക്രിസ്തുവരുന്നു എന്ന് ഞാൻ അറിയുന്നു. അവൻ വരുമ്പോൾ സകലവും അറിയിച്ചുതരും എന്നാണ് ഞങ്ങൾ വിശ്വസിക്കുന്നത്". ഈ സമയം ശിഷ്യന്മാർ തന്നെ തേടിയെത്തി. ആ സ്ത്രീ പട്ടണത്തിൽ പോയി തന്റെ അയൽവാസികളായ ഒട്ടേറെപ്പേരെ കൂട്ടികൊണ്ടു വന്നു. അന്നുമുതൽ അവരിൽ പലരും തന്റെ അനുയായികളായി മാറി. ഗലീലയിൽ ഉണ്ടായിരുന്നതിനേക്കാൾ അധികം അനുയായികളെ തനിക്ക് ശമര്യായിൽ ലഭിക്കുന്നതിന് ആ സ്ത്രീ ഒരു നിമിത്തമായി. ഒരു പ്രവാചകനും തന്റെ പിതൃദേശത്ത് ബഹുമാനിക്കപ്പെടാറില്ലല്ലോ.

താൻ ശത്രുക്കളുടെ പിടിയിൽ അകപ്പെട്ടുവെന്ന വാർത്തയറിഞ്ഞ് അനേകർ ഓടിയെത്തിയിരിക്കുന്നു. സാധുമനുഷ്യർ, ഇവർക്കെന്തു ചെയ്യാൻ കഴിയും? തന്റെ ശിക്ഷാവിധിയെ തടുക്കാൻ ഇവർക്കു കഴിഞ്ഞില്ലെങ്കിലും തന്റെ ഉപദേശങ്ങളുടെ പാതയിൽ കാലുപതറാതെ സഞ്ചരിക്കുവാൻ ഇവർക്കു കഴിഞ്ഞാൽ മതിയായിരുന്നു.

ഒമ്പത്

"ഇതാ എന്റെ അസ്ഥിയിൽ നിന്നുള്ള അസ്ഥിയും എന്റെ മാംസത്തിൽ നിന്നുള്ള മാംസവും"

"എന്റെ നടപ്പുകളുടെ വഴിയിൽ അവർ എനിക്കായി കെണികൾ മറച്ചുവച്ചു. ഞാൻ വലത്തോട്ടു നോക്കി എന്നെ അറിയുന്നവൻ ഇല്ലെന്നു ഞാൻ കണ്ടു. സങ്കേതസ്ഥലം എനിക്കില്ലാതായി. എന്റെ ആത്മാവിനു വേണ്ടി വാദിക്കുന്നവനും ഇല്ല.
നീ എന്റെ ആശ്രയവും ജീവനുള്ളവരുടെ ദേശത്ത് എന്റെ ഓഹരിയുമാകുന്നു എന്നു ഞാൻ അറിയുന്നു".

വീണ്ടും പീലാത്തോസിന്റെ വിസ്താരമണ്ഡപത്തിൽ. കാര്യങ്ങൾക്കൊരു തീരുമാനവും ആകുന്നില്ല. ആൾത്തിരക്ക് വർദ്ധിച്ചുവരുന്നു. പെസഹാ പെരുന്നാളിന്റെ ഉത്സാഹത്തിമിർപ്പ് നഗരവീഥികളെ കമനീയമാക്കിയിരിക്കുന്നു. എങ്ങും യാത്രക്കാരുടെ തിക്കും തിരക്കും. നസ്രേത്തിലെ യേശു പീലാത്തോസിന്റെ മുമ്പിൽ വിസ്തരിക്കപ്പെടുന്നു. ആ വാർത്ത പലർക്കും ഒരു ഹരമായിരുന്നു. പലരും അവനേക്കുറിച്ച് കേട്ടറിവ് മാത്രമുള്ളവരായിരുന്നു. ഒന്നു കണ്ടു കളയാമെന്ന കൗതുകത്തിൽ ഓടിയെത്തിയവരാണധികംപേരും. യേശു മിശിഹായാണെന്ന് വിശ്വസിച്ചിരുന്നവരുണ്ട്. കഫർന്നഹൂമിലും ഗലീലക്കടൽത്തീരത്തും യേശുവിന്റെ പ്രസംഗങ്ങൾ കാതോർത്തു കേട്ടിരുന്നവരെങ്കിലും വ്യക്തമായ ഒരു തീരുമാനം എടുക്കാൻ അവർക്കു കഴിഞ്ഞില്ല. പോയ ശാബ്ബത്തിൽ നടന്ന വിപ്ലവകരമായ ദേവാലയ പ്രവേശനത്തിൽ അവന്റെ മുമ്പിൽ നടന്നുകൊണ്ടു വഴിയിൽ വസ്ത്രങ്ങൾ വിരിച്ചും മരക്കൊമ്പുകൾ നാട്ടിയലങ്കരിച്ചും ഓശാന പാടിയവരുണ്ട്. എല്ലാവർക്കും ഇപ്പോൾ ഒന്നേ അറിയേണ്ടു. പിലാത്തോസ് എന്തു വിധിയായിരിക്കും പ്രസ്താവിക്കുക. സാധാരണ ഇത്തരം സന്ദർഭങ്ങളിൽ ജനങ്ങളുടെ ഇച്ഛയ്ക്ക് അനുസൃത

മായി മാത്രം പെരുമാറുന്നവരാണ് ന്യായാധിപന്മാർ.

ജനങ്ങളൊന്നടങ്കം യേശുവിനെതിരാണെന്ന് പീലാത്തോസിനെ ധരിപ്പിക്കാനാണ് പുരോഹിതന്മാരുടെ പരിശ്രമം. യേശു അത് ഗ്രഹിച്ചു. പക്ഷെ അതു സത്യമല്ല. യേശു വിചാരിച്ചു. താനിപ്പോൾ ശബ്ദമുയർത്തി സംസാരിച്ചാൽ ജനങ്ങൾ തന്നോടൊപ്പം കൂടും. തനിക്കു വേണ്ടി വാദിച്ചെന്നിരിക്കും. തന്റെ നിശബ്ദതയായിരിക്കണം ഈ ജനക്കൂട്ടത്തെ സംശയാലുക്കളാക്കുന്നത്. ഈ നിശബ്ദതയെ നിസ്സഹായതയായി അവർ തെറ്റിദ്ധരിക്കുന്നു. തെറ്റിദ്ധരിക്കട്ടെ. ജനങ്ങൾ, സ്വയം അവരുടെ നായകന്മാരാകുന്നതിലാണ് തനിക്കു താൽപ്പര്യം. ഓരോരുത്തർക്കും അവരവരുടെ നായകന്മാരാകാനുള്ള ആദ്യപാഠങ്ങളാണ് ഈ കഴിഞ്ഞ കാലമത്രയും താനവർക്ക് ഉപദേശിച്ചു കൊടുത്തത്. തന്റെ ഉപദേശങ്ങളൊക്കെ വെള്ളത്തിലെ വരപോലെ നിഷ്ഫലമായിപ്പോകുമോ എന്നാണിപ്പോഴത്തെ സംശയം.

മനസ്സിനെ പുറം ലോകത്തു നിന്നു വലിച്ചെടുത്തു തന്നിൽ തന്നെ കേന്ദ്രീകരിച്ചപ്പോൾ വല്ലാത്തൊരു സുഖം തോന്നി. പൂർത്തിയാകാൻ തുടങ്ങുന്ന ഒരു നാടകത്തിലെ ദുരന്തനായകനെപ്പോലെ, അറവുകാരനെ കാത്തു ബലിപീഠത്തിൽ കെട്ടപ്പെട്ടു കിടക്കുന്ന ആട്ടുകൊറ്റനെപ്പോലെ, മരണത്തിന്റെ കാലടിയൊച്ച ശ്രദ്ധിച്ചുകൊണ്ട് നിമിഷങ്ങൾ തള്ളിനീക്കുകയാണ്. തന്റെ സുഹൃത്‌വലയത്തിൽപ്പെട്ട ആരൊക്കെ അടുത്തുണ്ടെന്നറിയാൻ ആകാംക്ഷതോന്നി. അത്യാഹിതങ്ങൾ നേരിടുമ്പോഴാണല്ലോ സുഹൃത്തുക്കളുടെ സാന്നിദ്ധ്യം ഒരാശ്വാസമായി അനുഭവപ്പെടുന്നത്. സ്നേഹിതന്മാരെ ആപത്തിൽ ഉപേക്ഷിച്ചിട്ട് തടിതപ്പുന്നവരായിരുന്നു തന്റെ സുഹൃത്തുക്കളെന്ന് ഭാവി ചരിത്രകാരന്മാർ വിധിയെഴുതിക്കളയുമോ?. ചരിത്രം അവരെ കുറ്റക്കാരെന്ന് വിധിക്കാതിരിക്കട്ടെ. പാവങ്ങൾ! അവർക്കെന്തു ചെയ്യാൻ കഴിയും. താനവരിൽ നിന്ന് ഒന്നും പ്രതീക്ഷിച്ചിരുന്നില്ല. ദേഹി ദേഹത്തെ വെടിയും വരെയും പ്രിയപ്പെട്ടവർ അടുത്തുണ്ടായിരിക്കുക എന്നത് ഏതൊരു കേവല മനുഷ്യന്റെയും ആഗ്രഹമാണ്.

ജനക്കൂട്ടത്തിൽ തത്തിക്കളിച്ച തന്റെ കണ്ണ് ശിഷ്യകളായ ഒരുപറ്റം സ്ത്രീകളിലാണ് ചെന്നു പതിച്ചത്. അവർ മിക്കവരും കരച്ചിലടക്കാൻ പാടുപെടുകയാണ്. അവരുടെ വിങ്ങിപ്പൊട്ടൽ മറ്റുള്ളവരുടെ മുമ്പിൽ അവരെ പരിഹാസപാത്രമാക്കുന്നു. ആരൊക്കെയാണ് ആ കൂട്ടത്തിൽ സ്ഥാനം പിടിച്ചിട്ടുള്ള തന്റെ സ്നേഹിതന്മാരെന്നറിയാൻ യേശു ഒരു സൂക്ഷ്മാവലോകനം നടത്തി. ലാസറിന്റെ സഹോദരി മാർത്തയും, മറിയയും, മഗ്ദലനമറിയം, യാക്കോബിന്റെയും യോഹന്നാന്റെയും അമ്മ മറിയം, തന്റെ മാതാവായ മറിയം, പേരോർമ്മിക്കാൻ കഴിയാത്ത വേറെയും കുറെ സ്ത്രീകൾ. എല്ലാവരും ഗലീലയിൽനിന്നും ബഥാന്യയിൽ നിന്നും വന്നവർ. മിക്കവരും മുഖപരിചയമുള്ളവർ. യേശു അവരെ നോക്കുന്നത് അവരുടെ ശ്രദ്ധയിൽപ്പെട്ടു. അവർ മനക്ഷോഭം വർദ്ധിപ്പി

ക്കേണ്ടെന്നു കരുതി നോട്ടം പിൻവലിച്ചു.

ഒരു പട്ടാളക്കാരൻ വന്ന് സ്ത്രീകളുടെ കൂട്ടത്തെ വരാന്തയിൽനിന്നു പുറത്തിറക്കി നിറുത്താൻ പരിശ്രമിക്കുന്നു. ആ സ്ത്രീകൾ യേശുവിന്റെ അനുയായികളാണെന്നും അവരുടെ കണ്ണുനീരും ഏങ്ങലടിയും, ന്യായാധിപന്റെ വിധിപ്രഖ്യാപനത്തിൽ സ്വാധീനം ചെലുത്തിയേക്കും എന്നും ഭയന്നിട്ടാണപ്രകാരം ചെയ്തത്. കൺവെട്ടത്തു നിന്നവർ മറഞ്ഞെങ്കിലും യേശുവിന്റെ മനസ്സ് അവരെ വട്ടമിട്ടുപറക്കുകയായിരുന്നു. യേശു വീണ്ടും വിചാരങ്ങളിൽ ആമഗ്നനായി.

സ്ത്രീയും പുരുഷനും ജീവിതത്തിന്റെ അകവും പുറവും. സ്ത്രീകൾ ചെറുപ്പം മുതൽ തന്നെ തന്റെ ശ്രദ്ധയാകർഷിച്ച ഒരു പഠന വിഷയമായിരുന്നു. യൗവനത്തിൽ കത്തിക്കാളുന്ന വികാരാഗ്നിക്കിന്ധനമാകാൻ ഒരു സ്ത്രീ വേണമെന്നേ പുരുഷനാഗ്രഹമുള്ളൂ. അതിലപ്പുറമൊന്നും സ്ത്രീ പുരുഷനിൽ നിന്നു പ്രതീക്ഷിക്കുന്നില്ലെന്നു വരുമോ....? തന്റെ ജീവിതത്തിലേക്കും ഒരു സ്ത്രീ കടന്നു വരണമെന്നു മാതാപിതാക്കൾ ആഗ്രഹിച്ചിരുന്നു. അവരുടെ ആഗ്രഹസഫലീകരണത്തിനു വേണ്ടി ഒരു സ്ത്രീയെ തന്റെ ജീവിതത്തിൽ കുറ്റിയടിച്ചു കെട്ടിയിടാൻ ഒരിക്കലും ആഗ്രഹിച്ചിരുന്നില്ല. സ്വാതന്ത്ര്യം പുരുഷനു മാത്രം പോരാ. സ്ത്രീക്കും വേണമെന്നായിരുന്നു തന്റെ അഭിപ്രായം. ദൈവം മനുഷ്യനെ ആണും പെണ്ണുമായി സൃഷ്ടിച്ചു. ദൈവവും മനുഷ്യനും തമ്മിലുള്ള ബന്ധത്തിന്റെ ആദിമാതൃകയായിട്ടായിരിക്കണം സ്ത്രീപുരുഷബന്ധത്തേയും സങ്കല്പിച്ചിരുന്നത്. ഒന്നും നേടാൻ വേണ്ടിയല്ലാതെ അന്യോന്യം സ്നേഹിക്കുകയും പടർന്നുകയറുകയും ചെയ്യുന്ന ഒരു വിചിത്രബന്ധം, അന്തിമവിശകലനത്തിൽ രണ്ടുപേർക്കും ഇതൊരു നഷ്ടക്കച്ചവടമാണ്. ഈ ബോധമാണോ വിവാഹമെന്ന പ്രലോഭനത്തിൽ നിന്ന് തന്നെ ഒഴിച്ചു നിർത്തിയത്, യേശു സ്വയം ചോദിച്ചു. അല്ലേയല്ല, വേറെ എത്രയോ കാരണങ്ങൾ. മനസ്സ് ആ കാരണങ്ങളെ വിശകലനം ചെയ്യുന്നതിൽ വ്യാപരിച്ചു.

അന്യോന്യം സ്നേഹിക്കുന്നതിനും സഹകരിക്കുന്നതിനും പകരം അന്യോന്യം ദ്വേഷിക്കുക, കീഴടക്കുക, എന്നുള്ളത് മനുഷ്യൻ ഒരു ജീവിത ശൈലിയായി രൂപാന്തരപ്പെടുത്തി. അതോടെ ജീവിതത്തിൽ നിന്ന് സ്വർഗ്ഗം അപ്രത്യക്ഷമാകുകയും സ്വർഗ്ഗത്തിനു ബദലായ നരകം എന്ന സങ്കലപം വളർന്നു വരികയും ചെയ്തു. ശക്തി കൂടിയവന്റെ അടിമയാണ് ശക്തി കുറഞ്ഞവൻ എന്ന ധാരണ പ്രബലമായി. പുരുഷൻ സ്ത്രീയെ അടിമയാക്കി മാറ്റിയത് ഈ ധാരണ പ്രാബല്യത്തിൽ വരുത്തിയല്ലെ?. തിരുവെഴുത്തുകളിൽ സ്ത്രീയെക്കുറിച്ചു നടത്തിയിരുന്ന പരാമർശങ്ങൾ പോലും പുരുഷമേധാവിത്വത്തിന്റെ വികലവീക്ഷണങ്ങളാണെന്ന കാര്യത്തിൽ തനിക്കു സംശയമില്ല.

അനീതിക്കും, അക്രമത്തിനും ഇരയായിത്തീർന്ന ഒട്ടനവധി പഴയനിയമവനിതകളുടെ ചിത്രം കൺമുമ്പിലൂടെ മിന്നി മറഞ്ഞു. മരുഭൂമിയിൽ

നിഷ്കരുണം ഉപേക്ഷിക്കപ്പെട്ട ഹാഗാർ അബ്രഹാം പിതാവിന്റെ വെപ്പാട്ടി, എന്താണ് വെപ്പാട്ടിയെന്നാൽ, ഒരു മൃഗവും അതിന്റെ ഇണയും എന്നതിൽ കവിഞ്ഞു മറ്റൊന്നുമില്ല. ചരിത്രത്തിൽ ഭാര്യയെക്കാൾ ആദ്യം പ്രത്യക്ഷപ്പെടുന്നത് വെപ്പാട്ടിയല്ലേ? വെപ്പാട്ടിയിൽനിന്നു ഭാര്യയിലേക്കുള്ള വളർച്ച മനുഷ്യചരിത്രത്തിൽ സ്ത്രീ കൈവരിച്ച ഒരു വിജയമോ, പരാജയമോ........? തീർച്ചയില്ല. ഭാര്യയും ഭർത്താവും ജീവിതത്തിന്റെ തുല്യ പങ്കാളികൾ എന്ന സങ്കൽപ്പം പഴയ നിയമസമൂഹത്തിന് അന്യമായിരുന്നു. ഭാര്യ ഭരിക്കപ്പെടേണ്ടവളും ഭർത്താവ് ഭരിക്കുന്നവനുമായിരുന്നു. അടിച്ചമർത്തപ്പെട്ട സ്ത്രീത്വം പലപ്പോഴും സടകുടഞ്ഞെഴുന്നേറ്റതിന്റെ ചരിത്രവും അപൂർവ്വമായെങ്കിലും ഇസ്രായേലിന്റെ ചരിത്രത്തിൽ കാണാം. ന്യായാധിപന്മാരുടെ പുസ്തകത്തിൽ പരാമർശിക്കപ്പെട്ടിരുന്ന ദെബോര എന്ന പ്രവാചക, ലപ്പിദോത്തിന്റെ ഭാര്യ! സമർത്ഥയായ ഒരു പ്രവാചകയായിരുന്നു. പ്രവാചകനായ ശമുവേലിന്റെ മാതാവ് ഹന്ന അന്നറിയപ്പെടുന്ന ഒരു കവിയത്രിയായിരുന്നു. ഇവയൊക്കെ കേവലം അപവാദങ്ങൾ മാത്രം. സ്ത്രീകൾ എന്നും പുരുഷന്റെ ചവിട്ടിമെതിക്കലിന് വിധേയരായിക്കൊണ്ടിരുന്നു. സപത്നിമാരോടു മുഷിഞ്ഞതിന്റെ പേരിൽ, പുരുഷൻ ആഗ്രഹിക്കുന്ന സന്താനങ്ങളെ പ്രസവിക്കാത്തതിന്റെ പേരിൽ, വന്ധ്യയായതിന്റെപേരിൽ, ആദ്യരാത്രിയിൽ കന്യാചർമ്മം മുറിഞ്ഞ് രക്തം കിടക്കയിൽ കാണാത്തതിന്റെ പേരിൽ എന്തിനും ഏതിനും ചവിട്ടിമെതിക്കൽ തന്നെ.

പുരുഷന്റെ സ്വാർത്ഥത അവളുടെ ചാരിത്ര്യത്തെ പർദ്ദയിട്ടുമൂടി. അറിവിന്റെ കനികൾ അവൾക്കു വിലക്കി. ലോകത്തിന്റെ നിത്യശാപത്തിന്റെ കാരണക്കാരിയായി അവൾ ചിത്രീകരിക്കപ്പെട്ടു. ജീവിതത്തിന്റെ കഷ്ടപ്പാടുകളും ത്യാഗങ്ങളും ഏറ്റുവാങ്ങുന്ന അവളുടെ ത്യാഗത്തെ കവികൾ പ്രകീർത്തിച്ചു. ശലോമോൻ എഴുതി, "സാമർത്ഥ്യമുള്ള ഭാര്യയെ ആർക്കു കിട്ടും? അവളുടെ വില മുത്തുകളിലും ഏറും. ഭർത്താവിന്റെ ഹൃദയം അവളെ വിശ്വസിക്കും. അവന്റെ ലാഭത്തിന് ഒരു കുറവുമില്ല. അവൾ തന്റെ ആയുഷ്ക്കാലമൊക്കെയും അവന് തിന്മയല്ല നന്മ തന്നെ ചെയ്യുന്നു. അവൾ ആട്ടിൻരോമവും ചണവും സമ്പാദിച്ചു താത്പര്യത്തോടെ കൈകൊണ്ട് വേല ചെയ്യുന്നു. അവൾ കച്ചവടക്കപ്പൽ പോലെയാകുന്നു. ദൂരത്തുനിന്നും ആഹാരം കൊണ്ടു വരുന്നു. അവൾ അതിരാവിലെ എഴുന്നേറ്റ് വീട്ടിലുള്ളവർക്ക് ആഹാരവും വേലക്കാരികൾക്ക് ഓഹരിയും കൊടുക്കുന്നു. തന്റെ കൈയുടെ നേട്ടം കൊണ്ട് അവൾ മുന്തിരിത്തോട്ടം ഉണ്ടാക്കുന്നു. അവൾ ബലം കൊണ്ട് അരമുറുക്കി ഭുജങ്ങളെ ശക്തീകരിക്കുകയും ചെയ്യുന്നു. ദേശത്തിലെ മൂപ്പന്മാരോട് കൂടിയിരിക്കുമ്പോൾ അവളുടെ ഭർത്താവ് പട്ടണവാതിൽക്കൽ പ്രസിദ്ധനാകുന്നു. ബലവും മഹിമയും അവളുടെ ഉടുപ്പ്, ഭാവികാലം ഓർത്ത് അവൾ പുഞ്ചിരിയിടുന്നു."

"അവൾ ജ്ഞാനത്തോടെ വായ്തുറക്കുന്നു, ഭയമുള്ള ഉപദേശം

അവളുടെ നാവിൻമേലുണ്ട്. വീട്ടുകാരുടെ പെരുമാറ്റം അവൾ സൂക്ഷിച്ചു നോക്കുന്നു. വെറുതെയിരുന്നു അഹോവൃത്തി കഴിക്കുന്നില്ല. അവളുടെ മക്കൾ എഴുന്നേറ്റ് അവളെ ഭാഗ്യവതിയെന്നു പുകഴ്ത്തും, അവളുടെ ഭർത്താവും അവളെ പ്രശംസിക്കുന്നു. അനേകം തരുണികൾ സാമർത്ഥ്യം കാണിച്ചിട്ടുണ്ട്, നീയോ അവരിലെല്ലാവരിലും ശ്രേഷ്ഠയായിരിക്കും. ലാവണ്യം വ്യാജവും, സൗന്ദര്യം വ്യർത്ഥവും ആകുന്നു."

സ്ത്രീകളെ പ്രശംസിക്കുന്നതിൽ എബ്രായരുടെ കവികളാരുംതന്നെ പിശുക്കു കാണിച്ചിട്ടില്ല. പക്ഷെ പുരുഷന് സ്ത്രീയെന്നും ഒരു കളിപ്പാട്ടമോ, പണിയായുധമോ മാത്രമായിരുന്നു. ഈ അവസ്ഥയിൽ മനം മടുത്താണ് സ്ത്രീകളുടെയും ശിശുക്കളുടെയും സാന്നിദ്ധ്യം താൻ കൂടുതലിഷ്ടപ്പെട്ടത്. ഇതിന്റെ പേരിൽ കുറേയൊക്കെ അപവാദങ്ങൾ കേൾക്കേണ്ടിവന്നിട്ടുണ്ട്.

താൻ വേശ്യകളോടും വ്യഭിചാരികളോടും അയിത്തം പാലിക്കുന്നില്ലെന്നായിരുന്നു പ്രധാന ആരോപണം. വ്യഭിചാരത്തിനെതിരെ വാതോരാതെ പ്രസംഗിച്ചിരുന്ന പുരോഹിതന്മാരും ശാസ്ത്രിമാരും പോലും രഹസ്യമായി വേശ്യാലയങ്ങൾ സന്ദർശിച്ചിരുന്നു. പുരുഷൻ യുഗങ്ങളായി സൃഷ്ടിച്ചെടുത്ത സദാചാരത്തിന്റെ ഈ നീർകുമിള ഊതിപ്പൊട്ടിക്കുവാനായിരുന്നു തന്റെ പരിശ്രമം. തന്റെ പ്രസംഗങ്ങളിൽ കൂടെക്കൂടെ ആവർത്തിച്ചിരുന്ന ആ വാചകം ഓർമ്മയിൽ ഓടിയെത്തുന്നു. വ്യഭിചാരം ചെയ്യരുത് എന്ന് അരുളിച്ചെയ്തത് നിങ്ങൾ കേട്ടിട്ടുണ്ടല്ലോ. ഞാനോ നിങ്ങളോടു പറയുന്നത് സ്ത്രീയെ മോഹിക്കേണ്ടതിന് അവളെ നോക്കുന്നവരെല്ലാം ഹൃദയംകൊണ്ട് അവളോട് വ്യഭിചാരം ചെയ്തുപോയി. "കാമം കത്തിക്കാളുന്ന കണ്ണുകളോടെ സ്ത്രീയെ നോക്കുന്ന പുരുഷൻ അവളറിയാതെ മനസ്സുകൊണ്ട് അവളെ ബലാൽസംഗത്തിനിരയാക്കുന്നു".

ഇത്തരം പ്രസംഗങ്ങൾ പ്രതീക്ഷിക്കാത്ത പ്രതികരണങ്ങളാണ് കേൾവിക്കാരിലുണ്ടാക്കിയത്. തന്റെ ചില ശിഷ്യന്മാർ പോലും തനിക്കെതിരെ മുറുമുറുത്ത സന്ദർഭങ്ങളുണ്ടായിട്ടുണ്ട്. അപവാദത്തിന്റെ മലവെള്ളപ്പാച്ചലിന് വഴിയൊരുക്കിയ ശെമവോന്റെ വീട്ടിലെ വിരുന്നു പെട്ടെന്നോർമ്മയിൽ വന്നു. ശെമവോൻ പരീശന്മാരിൽ ഒരുവനായിരുന്നു. സാമാന്യം നല്ല ധനാഢ്യൻ. പരീശരിൽ ഒരു വിഭാഗത്തിന് തന്റെ പഠിപ്പിക്കലുകളോടെ അനുഭാവം ഉള്ളതായി ഒരു ശ്രുതി തന്റെ കാതിലും എത്തിയിരുന്നു. അവരിൽ ചിലർ തന്റെ ശിഷ്യത്വം ആഗ്രഹിക്കുന്നതായും ചിലർ തന്നെ യിസ്രായേലിന്റെ രാജാവായി അഭിഷേകം ചെയ്യാൻ ആഗ്രഹിക്കുന്നതായും യോഹന്നാൻ പലതവണ സൂചിപ്പിച്ചിരുന്നു. ഒരു പുഞ്ചിരി മാത്രമായിരുന്നു തന്റെ പ്രതികരണം. അങ്ങനെയിരിക്കവെയാണ് ശെമവോന്റെ വീട്ടിലേക്ക് വിരുന്നിന് ക്ഷണിച്ചത്.

യഹൂദന്മാരുടെ ആചാരങ്ങളനുസരിച്ചുള്ള ആതിഥ്യമര്യാദകളൊന്നും ശെമവോൻ തന്റെ മുന്നിൽ പ്രകടിപ്പിച്ചില്ല. അതിഥിയെ വീട്ടു

വാതിൽക്കൽ കാണുമ്പോൾ തന്നെ ആതിഥേയൻ ഇറങ്ങിച്ചെന്ന് ആലിംഗനം ചെയ്ത് സ്വീകരിക്കണം. അയാളുടെ ചെരുപ്പുകൾ ആതിഥേയൻ തന്നെ അഴിച്ചുവച്ച് പാദപ്രക്ഷാളനത്തിനുള്ള വെള്ളം ഒഴിച്ചുകൊടുക്കണം. തുടർന്ന് ആതിഥേയൻ തോൾ വസ്ത്രം ഉപയോഗിച്ച് അതിഥിയുടെ പാദങ്ങൾ തുടച്ച് സൗരഭ്യതൈലം പുരട്ടണം. എന്നിട്ടാപാദങ്ങളെ സ്നേഹപൂർവ്വം ചുംബിക്കണം. ഇത്തരം ഉപചാരപ്രകടനങ്ങളൊന്നും ശീമോൻ തനിക്കുവേണ്ടി ചെയ്തില്ല. ഒരു യഹൂദൻ മറ്റൊരു യഹൂദനോടു പാലിക്കേണ്ട ഉപചാര മര്യാദകളാണിതൊക്കെ. തന്നെയൊരു യഹൂദനായി അയാൾ കരുതുന്നില്ലയെന്നതിന്റെ തെളിവായിരിക്കും ഇതെന്ന് മനസ്സിൽ കരുതി. ഇത്തരം ഉപചാരമുറകളുടെ കൃത്രിമമായ അനുഷ്ഠാനങ്ങളിൽ ഒരർത്ഥവുമില്ലെന്ന് നന്നായറിയാമായിരുന്നതിനാൽ ഇതൊന്നും തന്നിൽ ഒരു ഭാവവ്യത്യാസവും ഉണ്ടാക്കിയില്ല. ഔപചാരികമായ കുശലപ്രശ്നങ്ങളെ തുടർന്നു ശെമവോൻ ഭക്ഷണമേശയ്ക്കരുകിലേക്ക് വിളിച്ചപ്പോൾ സന്തോഷത്തോടെ അയാളെ അനുഗമിച്ചു. കാലുകൾ പിന്നിലേക്കു മടക്കി മുൻവശത്തു സജ്ജമാക്കിയിരുന്ന പൊക്കം കുറഞ്ഞ മേശയുടെ പിന്നിൽ ഇരുപ്പുറപ്പിച്ചപ്പോഴാണ് ആകസ്മികമായ ആ സംഭവം അരങ്ങേറിയത്.

പുറത്തു നിന്നൊരു സ്ത്രീ കയ്യിൽ ഒരു വെൺകൽ ഭരണി നിറയെ പരിമളതൈലവുമായി ഓടിക്കിതച്ചകത്തേക്കു വരുന്നു. അനുവാദം കൂടാതെ തന്റെ വീട്ടിൽ അതിക്രമിച്ചു കടന്ന അഭിസാരികയുടെ മേൽ ശീമോന്റെ ദൃഷ്ടികൾ കോപത്തോടെ പതിഞ്ഞു. അവളതൊന്നും ശ്രദ്ധിച്ചതേയില്ല. വന്നപാട് അവൾ തന്റെ പാദങ്ങളിൽ വീണു. ഭരണിയിലെ സുഗന്ധതൈലം തന്റെ പാദങ്ങളിൽ അഭിഷേകം ചെയ്തു. തൈലത്തിന്റെ പരിമളം മുറിക്കകത്താകെ സ്വർഗ്ഗീയ സൗരഭ്യം വർഷിച്ചു.

വളരെ വിലപിടിപ്പുള്ള ജടാമാംസി തൈലമാണതെന്ന് പെട്ടെന്ന് മനസ്സിലായി. എബ്രായർ പരിമളതൈലം ഉപയോഗിക്കൽ പതിവാണെങ്കിലും ഇത്രയും വിലപ്പെട്ട സുഗന്ധതൈലം അപൂർവ്വമായേ ഉപയോഗിക്കാറുള്ളു. വലിയ സമ്പന്നന്മാർ തങ്ങളുടെ പിതൃക്കളുടെ ശവസംസ്കാരവേളയിൽ ശവത്തെ പൂശാനാണ് ഇത്തരം തൈലം ഉപയോഗിക്കാറ്. അതുകൂടാതെ സമാഗമന കൂടാരം, കാഴ്ചയപ്പമേശ, കൂടാരോപകരണങ്ങൾ, വിളക്കുതണ്ട്, ധൂപപീഠം, ഹോമയാഗപീഠം മുതലായവയുടെ മേൽ പൂശുന്നതും ഇത്തരം വിശിഷ്ടതൈലമാണ്.

ഇത്ര വിശേഷപ്പെട്ട ഈ തൈലം തന്റെ കാലിൽ പൂശുവാനെത്തിയ ഈ സ്ത്രീയാരാണെന്നറിയാൻ തിരിഞ്ഞു നോക്കി. തന്നെക്കാൾ മുമ്പെ ഒപ്പമുണ്ടായിരുന്ന മറ്റുള്ളവർ അവളെ മനസ്സിലാക്കിയിരുന്നു. മഗ്ദലനയിലെ മേരി, അറിയപ്പെടുന്ന വേശ്യ. ഒരു വിചിത്ര ജന്തുവിനെയെന്ന പോലെ എല്ലാവരും അവളെ തുറിച്ചു നോക്കുകയാണ്. അവൾ മറ്റാരെയും ശ്രദ്ധിക്കാതെ തന്റെ പാദശുശ്രൂഷയിൽ വ്യാപൃതയായിരിക്കുന്നു. അവൾ തന്റെ പാദങ്ങളിൽ വീണു കിടന്ന് ഏങ്ങലടിച്ചു കരയുന്നു. അവളുടെ

കണ്ണുനീരിന്റെ നനവ് പാദങ്ങളിൽ അനുഭവപ്പെട്ടപ്പോൾ കയ്യുയർത്തി അവളെ പിടിച്ചെഴുന്നേൽപ്പിച്ചു. അവൾ തന്റെ നീണ്ടു സമൃദ്ധമായ തല മുടികൊണ്ട് തന്റെ പാദങ്ങൾ തുടച്ച് വെടിപ്പാക്കി. ഒരു കൊച്ചുകുട്ടി അമ്മ യുടെ മാറിലെന്നവണ്ണം അവൾ തന്റെ മാറിൽ തല പൂഴ്ത്തി. താനവളെ വാത്സല്യത്തോടെ പിടിച്ച് അകലെ മാറ്റി നിർത്തി.

ഈ സമയമെല്ലാം തന്റെ ആതിഥേയനും ശിഷ്യന്മാരും തമ്മിൽ മുറുമുറുക്കുകയും അസന്തുഷ്ടി പ്രകടിപ്പിക്കുകയും ആയിരുന്നു. "ആരാണീ സ്ത്രീ, ഈ മനുഷ്യനുമായി ഇവൾക്ക് എന്തു ബന്ധം? നസ്രേ ത്തിലെ പ്രവാചകനും മഗ്ദലനയിലെ വേശ്യയുടെ കാമുകൻ!" ഇത്തരം സംശയങ്ങളാണ് ആ മനുഷ്യരുടെ മനസ്സിൽ തട്ടിക്കളിച്ചിരുന്നത്.

അലമുറയിട്ട് കരയുന്ന സ്ത്രീകളുടെ കൂട്ടത്തിൽ അവളെയും കണ്ട പ്പോഴാണ് യേശുവിന് ഈ സംഭവങ്ങളൊക്കെയും ഓർമ്മവന്നത്. യേശു വിന്റെ ചിന്തകൾ വീണ്ടും അവളിൽ കേന്ദ്രീകരിച്ചു. അവളിന്ന് വേശ്യ യല്ല, തന്റെ ആദർശങ്ങളെ അക്ഷരംപ്രതി പിൻതുടരുന്നവരുടെ കൂട്ടത്തി ലാണ്. അവളിന്നൊരു പുതിയ ജീവിതത്തിലേക്കു പ്രവേശിച്ചിരിക്കുന്നു. നിരാശരായ അവളുടെ കാമുകന്മാർ തന്നെ പുലഭ്യം പറഞ്ഞുകൊണ്ടു നാടുനീളെ നടക്കുന്നു. അവൾ ശീമോന്റെ വീട്ടിൽ വച്ചു പ്രകടിപ്പിച്ചത് ഒരു നന്ദിപ്രകടനമായിരുന്നു. തന്നെ കുടുക്കിലാക്കാൻ തക്കം പാർത്തു കഴിഞ്ഞിരുന്ന പരീശന്മാരും ശാസ്ത്രിമാരും മേരിയെ തനിക്കെതിരെ ഒരു കരുവാക്കാൻ നോക്കുകയായിരുന്നു. അവരൊരുക്കിയ കെണിയിൽ താൻ വീണില്ല. അന്നൊരിക്കൽ ഗലീലക്കടപ്പുറത്ത് പ്രസംഗം കഴിഞ്ഞ് ആളു കൾ പിരിഞ്ഞു പോയ സമയം ശിഷ്യന്മാർ പാകം ചെയ്ത ചൂടാറാത്ത ഗോതമ്പപ്പവും ചുട്ടുപൊള്ളിച്ച മത്സ്യവും കഴിച്ചുകൊണ്ടിരിക്കുമ്പോൾ ഒരു സംഘം പരീശപ്രമാണികൾ ഒരു സ്ത്രീയെ ബന്ധിതയാക്കി കൊണ്ടു വരുന്നു. സ്ത്രീയുടെ മൂടുപടം നീക്കി അവരവളെ തന്റെ മുന്നിലേക്കു തള്ളി.

"റബി ഇവളെ ഞങ്ങൾ വേശ്യാവൃത്തിയിലേർപ്പെട്ടിരിക്കുമ്പോൾ പിടികൂടിയതാണ്. മോശയുടെ ന്യായപ്രമാണപ്രകാരം ഇങ്ങനെയുള്ള വളെ കല്ലെറിഞ്ഞു കൊല്ലണം. നീയെന്തു പറയുന്നു". അവർ തന്റെ മുന്നിലേക്കെറിഞ്ഞ ചോദ്യം "ഞാൻ ന്യായപ്രമാണത്തെ നീക്കുവാന ല്ല, തികയ്ക്കുവാനാണ് വന്നതെന്ന തന്റെ പ്രഖ്യാപനത്തെ പരീക്ഷിക്കു കയായിരുന്നു അവരുടെ ലക്ഷ്യം. സ്ത്രീയെ കല്ലെറിഞ്ഞു കൊല്ലാൻ അനുവദിച്ചാൽ പാപിയെ സ്നേഹിക്കുക, പാപത്തെ വെറുക്കുക എന്ന തന്റെ തത്വം താൻ തന്നെ നിരസിച്ചെന്നു വരും. അവളെ വെറുതെ വിടുക എന്നു പറഞ്ഞാൽ മോശയുടെ പ്രമാണത്തെ ലംഘിച്ചുവെന്ന ആരോ പണം ഉന്നയിക്കാം. തന്റെ മറുപടി എന്തുതന്നെയായാലും അത് തനി ക്കെതിരെ പ്രയോഗിക്കപ്പെടുന്ന ഒരായുധമായി മാറും. തന്റെ കണ്ണുകൾ ആ പാപിനിയായ സ്ത്രീയുടെ കണ്ണുകളുമായി സന്ധിച്ചു. പാപബോ ധം തളംകെട്ടിയ ആ കണ്ണുകൾ തേടുന്നത് സ്നേഹം ഒന്നു മാത്രമാ

ണെന്ന് തനിക്കുതോന്നി. അല്പസമയം മൗനം അവലംബിച്ചിട്ട് ചുറ്റും കൂടിനിന്നവരോടായി പറഞ്ഞു. "നിങ്ങളിൽ പാപമില്ലാത്തവൻ ഇവളെ കല്ലെറിയട്ടെ". അല്പനേരത്തെ നിശബ്ദത. താൻ അനുവദിച്ചിട്ടും അവളെ കല്ലെറിഞ്ഞു കൊല്ലുവാൻ തയ്യാറായി മുന്നോട്ട് വന്നവർ ഒന്നൊന്നായി പിന്നോട്ട് മാറി. അവരുടെ കയ്യിൽ നിന്നും കല്ലുകൾ അവരറിയാതെ താഴെവീണു. ഓരോരുത്തരായി സ്ഥലം വിട്ടു. അവളൊഴികെ മറ്റെല്ലാവരും പോയിക്കഴിഞ്ഞപ്പോൾ താനവളുടെ മുഖത്ത് സൂക്ഷിച്ചു നോക്കി. മഗ്ദലനയിലെ മേരി. അവളെ ജനങ്ങളറിഞ്ഞു തുടങ്ങിയതിനു മുമ്പുതന്നെ തനിക്കറിയാം. അവളെ തനിക്കാദ്യം പരിചയപ്പെടുത്തിയത് തന്റെ ശിഷ്യസംഘത്തിൽപ്പെട്ട ചില സ്ത്രീകളായിരുന്നു. തന്റെ സ്നേഹിതൻ ലാസറിന്റെ വീട്ടിൽ വച്ച് ഒരിക്കൽ അവളെ മുമ്പുകണ്ടത് ഓർക്കുന്നു. ഇവൾ അവരുടെ അടുത്തബന്ധുവാണ്.

പെട്ടെന്ന് ഓർമ്മകൾ സ്നേഹിതൻ ലാസറിലേക്കും അയാളുടെ സഹോദരിമാരിലേക്കും പടർന്നു കയറി. പാവം പെണ്ണുങ്ങൾ! ആ രണ്ടു സഹോദരിമാരും നിത്യകന്യകകളായി തുടരുന്നത് തന്റെ ഉപദേശങ്ങളിൽ ആകൃഷ്ടരായി അവർക്കുണ്ടായ മനപ്പരിവർത്തനം മൂലമാണ്. അവരിൽ മൂത്തവളായ മാർത്തയെ ചെറുപ്രായത്തിൽ അമ്മ തനിക്കു വിവാഹം ആലോചിച്ചിരുന്നതാണ്. ഒരു വിവാഹത്തിന്റെ പരിധിയിൽ തളച്ചിടാവുന്നതല്ല തന്റെ ജീവിതദൗത്യമെന്ന് അമ്മയോടു തുറന്നു പറഞ്ഞു. ആ വീടുമായുള്ള അടുപ്പത്തിന്റെ കൂടുതൽ കൊണ്ടാകാം അവർ ജ്യേഷ്ഠത്തിയും അനുജത്തിയും തന്നെ സ്നേഹിക്കുകയായിരുന്നില്ല ആരാധിക്കുകയായിരുന്നു. അവരുടെ സാമീപ്യം താനും ഇഷ്ടപ്പെട്ടിരുന്നു. അവരെ ജീവിതത്തിൽ നിന്ന് ആട്ടിയകറ്റാൻ മനസ്സ് അനുവദിച്ചില്ല. ദാ നിൽക്കുന്നു! അവരുമുണ്ട് സ്ത്രീകളുടെ സംഘത്തിൽ.

കൂടുതൽ ദുഃഖം മേരിമഗ്ദലനയുടെ മുഖത്താണ്. "യേശൂ, നീ എന്റെ മുഖത്തിന്റെ പ്രകാശമാണ്". എന്ന് അവൾ എത്ര തവണ തന്നോടു പറഞ്ഞിരിക്കുന്നു. അവളെന്തിന് ഇത്രമാത്രം താൽപ്പര്യം തന്നോടു കാണിക്കുന്നു. താനുമായുള്ള അവളുടെ സന്ധിക്കൽ! അതൊരു പരിവർത്തനത്തിന്റെ തുടക്കമായിരുന്നു. മഗ്ദലനയിലെ വേശ്യ, മേരി മഗ്ദലനയായി മാറിയതിന്റെ കഥ. അവൾ തന്റെ പടിവാതിൽ അതിനു മേൽ ആർക്കുവേണ്ടിയും തുറന്നു കൊടുത്തില്ല. പിന്നീടൊരിക്കലും തന്റെ അടിവസ്ത്രങ്ങൾ അഴിക്കാൻ അവളാരെയും അനുവദിച്ചില്ല. പരിശുദ്ധമായ ശരീരത്തിൽ മാത്രമേ പരിശുദ്ധമായ ഒരു മനസ്സ് കുടികൊള്ളു എന്നവൾ ഗ്രഹിച്ചു.

ശീമോന്റെ വീട്ടിൽവച്ച് അവൾ തന്റെ കാലിൽ പൂശിയ സുഗന്ധതൈലം അവളവളെത്തന്നെ നിർമ്മലയാക്കിയതിന്റെ പ്രതീകമായി യേശുവിന് തോന്നി. മറ്റു പുരുഷന്മാർക്കാവശ്യം തന്റെ ശരീരം മാത്രമായിരുന്നു എന്നവൾ ഗ്രഹിച്ചു. ഇവിടെ ഇതാ ശരീരത്തെ അവഗണിച്ചുകൊണ്ട് ആത്മാവിനെ തേടുന്ന ഒരു പുരുഷൻ! അവൾ യേശുവിനെ

കണ്ടെത്തിയ ദിവ്യമുഹൂർത്തം. ശിഷ്യന്മാരുടെ എതിർപ്പിനെ വകവയ്ക്കാതെ തന്നെ അന്നുമുതൽ അവളും യേശുവിന്റെ സംഘത്തിൽ അംഗമായി. തന്റെ സമ്പത്തു മുഴുവൻ അവൾ ദരിദ്രർക്കു ദാനം ചെയ്തു. യേശു കഴിഞ്ഞ കാര്യങ്ങൾ ഒന്നും വിട്ടുപോകാതെ ഓർമ്മിച്ചു. തനിക്കുവേണ്ടി കണ്ണീരൊഴുക്കുന്ന മേരി മഗ്ദലനയ്ക്കാശ്വാസം പകരുന്ന ഒരു നോട്ടം അദ്ദേഹം നൽകി.

സ്ത്രീകൾ ഒന്നാകെ യേശുവിനെ നോക്കി കരയുകയും നെടുവീർപ്പിടുകയും ചെയ്യുന്നു. അവരെ ആശ്വസിപ്പിക്കുന്ന ഒരു വാക്കെങ്കിലും പറയാൻ എന്തേ തന്റെ ശിഷ്യന്മാരെക്കൊണ്ടാവുന്നില്ല. യേശു ഓർത്തു. തന്റെ നോട്ടം അവരിൽ നിന്നു പിന്തിരിപ്പിച്ച് അദ്ദേഹം ദൃഷ്ടികൾ വിദുരതയിലെവിടെയോ കേന്ദ്രീകരിച്ചു.

പത്ത്

"നിന്റെ രാജ്യം വരണമേ"

"ഞാൻ ഏറ്റം താഴ്ത്തപ്പെട്ടിരിക്കുന്നു.
എന്നെ പീഡിപ്പിക്കുന്നവരിൽ നിന്ന്
എന്നെ വിടുവിക്കണമേ.
അവർ എന്നെക്കാൾ ബലമുള്ളവരായിത്തീർന്നു.
ഞാൻ നിന്റെ നാമത്തെ സ്തുതിക്കേണ്ടുന്നതിന്
എന്റെ ആത്മാവിനെ കാരാഗൃഹത്തിൽ
നിന്നു പുറപ്പെടുവിക്കേണമേ.
നീ എനിക്കു വേണ്ടി പകരം ചെയ്യുമ്പോൾ
നിന്റെ നീതിമാന്മാർ എനിക്കായി കാത്തിരിക്കും."

യേശുവിനെ ഒരു നോക്കു കാണുവാൻ, കേട്ടവർ, കേട്ടവർ പിലാത്തോസിന്റെ അരമനവളപ്പിലേക്ക് തള്ളിക്കയറുകയാണ്. ദ്വാരപാലകന്മാർക്കു നന്നെ പണിപ്പെടേണ്ടിവന്നു, ജനക്കൂട്ടത്തെ നിയന്ത്രിക്കുവാൻ ഓടിക്കൂടിയവർ പലതരക്കാരാണ്. എപ്പോഴും യേശുവിനോടൊപ്പം നടന്നവർ, ചിലപ്പോഴൊക്കെ യേശുവിന്റെ പ്രസംഗം കേൾക്കാൻ പോയിട്ടുള്ളവർ, അവനെക്കുറിച്ചുകേട്ടറിവല്ലാതെ ഒരിക്കൽ പോലും നേരിൽ കണ്ടിട്ടില്ലാത്തവർ യേശു പിടിക്കപ്പെട്ടപ്പോൾ നാലുവഴിക്കും ചിതറിപ്പോയ ശിഷ്യന്മാരിൽ മിക്കവരും ഒരുമിച്ചുകൂടിയിട്ടുണ്ട്. സംഭവങ്ങളുടെ ഗതി നിരീക്ഷിച്ചുകൊണ്ട് അവർ അവിടെയും ഇവിടെയും ചുറ്റിക്കറങ്ങുകയാണ്. തങ്ങളിലൊരുവനായ യൂദാസാണ് ഗുരുവിനെ കാണിച്ചു കൊടുത്തതെന്ന വസ്തുത അവരെ വല്ലാതെ അലട്ടി. ആളുകൾ അതു പറഞ്ഞു ചിരിക്കുകയും പരിഹാസവാക്കുകൾ മുഴക്കുകയും ചെയ്യുന്നു. സംഘം ചേർന്നു നിന്നാൽ തങ്ങൾ വേഗം തിരിച്ചറിയപ്പെടുമെന്ന ഭയവും അവരെ

അലട്ടിയിരുന്നു. സംഘത്തിൽ യേശു അധികം സ്നേഹിച്ചിരുന്ന യോഹന്നാൻ യേശുവിനോടു വളരെ ചേർന്നുതന്നെ നിലയുറപ്പിച്ചു.

യോഹന്നാന്റെ ചിന്തകൾ യേശുവിനോടൊപ്പം ചെലവഴിച്ച ദിവസങ്ങളിലേക്ക് പറന്നുചെന്നു. താനദ്ദേഹത്തിനു ഒരു ശിഷ്യൻ മാത്രമായിരുന്നില്ല. ഒരു വാത്സല്ല്യനിധിയായ ജ്യേഷ്ഠസഹോദരനെന്നപോലെ അദ്ദേഹം തന്നെ സ്നേഹിച്ചിരുന്നു. താനതിനെന്താണ് അദ്ദേഹത്തിനു മടക്കികൊടുത്തത് യോഹന്നാന്റെ മനസ്സിൽ ചിന്തയുടെ കടന്നൽ കൂടി കളിതുടങ്ങി. യേശുവിനെ അവർ പിടിച്ചപ്പോൾ തനിക്കെന്തുകൊണ്ടു തടയാൻ ധൈര്യമുണ്ടായില്ല. ഈ ജീവിതം മുഴുവൻ താൻ ആ കാൽപ്പാദങ്ങളിൽ സമർപ്പിച്ചതാണ്. താനെന്തിനൊരു ഭീരുവാകുന്നു. ജീവിതത്തിൽ ഒന്നിനേയും ഭയപ്പെടേണ്ടതില്ലെന്ന തത്വം തന്നെ പഠിപ്പിച്ച ഗുരുവാണ് മുമ്പിൽ നിൽക്കുന്നത്. എന്തുതന്നെ വന്നാലും അദ്ദേഹത്തെ വിട്ടോടിപ്പോയത് അൽപ്പത്തമായിപ്പോയി. മുന്നിലെ ആൾക്കൂട്ടത്തെ വകഞ്ഞു മാറ്റിക്കൊണ്ട് യോഹന്നാൻ മുന്നോട്ടു തള്ളിക്കയറി. ഈ മനുഷ്യൻ എന്തു ഭാവിച്ചാണ് തള്ളിക്കയറുന്നതെന്ന അർഥത്തിൽ അപരിചിതരായ ആളുകൾ തമ്മിൽ തമ്മിൽ അടക്കം പറഞ്ഞു. യോഹന്നാനെ തടസ്സപ്പെടുത്താൻ അവിടെയാരുടെയും കൈകൾ ഉയർന്നില്ല. അവൻ ഗുരുവിനെ സമീപിച്ചു. ഗുരുവിന്റെ കണ്ണുകൾ തിളങ്ങി. ഇങ്ങോട്ടടുക്കേണ്ട അവിടെത്തന്നെ നിന്നുകൊള്ളു എന്നർത്ഥത്തിൽ യേശു ആംഗ്യം കാട്ടി. യേശുവിന്റെ ആംഗ്യത്തിന്റെ അർത്ഥം ഗ്രഹിച്ചിട്ടെന്നപോലെ യോഹന്നാൻ തൊട്ടടുത്തുള്ള ജനാലയഴിയിൽപ്പിടിച്ചു കൊണ്ട് ചിന്താകുലനായി നിന്നു. അയാളുടെ മനസ്സിന്റെ തിരശ്ശീലയിൽ പോയ ഒരു വർഷത്തെ സംഭവങ്ങളുടെ നിറം മങ്ങാത്ത ചിത്രങ്ങൾ മിന്നിമറഞ്ഞു.

ഇരുമ്പു കാന്തത്തിലേക്കെന്നപോലെ യേശുവിന്റെ വാഗ്ധോരണിക്കു മുമ്പിൽ കീഴടങ്ങിപ്പോയവനാണ് താൻ. എത്ര ശക്തമാണാ ശബ്ദം. ഇരമ്പിമറയുന്ന മഹാസമുദ്രത്തെപ്പോലും നിശ്ശബ്ദമാക്കിയേക്കാവുന്ന ആ ശബ്ദത്തിന്റെ കരുത്ത് കാതുകളിൽ പ്രതിധ്വനിക്കുന്നു. ഗലീലയിൽ സിന്നഗോഗിൽ നിന്നാരംഭിച്ച ആ പ്രസംഗപര്യടനം യൂദാസിനാൽ വഞ്ചിക്കപ്പെടുന്നവരെയും വിശ്രമമില്ലാതെ തുടർന്നു. ന്യായപ്രമാണത്തേയും തിരുവചനങ്ങളേയും പള്ളികളിൽനിന്നു തെരുവീഥികളിലേക്കിറക്കിക്കൊണ്ടു വന്ന യഹൂദരുടെ ആദ്യത്തെ പ്രവാചകൻ, ഒരുപക്ഷേ അവസാനത്തേയും. മലമുകളിൽ നിന്നു പ്രതിധ്വനിച്ച ആ കവിത തുളുമ്പുന്ന വാക്കുൾ ഒരിക്കൽ കേട്ടവർ പിന്നീടൊരിക്കലും മറക്കുകയില്ല.

"ആത്മാവിൽ ദരിദ്രരായവർ ഭാഗ്യവാന്മാർ,
സ്വർഗ്ഗരാജ്യം അവർക്കുള്ളത്.
ദുഃഖിക്കുന്നവർ ഭാഗ്യവാന്മാർ,
അവർക്കു ആശ്വാസം ലഭിക്കും.
സൗമ്യതയുള്ളവർ, ഭാഗ്യവാന്മാർ,

അവർ ഭൂമിയെ അവകാശമാക്കും.
നീതിക്കു വേണ്ടി വിശന്നും ദാഹിച്ചുമിരിക്കുന്നവർ ഭാഗ്യവാന്മാർ,
അവർക്കു തൃപ്തി വരും.
കരുണയുള്ളവർ ഭാഗ്യവാന്മാർ,
അവർക്കു കരുണ ലഭിക്കും.
ഹൃദയശുദ്ധിയുള്ളവർ ഭാഗ്യവാന്മാർ,
അവർ ദൈവത്തെകാണും.
സമാധാനം ഉണ്ടാക്കുന്നവർ ഭാഗ്യവാന്മാർ,
അവർ ദൈവത്തിന്റെ പുത്രന്മാർ എന്നു വിളിക്കപ്പെടും.
നീതി നിമിത്തം ഉപദ്രവിക്കപ്പെടുന്നവർ ഭാഗ്യവാന്മാർ,
സ്വർഗ്ഗരാജ്യം അവർക്കുള്ളത്".

അവന്റെ രാജ്യസങ്കൽപ്പം കേട്ടവരിൽ എത്രപേർക്ക് മനസ്സിലായോ ആവോ........?

യഹൂദന്റെ സങ്കൽപ്പങ്ങളിലെ ഒരവ്യക്ത ചിത്രം മാത്രമായിരുന്ന സ്വർഗ്ഗരാജ്യത്തിന്റെ സമൂർത്ത ചിത്രം യേശു തന്റെ വാക്കുകളിലൂടെ വരച്ചു കാണിക്കുകയായിരുന്നു. അതുവരെയും മരണാനന്തര ലോകത്തിലെവിടെയോ മനുഷ്യനു പിടികിട്ടാത്തത്ര അകലത്തിൽ നിലകൊണ്ടിരുന്ന സ്വർഗ്ഗരാജ്യത്ത് ഈ ലോകത്തിലേക്ക് പിടിച്ചിറക്കി പ്രതിഷ്ഠിക്കുകയായിരുന്നു ആ വാക്കുകൾ. സ്വർഗ്ഗസ്ഥനായ പിതാവിന്റെ രാജ്യത്തിലേക്കെടുത്തു കൊള്ളപ്പെടുവാനല്ല, ആ രാജ്യം ഭൂമിയിൽ സ്ഥാപിതമാക്കാനായിരുന്നു അവന്റെ പരിശ്രമം. "നിന്റെ രാജ്യം വരേണമേ" എന്ന പുതിയ പ്രാർത്ഥന അതു മാത്രമാണ് ലക്ഷ്യമാക്കിയിരുന്നത്. മനുഷ്യനെക്കുറിച്ചു ഗുരുവിനുണ്ടായിരുന്ന സങ്കൽപ്പങ്ങൾ എത്ര ഉദാത്തമായിരുന്നു. "നിങ്ങൾ ഭൂമിയുടെ ഉപ്പാകുന്നു. ഉപ്പ് കാരമില്ലാതെ പോയാൽ അതിനു എന്തോന്നു കൊണ്ടു രസം വരും. പുറത്തു കളഞ്ഞിട്ട് മനുഷ്യൻ ചവിട്ടുവാൻ അല്ലാതെ മറ്റൊന്നിനും പിന്നെ കൊള്ളുന്നതല്ല. നിങ്ങൾ ലോകത്തിന്റെ വെളിച്ചമാകുന്നു. നിങ്ങളുടെ വെളിച്ചം അവരുടെ മുമ്പിൽ പ്രകാശിക്കട്ടെ" അതുവരെ ഒരു മതപുരോഹിതനും പറഞ്ഞു കേൾക്കാത്ത ശബ്ദം. പുണ്യപാപങ്ങളുടെ നീണ്ട പട്ടികയും, പ്രായശ്ചിത്താനുഷ്ഠാനങ്ങളുടെ ബൃഹത്തായ വിശദീകരണങ്ങളുമല്ലാതെ പുരോഹിതന്മാർക്കു മറ്റെന്താണു പറയാനുണ്ടായിരുന്നത്? ന്യായപ്രമാണത്തേയും പ്രവചനഗ്രന്ഥങ്ങളേയും തങ്ങൾക്കിഷ്ടപ്പെട്ട പ്രകാരം വ്യാഖ്യാനിക്കുവാനും, സാധാരണ ജനങ്ങളുടെ നിസ്സഹായതയെ ലാഭകരമായ ഒരു കച്ചവടത്തിന്റെ മൂലധനമായി ഉപയോഗിക്കുവാനുമാണ് പുരോഹിതന്മാർ എക്കാലത്തും ശ്രമിച്ചിരുന്നത്. അവരുടെ നടുവിലേക്ക് ഒരു അശനിപാതം പോലെ യേശു ഇറങ്ങിച്ചെല്ലുകയായിരുന്നല്ലോ. അവൻ വിശുദ്ധഗ്രന്ഥം തുറന്നു സാധാരണ മനുഷ്യനു വായിക്കാൻ കൊടുത്തു. അതിന്റെ താളുകളിൽ വിദൂരസ്ഥനായ ദൈവത്തെ തേടിയിരുന്നവർക്ക് അവൻ സമീപസ്ഥനായ മനുഷ്യനെ കാണിച്ചുകൊടുത്തു. ഓരോരുത്ത

ർക്കും അവരവരെ കണ്ടെത്താനുള്ള എളുപ്പവഴികൾ അവൻ ജനത്തിനു പറഞ്ഞു കൊടുക്കുകയായിരുന്നു. “സഹോദരനോടു കോപിക്കുന്നവരെല്ലാം ന്യായവിധിക്കു വിധേയരാകും”. “ശിഷ്യൻ ഗുരുവിന് മീതെയല്ല, ദാസൻ യജമാനനുമീതെയുമല്ല, ഗുരുവിനെപ്പോലെയാകുന്നത് ശിഷ്യനു മതി. യജമാനനെപ്പോലെയാകുന്നത് ദാസനുമതി”. “ഈ ചെറിയവരിൽ ഒരുത്തന് ഒരു പാനപാത്രം തണ്ണീർ മാത്രം കുടിപ്പാൻ കൊടുക്കുന്നവനു പ്രതിഫലം കിട്ടാതെ പോകുകയില്ലെന്നു ഞാൻ സത്യമായിട്ടും നിങ്ങളോടു പറയുന്നു”. പ്രബോധനങ്ങളുടെ ആ കൊച്ചു തീപ്പൊരികൾ ആളിക്കത്തുന്നതു കാണാൻ കാത്തിരിക്കുകയായിരുന്നു തങ്ങൾ ശിഷ്യന്മാർ. തങ്ങളുടെ കൂട്ടത്തിൽ നിന്നു തന്നെ ഒരുവൻ ആ തീപ്പൊരികൾ അണയ്ക്കുവാൻ വെള്ളം കോരിയൊഴിക്കുമെന്ന് കരുതിയില്ല.

പാവം യൂദാസ്! ഗുരുവിന്റെ വിശ്വസ്തനായ മടിശ്ശീല സൂക്ഷിപ്പുകാരൻ. കേവലം 30 വെള്ളിക്കാശിനുവേണ്ടി ഗുരുവിനെത്തന്നെ വിൽക്കുവാൻ അവൻ തയ്യാറായി. അവന്റെ അന്ത്യം ഭയങ്കരമായിരുന്നുവെന്നു കേട്ടു. ചാകുവാൻ തൂങ്ങിയ കയർപൊട്ടി നിലത്തു വീണു കുടൽ പുറത്തുചാടി ചത്തു. കുറ്റമില്ലാത്ത രക്തത്തിന്റെ വിലവാങ്ങിയ കൈകൾ ഇനിമേൽ മറ്റൊന്നിനും ചലിക്കില്ല.

ഓർമ്മയിലിട്ടോമനിക്കാൻ എത്രയെത്ര സംഭവങ്ങൾ. ജനങ്ങൾ തങ്ങളുടെ ഗുരുവിനെ കണ്ണിലെ കൃഷ്ണമണിപോലെ സ്നേഹിച്ചിരുന്നു എന്നാണ് എല്ലാവരും ധരിച്ചിരുന്നത്. അവനെ രാജാവാക്കിയേ അടങ്ങൂ എന്ന വീരവാദം പറഞ്ഞു നടന്നവർ ഞായറാഴ്ചത്തെ ദേവാലയഘോഷയാത്രയിൽ അകമ്പടി സേവിച്ചുകൊണ്ട് ഓശാന പാടിയവർ......ഇവരൊക്കെ എവിടെ പോയി ഒളിച്ചിരിക്കുന്നു. ഇവിടെ കൂടിയിരിക്കുന്നവരിൽ തന്നെ കുറേപ്പേരെങ്കിലും ഗുരുവിന്റെ അനുയായികളായിരിക്കുമല്ലോ. എല്ലാവരും കൂടി ഒരേ സ്വരത്തിൽ അവനെ വിട്ടയക്കണം എന്നു പറഞ്ഞിരുന്നെങ്കിൽ, റോമാഗവർണ്ണർ ഗുരുവിനെ വിട്ടയക്കുക തന്നെ ചെയ്യും. പക്ഷേ എന്തുകൊണ്ടോ ആരും മിണ്ടുന്നില്ല. അവരുടെയൊക്കെ നാവുകൾ ആരോ പൂട്ടിയിട്ടിരിക്കുന്നതുപോലെ. വേണ്ടപ്പോൾ വേണ്ടതു സംസാരിക്കുവാൻ പൊതുജനങ്ങൾക്കു നാവ് പൊന്താത്തതാണല്ലോ ചരിത്രത്തിലെ എല്ലാ ദുരന്തത്തിനും കാരണം. ഒരിക്കലെങ്കിലും ഗുരുവിന്റെ ഒറ്റ വാചകമെങ്കിലും ശ്രദ്ധിച്ചിട്ടുള്ളവർക്ക് എങ്ങനെയാണിവിടെ നിഷ്പക്ഷത പുലർത്തിക്കൊണ്ടു നോക്കി നിൽക്കാനാവുക. നിർണ്ണായക സന്ദർഭങ്ങളിൽ നിഷ്പക്ഷത പാലിക്കുക എന്നത് തെറ്റായ പക്ഷത്തണിനിരക്കുന്നതിനേക്കാൾ അപകടകരമാണ്. സ്വന്തം സുരക്ഷിതത്വത്തിൽ വേവലാതി പൂണ്ടവർ ഏതു പ്രതിസന്ധിയിലും നിഷ്പക്ഷത പാലിക്കുവാൻ ഇഷ്ടപ്പെടുന്നു. നിഷ്പക്ഷതയെന്നാൽ പരോക്ഷമായി അധികാരത്തിലിരിക്കുന്നവരുടെ പക്ഷം ചേരുക തന്നെയല്ലേ. പക്ഷെ ആരാണിതൊക്കെ ജനങ്ങളോടു പറഞ്ഞുകൊടുക്കുക? ജനങ്ങളുടെ മനശ്ശാസ്ത്രം തങ്ങളുടെ ഗുരുവിനെപ്പോലെ മനസ്സിലാക്കിയവർ വേറാരും

തന്നെയില്ലെന്നു തന്നെ പറയാം. ഗുരു പറഞ്ഞ വിത്തു വിതക്കുന്നവന്റെ ഉപമ പൊതുജന മനശ്ശാസ്ത്രത്തിലേക്കല്ലേ വെളിച്ചം വീശുന്നത്.

"വിതയ്ക്കുന്നവൻ വിത്തു വിതപ്പാൻ പുറപ്പെട്ടു. വിതയ്ക്കുമ്പോൾ ചിലത് വഴിയരികെ വീണിട്ടു ചവിട്ടിപ്പോവുകയും ആകാശത്തിലെ പറവജാതി അതിനെ തിന്നുകളയുകയും ചെയ്തു. മറ്റു ചിലതു പാറമേൽ വീണുമുളച്ചു. നനവില്ലായ്കയാൽ ഉണങ്ങിപ്പോയി. മറ്റു ചിലതു മുള്ളിനടിയിൽ വീണു. മുള്ളും കൂടെ മുളച്ച് അതിനെ ഞെരുക്കിക്കളഞ്ഞു. മറ്റു ചിലത് നല്ലനിലത്തു വീണു മുളച്ചു നൂറുമേനി ഫലം കൊടുത്തു". ഒരുപമയുടെ നാലതിരുകൾക്കുള്ളിൽ ഗുരു തളച്ചിട്ട ആശയത്തിന്റെ ആഴം എത്ര വലുതാണ്? ഇവിടെ ഉപദേശങ്ങൾ സമൃദ്ധമാണ്. പക്ഷേ ആ വിത്തുകൾക്കു വേരിറക്കുവാൻ പറ്റിയ മണ്ണാണില്ലാത്തത്. ആ മണ്ണു പരുവപ്പെടുത്തുകയെന്നതാണ് വരുംകാല പ്രവാചകദൗത്യം. ഗുരു തുടങ്ങി വച്ച ആ ജോലി തങ്ങൾ ശിഷ്യന്മാർ ഏറ്റെടുക്കേണ്ടതുണ്ട്. നാലുപാടും നോക്കി. സ്നേഹിതന്മാരെ ആരെയും സമീപത്തുകാണുന്നില്ല. അങ്ങകലെ പത്രോസ് കരഞ്ഞുകലങ്ങിയ കണ്ണുകളോടും വാടിത്തളർന്ന മുഖത്തോടുംകൂടി വിദൂരതയിൽ കണ്ണുകളുറപ്പിച്ചു കൊണ്ടു നിൽക്കുന്നു. അന്ത്രയോസും യാക്കോബും സ്ത്രീകളുടെ അടുത്തു തന്നെ നിലയുറപ്പിച്ചിരിക്കുന്നു. ആരോടോ വാഗ്വാദത്തിലേർപ്പെട്ടിരിക്കുന്ന തോമസിന്റെ മുഖത്തു കാര്യമായ നഷ്ടബോധമൊന്നും അപ്പോഴും കാണാനില്ല. ഇടയൻ അടിയേറ്റ ആടുകൾ ചിതറിപ്പോകും എന്ന തിരുവെഴുത്തു തങ്ങളിൽ നിവർത്തിയാകുന്നതു പോലെ തോന്നി. ആരേയും കൂടെക്കിട്ടിയില്ലെങ്കിലും ഞാനൊറ്റയ്ക്കു ജീവാവസാനം വരെ യേശുവിന്റെ ഉപദേശങ്ങൾക്കു സാക്ഷിയാകും. യോഹന്നാൻ മനസ്സിലുറപ്പിച്ചു.

ഉപദേശിക്കാൻ മാത്രമല്ല ഉപദേശിക്കുന്നവയെ സ്വന്തം ജീവിതത്തിൽ പ്രായോഗത്തിൽ വരുത്താനും യേശുവിനു കഴിഞ്ഞിരുന്നു. അതായിരുന്നല്ലോ അദ്ദേഹത്തെ മറ്റുള്ളവരിൽ നിന്നും വ്യത്യസ്തനാക്കിയ പ്രധാന ഘടകം. ഒരു ജീവിതം മുഴുവൻ തുറന്ന കലാപമാക്കിയ മറ്റൊരു പ്രവാചകൻ ഇസ്രായേലിന്റെ ചരിത്രത്തിൽ വേറെയുണ്ടായിട്ടുണ്ടോ...? ലബ്ധപ്രതിഷ്ഠ നേടിയ ഏതെല്ലാം സ്ഥാപനങ്ങളുമായിട്ടാണ് കൃശാഗാത്രനായ ഈ ദരിദ്ര യുവാവ് ഏറ്റുമുട്ടിയത്. കലാപത്തിന്റെ കാഹളം വിളി ഏതൊരു കലാപകാരിയും തുടങ്ങേണ്ടത് സ്വന്തം വീട്ടിൽ നിന്നാണ്. പുരോഗതിയുടെ പാതയിൽ ഒരു തടങ്കൽപ്പാറയാണ് കുടുംബം. സ്വന്തം വീട്, സ്വന്തം കുടുംബം, സ്വന്തം നാട് ഇവയുടെയൊക്കെ പിടിയിൽ നിന്നു രക്ഷനേടാൻ വിപ്ലവകാരികൾക്കുപോലും കഴിയുന്നില്ല. ഒരു ഘട്ടം കഴിയുമ്പോൾ അവർ തിരിഞ്ഞു നടക്കുന്നു. അവരുടെ വാക്കു കേട്ട് കൂടെ ഇറങ്ങിത്തിരിച്ചവരെ വഴിയിൽ ഉപേക്ഷിച്ചിട്ടായിരിക്കും തിരിഞ്ഞു നടത്തം. ഗുരുവിന്റെ ജീവിതത്തിൽ ഇതൊരിക്കലും ഉണ്ടായിട്ടില്ല. നസ്രേത്തിലെ ജോസഫിന്റെ കൊച്ചു വീട്ടിൽ ഒതുങ്ങുന്നതായിരുന്നില്ലല്ലോ ആ വലിയ വ്യക്തിത്വം. വീട്ടിൽ നിന്നു ഗ്രാമത്തിലേക്കും ഗ്രാമ

ത്തിൽ നിന്നു വിശാലമായ ജനസമൂഹത്തിലേക്കും പരിണമിച്ച യേശുവിന്റെ വളർച്ചയെ അടുത്തുനിന്നുകണ്ടവരാണ് താനും മറ്റു ശിഷ്യന്മാരും.

എത്ര ലാഘവത്തോടെയാണ് അവൻ സ്വന്തം അമ്മയേയും സഹോദരന്മാരേയും തനിക്കു ചുറ്റുമുള്ള സമൂഹത്തിന്റെ ഭാഗം മാത്രമായിക്കണ്ടത്. പ്രസംഗം കേൾക്കാൻ മുന്നിൽ തടിച്ചു കൂടിയ പുരുഷാരത്തോടു സംസാരിച്ചു കൊണ്ടിരിക്കുമ്പോൾ എന്തോ വീട്ടുകാര്യങ്ങൾ പറയുവാൻ അമ്മയും സഹോദരന്മാരും പുറത്തു കാത്തുനിന്നു. അതു കണ്ട ശിഷ്യന്മാരിൽ ഒരുവൻ ഗുരുവിനോടു പറഞ്ഞു. "നിന്റെ അമ്മയും സഹോദരന്മാരും നിന്നോടു സംസാരിപ്പാൻ ആഗ്രഹിച്ചു പുറത്തു നിൽക്കുന്നു". അതിനു മറുപടിയായി ഗുരു പറഞ്ഞ വാക്കുകൾ കേട്ടവരെ ആശ്ചര്യപ്പെടുത്തി. "എന്റെ അമ്മയാർ? എന്റെ സഹോദരന്മാർ ആർ?" ശിഷ്യന്മാരെചൂണ്ടിക്കാണിച്ചു കൊണ്ട് "ഇതാ എന്റെ അമ്മയും സഹോദരന്മാരും. സ്വർഗ്ഗസ്ഥനായ എന്റെ പിതാവിന്റെ ഇഷ്ടം ചെയ്യുന്നവൻ എന്റെ സഹോദരനും, സഹോദരിയും അമ്മയും ആകുന്നു". തന്റെ ശ്രോതാക്കളും ഇങ്ങനെ തന്നെ മറ്റുള്ളവരെ കരുതണമെന്ന ആഹ്വാനമായിരുന്നില്ലേ അതിന്റെ പിന്നിൽ. ലോകത്തെ മുഴുവൻ തന്നിലും തന്നെ മുഴുവൻ ലോകത്തിലും ഒതുക്കിയ തന്റെ ഗുരുവിന്റെ ജീവിതദർശനം എത്ര ഉദാത്തമായിരുന്നു.

കാലത്തിന്റെ വളരെ മുമ്പിൽക്കയറി സഞ്ചരിച്ചിരുന്ന ഈ പ്രവാചകനെ നിശ്ശബ്ദനാക്കാനാണ് പുരോഹിതന്മാർ പരിശ്രമിക്കുന്നത്. രക്തസാക്ഷിയാകുന്ന പ്രവാചകന്മാർ ജീവിച്ചിരിക്കുന്ന പ്രവാചകന്മാരേക്കാൾ കൂടുതൽ അപകടകാരികളാണെന്ന സത്യം വിഡ്ഢികളായ ഈ പുരോഹിതന്മാർ ഓർക്കുന്നില്ല. ഈ മനുഷ്യൻ ആരാണെന്നാണിവർ ധരിച്ചിരിക്കുന്നത് ഒരിക്കൽ യേശു തന്നെ ഈ ചോദ്യം തങ്ങളോട് ചോദിക്കുകയുണ്ടായി. യേശുവും സംഘവും കൈസര്യയുടെ പരിസരത്തുള്ള നാട്ടുമ്പുറങ്ങളിൽ ചുറ്റിയടിക്കുകയായിരുന്നു. "ജനങ്ങൾ എന്നെ ആർ എന്നു പറയുന്നു" എന്നു ചോദിച്ചു. യോഹന്നാൻ സ്നാപകനെന്നു ചിലർ, ഏലിയാവെന്നു ചിലർ, പ്രവാചകന്മാരിൽ ഒരുത്തൻ എന്നു മറ്റുചിലർ. അവനെക്കുറിച്ചു ജനങ്ങൾ പറഞ്ഞു കേൾക്കാറുള്ള അഭിപ്രായങ്ങൾ അദ്ദേഹത്തെ അറിയിച്ചു. "എന്നാൽ എന്നെ നിങ്ങൾ ആർ എന്നുപറയുന്നു". എന്നുചോദിച്ചാൽ "നീ ക്രിസ്തുവാകുന്നു" എന്ന് പത്രോസ് ഉത്തരം പറഞ്ഞു. പ്രവചനഗ്രന്ഥങ്ങളിൽ വിവരിക്കപ്പെട്ടിരിക്കുന്ന ക്രിസ്തുവിന്റെ സർവ്വ അടയാളങ്ങളും തങ്ങളുടെ ഗുരുവിൽ ഒത്തിണങ്ങിയിരിക്കുന്നുവെന്ന് തങ്ങൾ ബലമായി വിശ്വസിച്ചു. അവന്റെ വാക്കുകളുടെ അർത്ഥവും ആഴവും തേടി ശിഷ്യന്മാരുടെ സംഘം ഊണും ഉറക്കവും വെടിഞ്ഞ് രാത്രികളെ പകലാക്കി കഠിനാദ്ധ്വാനം തന്നെ ചെയ്തു. അവന്റെ ചില വാക്കുകൾ ഇപ്പോഴും മനസ്സിൽ അലയടിക്കുന്നു. "ഒരുവൻ എന്നെ അനുഗമിപ്പാൻ ഇച്ഛിച്ചാൽ അവൻ തന്നത്താൻ ത്യജിച്ച് തന്റെ കുരിശ് എടുത്തുകൊണ്ട് എന്നെ അനുഗമിക്കട്ടെ. ആരെങ്കിലും തന്റെ

ജീവൻ രക്ഷിപ്പാൻ ഇച്ഛിച്ചാൽ അതിനെക്കളയും" മഹത്വമുള്ളവനായ യെശയ്യാവിന്റെ പ്രവചനം ഓർമ്മയിൽ വന്നു. തളർന്ന കൈകളെ ബലപ്പെടുത്തുവിൻ; കുഴഞ്ഞ കാലുകളെ ഉറപ്പിക്കുവിൻ; മനോഭീതിയുള്ളവരെ ധൈര്യപ്പെടുത്തുവിൻ. ഭയപ്പെടേണ്ട ഇതാ നിങ്ങളുടെ ദൈവം വരുന്നു. അവൻ വന്ന് നിങ്ങളെ രക്ഷിക്കും എന്ന് പറവിൻ. അന്ന് കുരുടന്മാരുടെ കണ്ണ് തുറന്നു വരും. ചെകിടന്മാരുടെ ചെവി അടഞ്ഞിരിക്കുകയുമില്ല. അന്ന് മുടന്തൻ മാനിനെപ്പോലെ ഓടും. ഊമന്റെ നാവും ഉല്ലസിച്ച് ആഘോഷിക്കും. മരുഭൂമിയിൽ വെള്ളവും നിർജ്ജനപ്രദേശത്ത് തോടുകളും പൊട്ടിപ്പുറപ്പെടും. മരീചിക ഒരു പൊയ്കയായും വരണ്ട നിലം നീരുറവകളായും തീരും, കുറുക്കന്മാരുടെ പാർപ്പിടത്ത് പുല്ലും ഓടയും ഞാങ്ങണയും വളരും. അവിടെ ഒരു പെരുവഴിയും പാതയും ഉണ്ടാകും. അതിന് വിശുദ്ധവഴി എന്ന് പേരാകും. ഒരു അശുദ്ധനും അതിലൂടെ കടന്നുപോകുകയില്ല. അവൻ അവരുടെ കൂടെ ഇരിക്കും. ഭോഷന്മാരായ വഴിയാത്രക്കാർക്കു പോലും വഴിതെറ്റിപ്പോകുകയില്ല. ഒരു സിംഹവും അവിടെയുണ്ടാവില്ല. ഒരു ദുഷ്ടമൃഗവും അവിടെക്കയറിവരികയില്ല. വീണ്ടെടുക്കപ്പെട്ടവർ അവിടെ നടക്കും. അങ്ങനെ യഹോവയാൽ വീണ്ടെടുക്കപ്പെട്ടവർ ഉല്ലാസാഘോഷത്തോടെ സിയോനിലേക്ക് വരും. നിത്യാനന്ദം അവരുടെ തലമേൽ ഉണ്ടായിരിക്കും. അവർ ആനന്ദവും സന്തോഷവും പ്രാപിക്കും ദുഃഖവും നെടുവീർപ്പും ഓടിപ്പോകും". പ്രവാചകന്റെ ഈ പ്രത്യാശയെ നിറവേറ്റാനിറങ്ങിത്തിരിച്ചവരായിരുന്നു തന്റെ ഗുരുവും അനുയായികളും. തൽക്കാലം തങ്ങളെ ചിതറിക്കുവാൻ ഇവർക്ക് കഴിഞ്ഞെങ്കിലും ഭാവിയെക്കുറിച്ചുള്ള ഈ മോഹനപ്രതീക്ഷകളുടെ കൂമ്പ് നുള്ളാൻ ഈ പുരോഹിതപരിക്ഷികൾക്ക് കഴിയുമോ? ഇവർക്കൊരു പക്ഷേ നിർദോഷികളുടെ കുറേ ചോര ഒഴുക്കാൻ കഴിഞ്ഞേക്കും. ആ ചോരത്തുള്ളികളിൽ നിന്ന് വിടർന്നുവരാവുന്ന രക്തപുഷ്പങ്ങൾ നാളുകളുടെ വിഹായസ്സിൽ സൗരഭ്യം വർഷിക്കുക തന്നെ ചെയ്യും. ഇതൊന്നും മനസ്സിലാക്കാനുള്ള വിവേകം ഈ ജനത്തിനില്ല. അവരിൽ പലരും കൂട്ടു കൂടിയും ഒറ്റയ്ക്കൊറ്റയ്ക്കും പറയുന്നത് ശ്രദ്ധിച്ചിരിക്കുന്നു.

"ഇവന് ഈ ജ്ഞാനവും വീര്യപ്രവർത്തികളും എവിടെ നിന്ന് കിട്ടി? ഇവൻ ആ തച്ചന്റെ മകൻ അല്ലയോ? ഇവന്റെ അമ്മ മറിയം എന്ന സ്ത്രീയല്ലോ? ഇവന്റെ സഹോദരന്മാർ യാക്കോബ്, യോസെ, ശീമോൻ, യൂദാ എന്നിവർ അല്ലയോ? ഇവന്റെ സഹോദരികളെല്ലാം നമ്മുടെയിടയിൽ പാർക്കുന്നില്ലയോ? അവർക്കാർക്കുമില്ലാത്ത ഈ സവിശേഷത ഇവനെവിടെനിന്ന് കിട്ടി? അവരാരും ചിന്തിക്കാത്ത, അവരൊന്നും പറയാത്ത കാര്യങ്ങളിൽ മാത്രമാണ് ഇവന്റെ ശ്രദ്ധ പതിയുന്നത്. ഇതെന്തു കൊണ്ടിങ്ങനെ സംഭവിക്കുന്നു. അവർക്കാർക്കും അതിനുത്തരമുണ്ടായിരുന്നില്ല. അവൻ ദൈവജനത്തിന്റെ പ്രവാചകനാണു പോലും. ഇസ്രായേലിൽ ഇതിനു മുമ്പും എത്രയോ പ്രവാചകന്മാരുണ്ടായിരുന്നു. അവരാരും

ഇങ്ങനെ പരസ്യമായി ന്യായപ്രമാണത്തെയും പ്രവാചകന്മാരെയും വെല്ലു വിളിച്ചിട്ടില്ല. യെശയ്യാവ്, യിരമ്യാവ്, യഹസ്കിയേൻ, ഒബദ്യാവ്, നഹു, ഹബക്കൂക്ക്, മലാഖി ഇങ്ങനെയെത്രയെത്ര പ്രവാചകന്മാർ. അവരെല്ലാം തുകൽ ചുരുളുകളും ഇരുമ്പാണിയുമുപയോഗിച്ച് ഗ്രന്ഥങ്ങൾ രചിക്കുകയായിരുന്നു. അവരുടെ ഭാഷ സാധാരണ ജനങ്ങൾക്ക് മനസ്സിലാകുമായിരുന്നില്ല. വായിക്കാനറിയാവുന്ന ശാസ്ത്രിമാർ വല്ലപ്പോഴും ഒരിക്കൽ അവ വായിക്കുകയും അവർക്കു തോന്നുന്ന അർത്ഥം ജനങ്ങൾക്കു പറഞ്ഞു കൊടുക്കുകയും ചെയ്തിരുന്നതിനാൽ ജനങ്ങളെ സംബന്ധിച്ചിടത്തോളം കാര്യങ്ങൾ വളരെ എളുപ്പമായിരുന്നു. ഇവിടെയിതാ ഒരക്ഷരം പോലും എഴുതാത്ത പ്രവാചകൻ. എഴുത്തിനെക്കാൾ ശാശ്വതമൂല്യങ്ങളുള്ള വാക്കുകൾ ജനഹൃദയങ്ങളിലേക്ക് വലിച്ചെറിയുന്നു. പലരുടേയും ഹൃദയത്തിൽ ആ വാക്കുകൾ തുളച്ചു കയറുന്നു. ചിലതവിടെ പറ്റിപ്പിടിക്കുന്നു. ഇവിടെ ഇരുന്ന് അത് ഹൃദയത്തെ മാന്തിക്കീറുന്നു.

"ഒരു പ്രവാചകനും തന്റെ പിതൃനഗരത്തിലും സ്വന്തം ഭവനത്തിലും ആദരിക്കപ്പെടുന്നില്ല". യേശു പറയാറുണ്ടായിരുന്ന വാക്കുകൾ പലപ്പോഴും ഒരു വിപ്ലവകാരിയുടെ വീറോടും വാശിയോടും കൂടെ അവൻ സംസാരിച്ചു. ന്യായശാസ്ത്രിമാരായ നിങ്ങൾക്ക് ഹാ കഷ്ടം. എടുക്കാൻ പ്രയാസമുള്ള ചുമടുകളെ നിങ്ങൾ മനുഷ്യരെകൊണ്ടു ചുമപ്പിക്കുന്നു. നിങ്ങൾ ഒരു വിരൽ കൊണ്ടുപോലും അതിൽ തൊടുന്നില്ല. നിങ്ങൾക്ക് അയ്യോ കഷ്ടം. നിങ്ങൾ പ്രവാചകന്മാരുടെ കല്ലറകളെ പണിയുന്നു. നിങ്ങളുടെ പിതാക്കന്മാർ അവരെക്കൊന്നു. നിങ്ങൾ അവരുടെ കല്ലറകളെപണിയുന്നു. ഹാബേലിന്റെ രക്തം മുതൽ യാഗപീഠത്തിനും ആലയത്തിനും നടുവിൽവച്ച് കൊല്ലപ്പെട്ട സ്കറിയായുടെ രക്തം വരെ ലോകസ്ഥാപനം മുതൽ ചൊരിഞ്ഞിരിക്കുന്ന സകലപ്രവാചകന്മാരുടേയും രക്തം ഈ തലമുറയോടു ചോദിക്കുമെന്ന് ഞാൻ നിങ്ങളോടു പറയുന്നു. ന്യായശാസ്ത്രിമാരായ നിങ്ങൾക്ക് അയ്യോ കഷ്ടം. നിങ്ങൾ പരിജ്ഞാനത്തിന്റെ താക്കോൽ എടുത്തു കളഞ്ഞു. നിങ്ങൾ അതിലേക്കു കടക്കുന്നില്ലെന്നു മാത്രമല്ല കടക്കുവാൻ ഇച്ഛിച്ചവരെ തടയുകയും ചെയ്യുന്നു".

ജനങ്ങൾ എടുത്തണിഞ്ഞിരുന്ന അഭിമാനത്തിന്റെ മുഖം മൂടി ഇളക്കിമാറ്റി ഓരോരുത്തരും അവരെത്തന്നെ കണ്ടെത്തുവാനുള്ള ആഹ്വാനങ്ങളായിരുന്നു യേശുവിന്റെ ഓരോ ഉപദേശവും.

"മനുഷ്യർ കാണേണ്ടതിന് നിങ്ങളുടെ നീതിയേ അവരുടെ മുമ്പിൽ ചെയ്യാതിരിക്കാൻ സൂക്ഷിപ്പിൻ. ഭിക്ഷ കൊടുക്കുമ്പോൾ മനുഷ്യരാൽ മാനം ലഭിപ്പാൻ പള്ളികളിലും വീഥികളിലും കപടഭക്തിക്കാർ ചെയ്യുന്നതുപോലെ നിന്റെ മുമ്പിൽ കാഹളം ഊതിക്കരുത്. നീയോ ഭിക്ഷ കൊടുക്കുമ്പോൾ നിന്റെ ഭിക്ഷ രഹസ്യത്തിലായിരിക്കേണ്ടതിന് വലംകൈ ചെയ്യുന്നത് എന്തെന്ന് ഇടംകൈ അറിയരുത്. നിങ്ങൾ പ്രാർത്ഥിക്കുമ്പോൾ കപടഭക്തരെപ്പോലെ ആകരുത്. അവർ മനുഷ്യർക്ക്

വിളങ്ങേണ്ടതിന് പള്ളികളിലും തെരുക്കോണുകളിലും നിന്നുകൊണ്ട് പ്രാർത്ഥിപ്പാൻ ഇഷ്ടപ്പെടുന്നു. നിങ്ങൾ പ്രാർത്ഥിക്കുമ്പോൾ അറയിൽ കടന്ന് വാതിൽ അടച്ച് രഹസ്യത്തിലുള്ള നിന്റെ പിതാവിനോട് പ്രാർത്ഥിക്ക. രഹസ്യത്തിൽ കാണുന്ന പിതാവ് നിനക്കു പ്രതിഫലം തരും".

എങ്ങനെയാണ് പ്രാർത്ഥിക്കേണ്ടതെന്നും അവൻ തങ്ങളെ പഠിപ്പിച്ചു. അതുവരെ പ്രാർത്ഥനയെന്നാൽ കേവലം ജൽപ്പനങ്ങളും സ്വകാര്യ നിവേദനങ്ങളുമായിരുന്നു. അർഥഗർഭമായ ആ പ്രാർഥനാ വചസ്സുകളുടെ പദാവലികൾ സ്മരണമാത്രയിൽ നാവിൻ തുമ്പത്ത് ഓടിയെത്തുന്നു. "സ്വർഗ്ഗസ്ഥനായ ഞങ്ങളുടെ പിതാവേ, നിന്റെ നാമം വിശുദ്ധീകരിക്കപ്പെടേണമേ" ലോകത്തിന്റെ സർവ്വദുഃഖങ്ങളുടെയും പരിഹാരമാണ് പരോക്ഷമായി ആ വരികൾ അർത്ഥമാക്കുന്നത്. ലോകത്തിലെ വേദനകൾക്കും കഷ്ടപ്പാടുകൾക്കും ഉത്തരവാദി ദൈവമാണെന്നാണ് ജനങ്ങളുടെ വിചാരം. ലോകത്തിൽ സന്തോഷം കളിയാടിയെങ്കിൽ മാത്രമേ ലോകം ദൈവനാമത്തിന് മഹത്വം കല്പിക്കൂ. "നിന്റെ രാജ്യം വരേണമേ, നിന്റെ ഇഷ്ടം സ്വർഗ്ഗത്തിലെപ്പോലെ ഭൂമിയിലുമാകേണമേ". ലോകത്തിന്റെ പൂർണ്ണതകളിൽ നിന്നുളവാകുന്ന പൂർണ്ണതാസങ്കൽപ്പമായിരിക്കണം സ്വർഗ്ഗം എന്ന ആശയം. ലോകത്തിലെ കുറവുകൾക്കെല്ലാം പരിഹാരം ലഭിക്കുന്ന സ്ഥലം. അവിടെ കാര്യങ്ങൾ ദൈവത്തിന്റെ നേരിട്ടുള്ള നിയന്ത്രണത്തിൽ. ഭൂമിയിൽ കാര്യങ്ങൾ നീങ്ങുന്നത് താന്തോന്നികളായ മനുഷ്യരുടെ ഇഷ്ടത്തിനായിരിക്കണം. സ്വാർഥതയിലൂന്നിയ അത്തരം ഓരോ ഇഷ്ടങ്ങളും സംഘർഷത്തിനും ഏറ്റുമുട്ടലുകൾക്കും കാരണമാകുന്നു. സ്വർഗ്ഗരാജ്യസങ്കൽപ്പത്തെ മുന്നിൽ കണ്ടുകൊണ്ട് ഭൂമിയെ പുതുക്കിപ്പണിയുക. സ്വാർഥതയെ മറികടക്കാൻ സഹായിക്കുന്ന ദൈവയിഷ്ടത്തിന് കാര്യങ്ങൾ വിട്ടുകൊടുക്കുക. ഇതല്ലേ ആ വരികൾ അർത്ഥമാക്കുന്നത്. ഞങ്ങൾക്കാവശ്യമുള്ള ആഹാരം ഇന്ന് തരേണമേ. നാളത്തെ ആഹാരത്തെക്കുറിച്ച് വ്യാകുലപ്പെടാതെ അന്നന്നത്തെ ആഹാരത്തെ മാത്രം ലക്ഷ്യമാക്കുക എന്നതെത്ര ഉദാത്തമായ ആശയമാണ്. ഒരു യഥാർഥ സന്യാസിക്കല്ലാതെ ആർക്കാണീ വരികൾ ഉച്ചരിക്കാൻ കഴിയുക. നാളെകളെക്കുറിച്ചുള്ള അമിതമായ ആർത്തിയുമായി അന്യരുടെ ആഹാരം തട്ടിപ്പറിക്കാൻ തക്കം പാർത്തിരിക്കുന്ന ജനങ്ങൾ ആത്മാർത്ഥതയോടെ ഈ പ്രാർത്ഥന ഉരുവിട്ടിരുന്നെങ്കിൽ. ഞങ്ങളോട് തെറ്റ് ചെയ്തവരോട് ക്ഷമിക്കുന്നതുപോലെ ഞങ്ങളുടെ തെറ്റുകൾ ഞങ്ങളോടു ക്ഷമിക്കേണമേ. ആക്രമണത്തെ ആക്രമണം കൊണ്ട് നേരിടുന്നതിൽ അർഥമില്ലെന്ന പാഠം ഗ്രഹിക്കാൻ ലോകം ഇനി എത്രകാലം കൂടിയെടുക്കും ആവോ?. ക്ഷമ ഭീരുവിന്റെ അടവല്ല. ധീരന്റെ ആയുധമാണ്. ക്ഷമിക്കുന്നതിലൂടെ മനുഷ്യൻ അവന്റെ മാനവികത പ്രകടമാക്കുന്നു. ഇതിന് കഴിയാത്ത മനുഷ്യൻ അർഥമറിയാതെ ഈ പ്രാർഥന ഉരുവിടുന്നത് വ്യർഥമാണെന്ന് ഗുരു വ്യക്തമാക്കിയിരിക്കുന്നു.

"ഞങ്ങളെ പരീക്ഷയിൽ കടത്താതെ ദുഷ്ടങ്കൽ നിന്ന് കാത്തു

കൊള്ളേണമേ. എന്തുകൊണ്ടെന്നാൽ രാജ്യവും ശക്തിയും മഹത്വവും നിനക്കുള്ളതാകുന്നു. രാജ്യവും, ശക്തിയും, മഹത്വവും തങ്ങൾക്ക് മാത്രമെന്ന് ധരിച്ച് വശായിരിക്കുന്ന ഭൂമിയിലെ ഭരണാധികാരികളും അഹങ്കാരികളായ പുരോഹിതന്മാരും അരങ്ങടക്കി വാഴുന്ന ഒരു ലോകത്തോടാണ് തങ്ങളുടെ ഗുരു പറഞ്ഞത്. തങ്ങളുടെ സർവ്വ ആദരവുകളും അത്യുന്നതനായ ദൈവത്തിന് മാത്രം. ഏതാനും ചില വരികളിൽ തന്റെ ജീവിത ദർശനം മുഴുവൻ ഒതുക്കി വയ്ക്കുവാൻ ഗുരുവിന് കഴിഞ്ഞിരിക്കുന്നു. കാലം ചെല്ലുന്തോറും കൂടുതൽക്കൂടുതൽ അനുയായികൾ ഗുരു പഠിപ്പിച്ച ആ പ്രാർഥന ഉരുവിടുക തന്നെ ചെയ്യും. പക്ഷേ ഉരുവിട്ടതുകൊണ്ട് മാത്രമായില്ലല്ലോ. അതിന്റെ ആന്തരാർഥത്തെ ജീവിതത്തിൽ പ്രതിഫലിപ്പിക്കുവാൻ സർവ്വർക്കും കഴിഞ്ഞിരുന്നെങ്കിൽ!.

പതിനൊന്ന്

എന്റെ വിശുദ്ധ പർവ്വതമായ സിയോനിൽ ഞാനെന്റെ രാജാവിനെ വാഴിച്ചിരിക്കുന്നു

"നിന്റെ വചനം എന്റെ കാലുകൾക്കു വിളക്കും
എന്റെ ഊടുവഴികൾക്കു പ്രകാശവും ആകുന്നു.
നിന്റെ നീതിയുള്ള വിധികൾ പ്രമാണിക്കുന്നതിനായി
ഞാൻ ആണയിട്ടു നിശ്ചയിച്ചിരിക്കുന്നു.
ഞാൻ ഏറ്റം ക്ഷീണിച്ചിരിക്കുന്നു.
നിന്റെ വചനപ്രകാരം എന്നെ ജീവിപ്പിക്കേണമെ.
കർത്താവെ! എന്റെ വായിലെ വചനങ്ങളിൽ
നീ ഇഷ്ടപ്പെടു.
നിന്റെ പ്രമാണങ്ങൾ എന്നെ പഠിപ്പിക്കേണമെ"

ന്യായാസനത്തിന് മുമ്പാകെ വിധികാത്തു നിൽക്കുന്ന ഈ മനുഷ്യൻ യഹൂദന്മാരുടെ രാജാവായിരുന്നു. ജനങ്ങൾക്ക് ന്യായപാലനം നടത്തേണ്ടവനാണ്. എത്രയോ തവണ ചിലർ ചേർന്ന് അവനെ രാജാവാക്കാൻ ശ്രമിച്ചതാണ്. അപ്പോഴൊക്കെ അവൻ ഒഴിഞ്ഞുമാറുകയായിരുന്നു. രാജ്യം, രാജാവ് ഇവയെക്കുറിച്ചൊക്കെ യേശുവിനുണ്ടായിരുന്ന സങ്കൽപ്പങ്ങൾ യഹൂദന്മാർക്ക് മനസ്സിലാകുന്നതായിരുന്നില്ല. അവന്റെ രാജ്യം ഈ ഭൂമിമുഴുവനുമായിരുന്നു. അവന്റെ രാജാവ് പിതാവായ ദൈവം മാത്രമായിരുന്നു എന്ന് അവനറിയാമായിരുന്നു അതെ, അവന്റെ വാക്കുകൾ ലോകത്തിന്റെ ആത്മീയ വിശപ്പകറ്റുന്ന ജീവന്റെ ആഹാരംതന്നെയായിരുന്നു. തിബെർയ്യാസ് എന്ന ഗലീലക്കടലിന്റെ അക്കരെയിരുന്നു കൊണ്ടവൻ ജനങ്ങളെ ഉപദേശിക്കുന്ന രംഗം ഓർമ്മയിൽ ഓടിയെത്തുന്നു. നീ ദൈവപുത്രനാകുന്നു എന്ന് വിശ്വസിക്കേണ്ടതിന് എന്തടയാളമാണ് ചെയ്യുന്നതെന്ന് ശാസ്ത്രിമാരിൽ ചിലർ ഗുരുവിനെ വെല്ലുവിളിച്ചു. തന്റെ വച

നങ്ങൾ തന്നെ സ്വർഗ്ഗത്തിൽനിന്നുള്ള ദാനങ്ങൾ അതാണീ കാലഘട്ട ത്തിന് നൽകപ്പെട്ടിരിക്കുന്ന അടയാളം. "നമ്മുടെ പിതാക്കന്മാർ മരുഭൂമി യിൽ മന്നാ ഭക്ഷിച്ചു. അവർക്കു ഭക്ഷിക്കുവാൻ സ്വർഗ്ഗത്തിൽ നിന്നു അപ്പം കൊടുത്തു. ആമേൻ, ആമേൻ ഞാൻ നിങ്ങളോടു പറയുന്നു. സ്വർഗ്ഗത്തിൽ നിന്നുള്ള അപ്പം. മോശയല്ല നിങ്ങൾക്കു തന്നത്. എന്റെ പിതാവത്രേ ദൈവത്തിന്റെ അപ്പമോ സ്വർഗ്ഗത്തിൽ നിന്നിറങ്ങി വന്ന് ലോകത്തിന് ജീവനെ കൊടുക്കുന്നതാകുന്നു". അതു കേട്ടവർ ഉടനെ പറഞ്ഞു., കർത്താവേ, ഈ അപ്പം എപ്പോഴും ഞങ്ങൾക്കു തരേണമേ".

"ഞാൻ ജീവന്റെ അപ്പമാകുന്നു. എന്റെ അടുക്കൽ വരുന്നവന് വിശ ക്കുകയില്ല. എന്നിൽ വിശ്വസിക്കുന്നവന് ഒരു നാളും ദാഹിക്കുകയില്ല". വാക്കുകളെ അലങ്കാരങ്ങളുടെ ആവരണം അണിയിച്ചേ ഗുരു എപ്പോഴും സംസാരിക്കുമായിരുന്നുള്ളൂ.

"ആമേൻ, ആമേൻ ഞാൻ നിങ്ങളോടു പറയുന്നു. നിങ്ങൾ മനുഷ്യ പുത്രന്റെ മാംസം തിന്നാതെയും അവന്റെ രക്തം കുടിക്കാതെയും ഇരു ന്നാൽ നിങ്ങൾക്കുള്ളിൽ ജീവൻ ഇല്ല. എന്റെ മാംസം തിന്നുകയും എന്റെ രക്തം കുടിക്കുകയും ചെയ്യുന്നവൻ എന്നിലും ഞാൻ അവനിലും വസി ക്കുന്നു. ജീവനുള്ള പിതാവ് എന്നെ അയച്ചിട്ട് ഞാൻ പിതാവിന്മൂലം ജീവി ക്കുന്നതുപോലെ എന്നെ തിന്നുന്നവൻ ഞാൻ മൂലം ജീവിക്കും. സ്വർഗ്ഗ ത്തിൽ നിന്നിറങ്ങി വന്ന അപ്പം ഇതാകുന്നു. പിതാക്കന്മാർ തിന്നുകയും മരിക്കുകയും ചെയ്തതുപോലെയല്ല ഈ അപ്പം തിന്നുന്നവൻ എന്നും ജീവിക്കും". ഗുരുവിന്റെ സ്വർഗ്ഗരാജ്യസങ്കല്പം ശിഷ്യന്മാരുൾക്കൊള്ളുന്ന ചെറു സദസ്സുകളിൽ എത്രയോ തവണ ചർച്ചചെയ്യപ്പെട്ടിരിക്കുന്നു. സ്വർഗ്ഗ രാജ്യം അഥവാ ദൈവരാജ്യം എന്ന ആശയത്തിന്റെ വേരുകൾ പഴയ നിയമത്തിലാണ്. ദൈവമാണ് എബ്രായരുടെ രാജാവെന്നും അവരുടെ രാജ്യം അവന്റേതാണെന്നും എല്ലാവരും വിചാരിച്ചിരുന്നു. മിശിഹായുടെ ആഗമനത്തോടെ ദൈവരാജ്യം നീതിമാന്മാർക്ക് മാത്രമായി തുറന്നുകൊ ടുക്കുമെന്നായിരുന്നു പ്രവാചകന്മാരുടെ ഉപദേശം. യിസ്രായേലായാലും ശരി, അന്യജാതിക്കാരായാലും ശരി നീതിമാന്മാരെല്ലാവരും ദൈവത്തിന്റെ രാജ്യത്തിൽ അവകാശികളായിരിക്കുമെന്ന ഈ വിശ്വാസമാണ് ക്രമേണ പ്രബലമായത്.

നസ്രേത്തിലെ യേശു പ്രവാചകന്മാർ ഉൽഘോഷിച്ച മിശിഹായാ ണെന്ന് ചിലരെങ്കിലും ധരിച്ചിരുന്നു. റോമൻ ആധിപത്യത്തിൽ നിന്നും യഹൂദന്മാരെ മോചിപ്പിക്കുക മിശിഹായുടെ ദൗത്യമായിരിക്കുമെന്നവർ കരുതിയിരുന്നു. ദൈവരാജ്യത്തെക്കുറിച്ചുള്ള നിരന്തരമായ പ്രസംഗങ്ങൾ കേട്ടുകേട്ട് പ്രതീക്ഷ പൂണ്ട പരീശന്മാർ അതെപ്പോൾ വരുമെന്ന് യേശു വിനോട് ചോദിച്ചു. "ദൈവരാജ്യം കാണത്തക്കവണ്ണമല്ല വരുന്നത്". ദൈവ രാജ്യം നിങ്ങളുടെയിടയിൽ തന്നെയുണ്ടല്ലോ എന്നായിരുന്നു ഗുരുവിന്റെ മറുപടി. തുടർന്നുള്ള അവന്റെ ഓരോ വാക്കും സ്വന്തം ജീവിതത്തെക്കു റിച്ചുള്ള പ്രവാചക സൂക്തങ്ങളായിരുന്നു. നിങ്ങൾ മനുഷ്യപുത്രന്റെ ഒരു

ദിവസം കാണാൻ ആഗ്രഹിക്കുന്ന കാലം വരും; കാണുകയില്ല. അന്ന് നിങ്ങളോട് ഇതാ ഇവിടെയെന്നും അതാ അവിടെയെന്നും പറയും. നിങ്ങൾ പോകരുത്. പിൻചെല്ലുകയുമരുത്. മിന്നൽ ആകാശത്തിന് കീഴെ ദിക്കോടുദിക്കെല്ലാം തിളങ്ങി മിന്നുന്നതുപോലെ മനുഷ്യപുത്രൻ തന്റെ ദിവസത്തിലാകും. എന്നാൽ ആദ്യം അവൻ വളരെ കഷ്ടം അനുഭവിക്കുകയും ഈ തലമുറ അവനെ തള്ളിക്കളയുകയും വേണം. നോഹയുടെ കാലത്ത് സംഭവിച്ചതുപോലെ മനുഷ്യപുത്രന്റെ നാളിലും ഉണ്ടാകും. നോഹ പെട്ടകത്തിൽ കടന്ന നാൾവരെ അവർ തിന്നുകുടിച്ചുകൊണ്ടും വിറ്റും നട്ടും പണിതും പോന്നു. ലോത്ത് സോദോം വിട്ട നാളിൽ ആകാശത്തുനിന്നും തീയും ഗന്ധവും പെയ്തു. എല്ലാവരേയും നശിപ്പിച്ചു കളഞ്ഞു. മനുഷ്യപുത്രൻ വെളിപ്പെടുന്ന നാളിൽ അവ്വണ്ണം തന്നെയാകും അന്ന് വലയിൽ ഇരിക്കുന്നവൻ പിന്നോക്കം തിരിയരുത്. ലോത്തിന്റെ ഭാര്യയെ ഓർത്തുകൊള്ളുവിൻ. തന്റെ ജീവനെ നേടുവാൻ നോക്കുന്നവനെല്ലാം അതിനെക്കളയും. അതിനെക്കളയുന്നവനെല്ലാം അതിനെ രക്ഷിക്കും. നിങ്ങൾ തിരിഞ്ഞ് ശിശുക്കളെപ്പോലെ ആകുന്നില്ലെങ്കിൽ സ്വർഗ്ഗരാജ്യത്തിൽ കടക്കുകയില്ലെന്ന് ഞാൻ സത്യമായിട്ടും നിങ്ങളോട് പറയുന്നു. ആകയാൽ തന്നെത്താൻ താഴ്ത്തുന്നവൻ സ്വർഗ്ഗരാജ്യത്തിൽ ഏറ്റവും വലിയവൻ ആകുന്നു. ഇങ്ങനെയുള്ള ശിശുവിനെ എന്റെ നാമത്തിൽ കൈക്കൊള്ളുന്നവൻ എന്നെ കൈക്കൊള്ളുന്നു. ഈ ചെറിയവരിൽ ഒരുവന് ആരെങ്കിലും ഇടർച്ച വരുത്തിയാലോ അവന്റെ കഴുത്തിൽ വലിയൊരു തിരിക്കല്ല് കെട്ടി അവനെ സമുദ്രത്തിന്റെ ആഴത്തിൽ താഴ്ത്തിക്കളയുന്നത് അവന് നന്ന്".

സ്വർഗ്ഗരാജ്യത്തിന്റെ വാതിൽ അവൻ മലർക്കെ തുറന്നിട്ടു. അതിനുള്ളിൽ പ്രവേശിക്കുന്നത് സ്വപ്നം കണ്ടുകൊണ്ട് കപടഭക്തിയുടെ തുരുത്തുകളിൽ ചുറ്റിത്തിരിഞ്ഞവരെ അവൻ ഭീഷണിപ്പെടുത്തി. "ചുങ്കക്കാരും വേശ്യകളും നിങ്ങൾക്ക് മുമ്പായി ദൈവരാജ്യത്തിൽ കടക്കുന്നുവെന്ന് സത്യമായിട്ടും ഞാൻ നിങ്ങളോട് പറയുന്നു. യോഹന്നാൻ നീതിമാർഗ്ഗം ഉപദേശിച്ചുകൊണ്ട് നിങ്ങളുടെ അടുക്കൽ വന്നു. നിങ്ങളോ അവനെ വിശ്വസിച്ചില്ല. എന്നാൽ ചുങ്കക്കാരും വേശ്യകളും അവനെ വിശ്വസിച്ചു. അത് കണ്ടിട്ടും നിങ്ങൾ അവനെ വിശ്വസിപ്പാൻ തക്കവണ്ണം പിന്നത്തേതിൽ അനുതപിച്ചില്ല."

പ്രഥമശ്രവണത്തിൽ വ്യക്തമാകാത്ത തന്റെ ആശയങ്ങളെ സമർത്ഥിക്കുവാൻ യേശു എപ്പോഴും ഓരോ കഥ പറയുമായിരുന്നു. സ്വർഗ്ഗരാജ്യത്തിന്റെ സാർവ്വമാനവികത സമർത്ഥിക്കുവാൻ യേശു പറഞ്ഞ ആ കഥ ഓർമ്മയിൽ തിളങ്ങി. "സ്വർഗ്ഗരാജ്യം തന്റെ പുത്രനുവേണ്ടി കല്യാണസദ്യ കഴിച്ച ഒരു രാജാവിനോട് സദൃശം. അവൻ കല്യാണത്തിന് ക്ഷണിച്ചവരെ വിളിക്കേണ്ടതിന് ദാസന്മാരെ പറഞ്ഞയച്ചു. അവർക്കോ വരുവാൻ മനസ്സായില്ല. പിന്നെയും അവൻ മറ്റു ദാസന്മാരെ അയച്ചു. എന്റെ വിരുന്നൊരുക്കിക്കഴിഞ്ഞു. എന്റെ കാളക

ളെയും തടിച്ച മൃഗങ്ങളെയും അറുത്തു. എല്ലാം ഒരുങ്ങിയിരിക്കുന്നു. കല്യാണത്തിന് വരുവിൻ എന്ന് ക്ഷണിച്ചവരോട് പറയിച്ചു. അവർ അത് കൂട്ടാക്കാതെ ഒരുത്തൻ തന്റെ നിലത്തിലേക്കും മറ്റൊരുവൻ തന്റെ വ്യാപാരത്തിനും പോയ്ക്കളഞ്ഞു. ശേഷമുള്ളവർ അവന്റെ ദാസന്മാരെ പിടിച്ച് അപമാനിച്ച് കൊന്നുകളഞ്ഞു. രാജാവ് കോപിച്ച് സൈന്യങ്ങളെ അയച്ച് അവരുടെ പട്ടണങ്ങളെ ചുട്ടുകളഞ്ഞു. പിന്നെ അവൻ ദാസന്മാരോട് കല്യാണം ഒരുങ്ങിയിരിക്കുന്നു. ക്ഷണിക്കപ്പെട്ടവരോ യോഗ്യരായില്ല. ആകെയാൽ വഴിത്തലയ്ക്കൽ ചെന്ന് കാണുന്നവരെ ഒക്കെയും കല്യാണത്തിന് വിളിപ്പിൻ എന്ന് പറഞ്ഞു. ആ ദാസന്മാർ പെരുവഴികളിൽ പോയി കണ്ണിൽകണ്ട സർവ്വരേയും കൂട്ടിക്കൊണ്ട് വന്നു. കല്യാണശാല വിരുന്നുകാരെക്കൊണ്ട് നിറഞ്ഞു".

ദൈവരാജ്യത്ത് വിശദീകരിക്കുവാൻ അവൻ എത്രയെത്ര കഥകൾ, എന്തെന്തുപമകൾ പറഞ്ഞു. "ദൈവരാജ്യം ഒരു മനുഷ്യൻ മണ്ണിൽ വിത്ത് എറിഞ്ഞശേഷം രാവും പകലും ഉറങ്ങിയും എഴുന്നേറ്റും ഇരിക്കെ അവൻ അറിയാതെ വിത്തു മുളച്ചുവരുന്നതുപോലെ ആകുന്നു. മുമ്പെ ഞാറും പിന്നെ കതിരും പിന്നെ കതിരിൽ നിറഞ്ഞ മണിയും ഇങ്ങനെ വളരുന്നു. ധാന്യം വിളയുമ്പോൾ കൊയ്ത്തായതുകൊണ്ട് അവൻ ഉടനെ അരിവാൾ വയ്ക്കുന്നു".

"ദൈവരാജ്യം 'സൈത്തു'വിത്തിനോട് സദൃശം. അതിനെ മണ്ണിൽ വിതയ്ക്കുമ്പോൾ ഭൂമിയിലെ എല്ലാ വിത്തിലും ചെറിയത് എങ്കിലും വിതച്ചശേഷം വളർന്നു സകല സസ്യങ്ങളിലും വലുതായിത്തീർന്നു, ആകാശത്തിലെ പക്ഷികൾ അതിന്റെ നിഴലിൽ വസിപ്പാൻ തക്കവണ്ണം വലുതായി കൊമ്പുകളെ വളർത്തുന്നു.

അവന്റെ ഉപമകളുടെ സാരം ഗ്രഹിച്ചവർ അവന്റെ ശിഷ്യഗണത്തിൽ ചേരുകയായിരുന്നു. സ്വന്തം വീടുപോലും ഒരു തടവറയായിക്കരുതിയിരുന്നവർ അവയൊക്കെ ഉപേക്ഷിച്ച് അവന്റെ പിന്നാലെ വന്നു. സ്വാതന്ത്ര്യത്തിന്റെ ഒരു പുതിയ ലോകം അവരുടെ മുമ്പിൽ തുറക്കപ്പെട്ടു. അവനവരിൽ ഓരോരുത്തർക്കും പ്രത്യേകം പ്രത്യേകം ജോലികളും ഏല്പിച്ചു കൊടുത്തു. പ്രത്യേകം തെരഞ്ഞെടുത്ത തങ്ങൾ പന്ത്രണ്ട് പേർക്ക് പറഞ്ഞു തന്ന കാര്യങ്ങൾ ഓർമ്മവന്നു. "ജാതികളുടെ അടുക്കൽ പോകാതെയും ശമര്യരുടെ പട്ടണത്തിൽ കടക്കാതെയും യിസ്രായേൽ ഗൃഹത്തിലെ കാണാതെപോയ ആടുകളുടെ അടുക്കൽ തന്നെ ചെല്ലുവിൻ. നിങ്ങൾ പോകുമ്പോൾ സ്വർഗ്ഗരാജ്യം സമീപിച്ചിരിക്കുന്നുവെന്ന് ഘോഷിപ്പിൻ. രോഗികളെ സൗഖ്യമാക്കുവിൻ, മരിച്ചവരെ ഉയർപ്പിക്കുവിൻ, കുഷ്ഠരോഗികളെ ശുദ്ധമാക്കുവിൻ, ഭൂതങ്ങളെ പുറത്താക്കുവിൻ, സൗജന്യമായി നിങ്ങൾക്ക് ലഭിച്ചവ സൗജന്യമായി കൊടുപ്പിൻ; മടിശ്ശീലയിൽ പൊന്നും വെള്ളിയും ചെമ്പും വഴിക്ക് പൊക്കണവും രണ്ട് ഉടുപ്പും ചെരിപ്പും വടിയും കരുതരുത്. വേലക്കാരൻ തന്റെ ആഹാരത്തിന് യോഗ്യനല്ലോ. ഏത് പട്ടണത്തിലോ ഗ്രാമത്തിലോ കടക്കുമ്പോൾ

അവിടെ യോഗ്യൻ ആർ എന്ന് അന്വേഷിപ്പിൻ. പുറപ്പെടുവോളം അവിടെത്തന്നെ പാർപ്പിൻ. ഒരു വീട്ടിൽ ചെല്ലുമ്പോൾ അതിന് വന്ദനം പറയുവിൻ, വീടിന് യോഗ്യതയുണ്ടെങ്കിൽ നിങ്ങളുടെ സമാധാനം അതിന്മേൽ വരട്ടെ. യോഗ്യതയില്ലെന്ന് വരികിൽ സമാധാനം നിങ്ങളിലേക്ക് മടങ്ങിപ്പോരട്ടെ. ആരെങ്കിലും നിങ്ങളെ കൈക്കൊള്ളാതെയും നിങ്ങളുടെ വചനങ്ങളെ കേൾക്കാതെയും ഇരുന്നാൽ ആ വീടോ പട്ടണമോ വിട്ടുപോരുമ്പോൾ നിങ്ങളുടെ കാലിലെ പൊടി തട്ടിക്കളവിൻ. ന്യായവിധി ദിവസത്തിൽ ആ പട്ടണത്തെക്കാൾ സോദോമ്മ്യരുടെയും ഗോമോര്യരുടെയും ദേശത്തിന് ഭാഗ്യം എന്ന് സത്യമായിട്ടും ഞാൻ നിങ്ങളോട് പറയുന്നു.

"ചെന്നായ്ക്കളുടെ നടുവിൽ ആടിനെപ്പോലെ ഞാൻ നിങ്ങളെ അയയ്ക്കുന്നു. ആകയാൽ പാമ്പിനെപ്പോലെ കൗശലമുള്ളവരും പ്രാവിനെപ്പോലെ കളങ്കമില്ലാത്തവരും ആയിരിപ്പിൻ. മനുഷ്യരെ സൂക്ഷിച്ചുകൊൾവിൻ. അവർ നിങ്ങളെ ന്യായാധിപസഭകളിൽ ഏല്പിക്കുകയും തങ്ങളുടെ പള്ളികളിൽ വച്ച് ചമ്മട്ടികൊണ്ട് അടിക്കുകയും എന്റെ നിമിത്തം നാടുവാഴികൾക്കും രാജാക്കന്മാർക്കും മുമ്പിൽ കൊണ്ടു പോവുകയും ചെയ്യും. അവർക്കും ജാതികൾക്കും ഇത് സാക്ഷ്യമായിരിക്കട്ടെ". അവൻ ജനങ്ങൾക്ക് നിത്യജീവൻ വാഗ്ദാനം ചെയ്തു. ജനങ്ങൾക്കേതുകാലത്തും താൽപ്പര്യമുള്ള ഒരു വിഷയമായിരുന്നല്ലോ നിത്യജീവൻ. അവരിൽ ഒരുവൻ ഗുരോ നിത്യജീവനെ പ്രാപിപ്പാൻ ഞാൻ എന്ത് നന്മ ചെയ്യണം എന്ന് ചോദിച്ചതിന് അവർ എന്നോട് നന്മയെക്കുറിച്ച് ചോദിക്കുന്നത് എന്ത്? നല്ലവൻ ഒരുത്തനെയുള്ളൂ. ജീവനിൽ കടപ്പാൻ ഇച്ഛിക്കുന്നുവെങ്കിൽ കല്പനകളെ പ്രമാണിക്ക എന്നു പറഞ്ഞു. അവ ഏവ എന്നയാൾ ചോദിച്ചു. ഗുരു കൽപ്പന ഏവയെന്ന കാര്യം അവനെ ഓർമ്മിപ്പിച്ചു. "കൊല ചെയ്യരുത്, മോഷ്ടിക്കരുത്, കള്ളസാക്ഷ്യം പറയരുത് അപ്പനെയും അമ്മയേയും ബഹുമാനിക്കുക, കൂട്ടുകാരനെ നിന്നെപ്പോലെതന്നെ സ്നേഹിക്കുക" എന്നിവ തന്നെ എന്നു പറഞ്ഞു. യൗവനക്കാരൻ അവനോട് ഇവയൊക്കെയും ഞാൻ പ്രമാണിച്ചു പോരുന്നു. ഇനി കുറവുള്ളത് എന്ത് എന്ന് ചോദിച്ചു. സൽഗുണപൂർണ്ണൻ ആകുവാൻ ഇച്ഛിക്കുന്നുവെങ്കിൽ നീ ചെന്ന് നിനക്കുള്ളത് വിറ്റ് ദരിദ്രർക്ക് കൊടുക്കുക" എന്ന് പറഞ്ഞു. സ്വകാര്യസ്വത്ത് സർവ്വ നന്മകൾക്കും പ്രതിബന്ധമായി വർത്തിക്കുന്നുവെന്ന സത്യം ഗുരു ആവർത്തിച്ച് പറയുമായിരുന്നു. ആ ചെറുപ്പക്കാരൻ വളരെ ധനവാനായിരുന്നതുകൊണ്ട് ഗുരുവിന്റെ നിർദ്ദേശം കേട്ട് നിരാശനായി മടങ്ങിപ്പോന്നു. അയാളെ നോക്കി യേശു പറഞ്ഞു. "ധനവാൻ സ്വർഗ്ഗരാജ്യത്തിൽ പ്രവേശിക്കുന്നതിലും ഒട്ടകം സൂചിക്കുഴിയിലൂടെ കടക്കുന്നതെളുപ്പം" അതു കേട്ട ധനവാന്മാർ ഗുരുവിനെതിരെ അമർഷം പൂണ്ടു. ദരിദ്രർ പ്രത്യാശപൂർവ്വം അവന്റെ അടുത്തു വന്നു.

അവനെ വാക്കിൽ കുടുക്കുവാൻ പരീശന്മാരും പുരോഹിതന്മാരും നിരന്തരം പരിശ്രമിച്ചുകൊണ്ടിരുന്നു. യേശു ന്യായപ്രമാണത്തെ പാലി

ക്കുന്നവൻ തന്നെ എന്ന് ഒരു വിഭാഗവും അതിനെ ലംഘിക്കുന്നവൻ എന്ന് മറ്റൊരു വിഭാഗവും ചേരി തിരിഞ്ഞു വാദിച്ചു. ഒരു വൈദീകപ്രമാണി അവനോട് ഗുരോ ന്യായപ്രമാണത്തിൽ ഏത് കല്പന വലിയത് എന്ന് ചോദിച്ചു. യേശു അവനോട് നിന്റെ ദൈവമായ കർത്താവിനെ പൂർണ്ണഹൃദയത്തോടും പൂർണ്ണാത്മാവിനോടും പൂർണ്ണമനസ്സോടും കൂടെ സ്നേഹിക്കണം ഇതാണ് വലിയതും ഒന്നാമത്തേതുമായ കല്പന. രണ്ടാമത്തേതു അതിനോട് സമം. കൂട്ടുകാരനെ നിന്നെപ്പോലെ തന്നെ സ്നേഹിക്കുക എന്നതു തന്നെ. ഈ രണ്ടു കല്പനകളിൽ സകല ന്യായപ്രമാണവും പ്രവാചകന്മാരും അടങ്ങിയിരിക്കുന്നുവെന്ന് പറഞ്ഞു. നിയമങ്ങളെ കേവലം നിയമങ്ങൾക്കു വേണ്ടി മാത്രം ആചരിച്ചിരുന്നവർക്ക് ഇത്തരം വ്യാഖ്യാനങ്ങൾ എങ്ങനെ മനസ്സിലാകാനാണ്.

ജനങ്ങളെ കുറേക്കാലത്തേക്കെങ്കിലും ഇളക്കിമറിച്ച ആ നാവ് പീലാത്തോസിന്റെ മുമ്പിൽ നിശബ്ദമായിരിക്കുന്നു എന്നതത്ഭുതം തന്നെ. ഇന്നലെ വരെ പരീശന്മാരേയും ശാസ്ത്രിമാരേയും ശാസിച്ചിരുന്ന ആ നാവ് നിശ്ചലമായിരിക്കുന്നതെന്തുകൊണ്ട്? ദേവാലയത്തിൽ വച്ച് പരസ്യമായി അവൻ വിളിച്ചു പറഞ്ഞു ശാസ്ത്രിമാരും പരീശന്മാരും മോശയുടെ പീഠത്തിൽ ഇരിക്കുന്നു. ആകയാൽ അവർ നിങ്ങളോട് പറയുന്നതൊക്കെയും പ്രമാണിച്ച് ചെയ്‌വിൻ.

ചിന്തയുടെ ചീന്തുകൾ വീണ്ടും ഭൂതകാലത്തിലേക്ക് പായുകയാണ്. ഇസ്രായേലിന്റെ ചരിത്രത്തിൽനിന്ന് കൊഴിഞ്ഞു വീണ ഇന്നലെകൾ ഓർമ്മയിൽ ഓളം തല്ലുന്നു. അമ്മയപ്പന്മാർ പറഞ്ഞു പഠിപ്പിച്ചവ, സിനഗോഗുകളിലെ പ്രസംഗമണ്ഡപത്തിൽനിന്ന് കേട്ടു പഠിച്ചവ. തുകൽച്ചുരുളുകളിൽ നിന്ന് വായിച്ചു ഗ്രഹിച്ചവ. അവയ്ക്കെല്ലാം യേശു നൽകിയ വ്യാഖ്യാനങ്ങൾ. യോഹന്നാൻ സ്വയം മറന്ന് ചിന്തയിൽ മുഴുകി.

ദൈവാധിപത്യത്തിൽ തുടങ്ങി വിദേശാധിപത്യത്തിൽ എത്തിനിൽക്കുന്ന ഇസ്രയേൽ എന്ന രാജ്യവും അവിടുത്തെ ജനങ്ങളും എത്രയെത്ര പ്രതിസന്ധികളെ തരണം ചെയ്താണ് ഇവിടെ എത്തിയിരിക്കുന്നത്. ചരിത്രത്തിന്റെ ശവകുടീരത്തിൽ അമർന്നുപോയ സഹസ്രാബ്ദങ്ങൾ കൺമുമ്പിൽ സജീവമായ ചിത്രപ്പണികൾ ചെയ്തുകൊണ്ട് എഴുന്നേറ്റുവരുന്നതുപോലെ യോഹന്നാന് അനുഭവപ്പെട്ടു. യഹോവ ഇസ്രയേലിന് ദൈവം മാത്രമായിരുന്നില്ല രാജാവുമായിരുന്നു. ഇസ്രയേൽ എന്ന രാജ്യത്തിന്റെ ബീജം യഹോവ എന്ന സങ്കല്പത്തിലാണ്. ഇസ്രയേൽക്കാർ തങ്ങളുടെ ദൈവത്തെ തന്നെ രാജാവായി കണക്കാക്കിയിരുന്നപ്പോൾ അയൽ നാട്ടുകാരായ ഈജിപ്തുകാർ തങ്ങളുടെ രാജാവിനെ ദൈവമായി കരുതി. ഈജിപ്തിലെ ഫറവോമാർ ഹോറസ്, സേത്ത്, ഒബരീസ് എന്നീ ദേവന്മാരുടെ ഭൂമിയിലെ അവതാരമായിട്ടാണ് അവർ കരുതിയിരുന്നത്. അതുകൊണ്ടാണല്ലോ ഫറവോമാർ മരിച്ചു കഴിഞ്ഞാലും അവരുടെ ശരീരം ജനങ്ങൾ ഭക്തിപുരസ്സരം കാത്തുസൂക്ഷിച്ചിരുന്നത്. ഇസ്രയേലിന്റെ ദൈവമായ യഹോവ തങ്ങളുടെ പിതാക്ക

ന്മാരെ നേരിട്ട് സന്ദർശിക്കുകയും അവരുമായി പല ഉടമ്പടികളും ചെയ്യുകയും ചെയ്തതായി ജനങ്ങൾ വിശ്വസിക്കുന്നു.

ജലപ്രളയത്തിനുശേഷം അവശേഷിച്ച പിതാമഹനായ നോഹയും സന്തതികളും യഹോവയിൽ വിശ്വസിച്ചു കൊണ്ട് ജീവിതം തുടർന്നെങ്കിലും അവരുടെ സന്തതിപരമ്പരകൾ യഹോവയിൽ നിന്ന് തെറ്റിപ്പോയി. തുടർന്ന് അവൻ അബ്രഹാമിനെ ഒരു വലിയ ജനതാതിയുടെ പിതാവാകാൻവേണ്ടി തിരഞ്ഞെടുക്കുകയായിരുന്നു. യഹോവ അബ്രഹാമിന് വാഗ്ദാനം ചെയ്ത നാടാണ് കനാൻദേശം. അബ്രഹാമിനെ ദൈവം കൽദായ നാട്ടിലെ ഊറിൽ നിന്നും വിളിച്ച് പാലസ്തീനിലേക്ക് നയിച്ചു. അവിടെ വച്ച് ഒരു ഉടമ്പടിപ്രകാരം അനേകം സന്തതികളെ അബ്രഹാമിന് ദൈവം വാഗ്ദാനം ചെയ്തു. ആ വാഗ്ദാന നിവൃത്തിയാണ് ഇസ്രയേലിന്റെ സ്ഥാപനത്തിൽ കലാശിച്ചതെന്നാണ് പാരമ്പര്യ വിശ്വാസം. യഹോവ ന്യായാധിപന്മാരിലൂടെയും പ്രവാചകന്മാരിലൂടെയും തന്റെ ജനവുമായി ആശയവിനിമയം നടത്തിക്കൊണ്ടിരുന്നു. മോശ മുതൽ എത്രയെത്ര ന്യായാധിപന്മാർ. അവരെല്ലാം ദൈവാത്മാവിനാൽ നടത്തപ്പെട്ടിരുന്ന അതിമാനുഷന്മാരായിരുന്നു. അവരിലൂടെ സാധാരണ ജനം യഹോവയെ തന്നെ ദർശിച്ചിരുന്നു

പന്ത്രണ്ട്

നിങ്ങൾ പ്രവാചകന്മാരെ കൊല്ലുന്നു നിങ്ങളുടെ മക്കളോ അവരുടെ കല്ലറകൾ പണിയുന്നു

"എന്റെ ആത്മാവ് എല്ലായ്പ്പോഴും നിന്റെ കൈകളിൽ
നിന്റെ ന്യായപ്രമാണം ഞാൻ മറന്നില്ല.
ദുഷ്ടന്മാർ എനിക്കായി കെണികൾ വച്ചു എന്നാലും ഞാൻ
നിന്റെ കല്പനകളിൽ നിന്നു തെറ്റിപ്പോയിട്ടില്ല.
ഞാൻ നിന്റെ സാക്ഷ്യം എന്നേക്കുമായി അവകാശപ്പെടുത്തി യിരിക്കുന്നു.
എന്തെന്നാൽ അത് എന്റെ ഹൃദയത്തിന് ആനന്ദം ആകുന്നു.
നിന്റെ കല്പനകൾ എന്നേക്കും സത്യത്തോടെ നിവൃത്തിക്കാ നായി ഞാനെന്റെ ഹൃദയം തിരിച്ചിരിക്കുന്നു".

ഇസ്രയേൽ, കനാൻ കൈവശപ്പെടുത്തുമ്പോൾ അവിടെ നിരവധി ചെറിയ രാജാക്കന്മാരും രാജ്യങ്ങളും ഉണ്ടായിരുന്നു. ജോഷ്വാ അയൽ രാജ്യങ്ങളിലെ മുപ്പത്തിയൊന്ന് രാജാക്കന്മാരെ തോൽപ്പിച്ചതായി ജോഷ്വാ യുടെ പുസ്തകത്തിൽ വായിച്ചതോർമ്മിക്കുന്നു. അയൽരാജ്യങ്ങളായ സിറിയായിലും പാലസ്തീനിലും രാജാക്കന്മാരാണ് ഭരണം നടത്തിയി രുന്നത്. ഈജിപ്തും അസീറിയായും പേർഷ്യായും ബാബിലോണും വിസ്തൃതമായ രാജ്യങ്ങളായിരുന്നു. എന്നാൽ അന്നൊന്നും രാജവാഴ്ച യെന്ന ആശയത്തിലേക്ക് ഇസ്രയേൽ ആകർഷിക്കപ്പെട്ടിരുന്നില്ല. പരി പൂർണ്ണ സ്വാതന്ത്ര്യമുള്ളതും യാതൊരു മേലധികാരവും അംഗീകരിക്കാ ത്തതുമായ ഗോത്രവാഴ്ചയിൽ ജനങ്ങൾ സംതൃപ്തരായിരുന്നു. തങ്ങൾ അധിവസിക്കുന്ന ഭൂപ്രദേശവും തങ്ങൾ യുദ്ധത്തിൽ തോല്പിച്ച് പിടിച്ച ടക്കിയ അയൽനാടുകളും പന്ത്രണ്ട് ഇസ്രയേൽ ഗോത്രങ്ങളും ചേർന്ന് പങ്കിട്ടനുഭവിച്ചിരുന്നു. പന്ത്രണ്ട് ഗോത്രങ്ങളായി വിഭജിക്കപ്പെട്ടിരുന്നെ

ങ്കിലും തങ്ങളുടെ നേതാവായ ജോഷ്വയുടെ നേതൃത്വത്തിൽ ദേശീയ ഐക്യത്തിനടിത്തറയിട്ടു. എല്ലാവരും യഹോവയെ തങ്ങളുടെ ദൈവമായി അംഗീകരിക്കുന്നു. പെരുന്നാളാഘോഷിക്കാൻ അവരെല്ലാം ഒരേ കേന്ദ്രത്തിൽ ഒത്തുകൂടി. യഹോവയുടെ സാന്നിദ്ധ്യമുള്ളതെന്ന് സങ്കല്പിക്കപ്പെട്ടിരുന്ന വാഗ്ദത്ത പേടകം അവരുടെ പൊതുമുതലാണ്. പ്രവാചകന്മാരുടെ നേതൃത്വത്തെ ആരും ചോദ്യം ചെയ്തിരുന്നില്ല.

പ്രവാചകനായ ശമുവേലിന്റെ കാലത്താണ് ചുറ്റുമുള്ള രാജ്യങ്ങളെപ്പോലെ തങ്ങൾക്കും ആകേണ്ടതിന് തങ്ങൾക്കൊരു രാജാവിനെ വേണമെന്ന ആവശ്യം ആദ്യമായിട്ടുയർന്നത്. രാജവാഴ്ചയുടെ അപകടത്തെക്കുറിച്ച് ശമുവേൽ ജനങ്ങളെ പറഞ്ഞു ധരിപ്പിക്കുവാൻ നോക്കിയെങ്കിലും ജനങ്ങൾ വഴങ്ങിയില്ല. സ്വന്തമായ ഒരു രാജാവ് എന്ന ആവശ്യത്തിലൂടെ ജനം യഹോവയെ ബഹിഷ്കരിക്കുന്നതിന് തുടക്കമിടുകയായിരുന്നില്ലേ? ശമുവേൽ ശൗലിനെ രാജാവായി അഭിഷേകം ചെയ്തു.

ദാവീദാണ് പൂർണമായ അർഥത്തിൽ ഇസ്രയേലിന്റെ ആദ്യത്തെ രാജാവ്. ഒളിപ്പോരാളിയായി വനങ്ങളിലും നാട്ടിൻപുറത്തും ചുറ്റിനടന്ന ദാവീദ് ശവുലിന്റെ മരണശേഷം ഹെബ്രോനിൽ വാസമുറപ്പിച്ചു. താമസിയാതെ യൂദായുടെ രാജാവായി ജനം അദ്ദേഹത്തെ അഭിഷേകം ചെയ്തു. ഇടയച്ചെറുക്കന്റെ വടിപിടിച്ചിരുന്ന കരങ്ങളിൽ യൂദായുടെ ചെങ്കോൽ പിടിക്കപ്പെട്ടു. തന്ത്രപരമായ നീക്കങ്ങളിലൂടെയാണ് ദാവീദ് ഇസ്രയേലിന്റെ മുഴുവൻ രാജാവായിത്തീർന്നത്. നിരന്തരമായ യുദ്ധങ്ങളിലൂടെ രാജാവ് രാജ്യങ്ങൾ പിടിച്ചടക്കി. ഇസ്രയേൽ ഒരു വലിയ സാമ്രാജ്യമായി ഉയർന്നു. മദ്ധ്യധരണ്യാഴി മുതൽ യൂഫ്രെട്ടീസ് വരെ വിസ്തൃതമായ ഒരു സാമ്രാജ്യം മറ്റുരാജ്യങ്ങളുടെ സമൃദ്ധി, ഇസ്രായേലിന്റെ തലസ്ഥാനത്തേക്കൊഴുകിത്തുടങ്ങി. അന്യനാടുകളെ കൊള്ളയടിച്ചു നേടിയ കൊള്ളമുതലും നികുതികളും കപ്പവും യെരുശലേമിനെ സമ്പൽസമൃദ്ധമാക്കി. ഒന്നിനു പിന്നാലെ ഒന്നായി വിജയങ്ങൾ കൊയ്തു കൂട്ടിയ ദാവീദിനെ ചുറ്റിപ്പറ്റി ഒരിക്കലും അസ്തമിക്കാത്ത ഒരു സാമ്രാജ്യത്തെക്കുറിച്ചുള്ള മോഹങ്ങൾ ഉയർന്നുവന്നു. ലോകം മുഴുവൻ ദൈവം ദാവീദിന് സമ്മാനിക്കുമെന്ന് ജനങ്ങൾ വിശ്വസിച്ചിരുന്നു. രാജാവ് ദൈവത്തിന്റെ അഭിഷിക്തൻ മാത്രമല്ല പുത്രനും പ്രതിനിധിയുമാണെന്ന ധാരണ ജനങ്ങളിൽ ഉറപ്പിക്കാൻ ദാവീദിന് കഴിഞ്ഞിരുന്നു. അനുഗൃഹീത കവിയും ഗായകനുമായിരുന്ന ദാവീദിന്റെ തൂലികയിൽനിന്ന് ഈ ആശയം ഉൾക്കൊള്ളുന്ന ഗീതങ്ങൾ പിറന്നുവീണു. വാദ്യോപകരണങ്ങളുടെ അകമ്പടിയോടെ ഇസ്രായേലിലെ ഗായകവൃന്ദം ആ ഗാനങ്ങൾ ശ്രുതിമധുരമായി ആലപിച്ചു. അമ്മമാർ കുഞ്ഞുങ്ങളെ ചെറുപ്പത്തിൽ തന്നെ അത്തരം കാവ്യശകലങ്ങൾ മനഃപാഠം പഠിപ്പിക്കുമായിരുന്നു. അതിലൊരെണ്ണം പെട്ടെന്ന് ഓർമ്മയിൽ വന്നു. "ജാതികൾ കലഹിക്കുന്നതും വ്യർഥമായത് നിരൂപിക്കുന്നതും എന്ത്? യഹോവയ്ക്കും അവന്റെ അഭിഷിക്തനും വിരോധമായി ഭൂമിയിലെ രാജാക്കന്മാർ എഴുന്നേൽക്കുകയും

അധിപതികൾ തമ്മിൽ ആലോചിക്കുകയും ചെയ്യുന്നത് വ്യർഥം. നാം അവരുടെ കെട്ടുകളെ പൊട്ടിച്ചു. അവരുടെ കയറുകളെ എറിഞ്ഞു കളക.

സ്വർഗ്ഗത്തിൽ വസിക്കുന്നവൻ ചിരിക്കുന്നു.
കർത്താവ് അവരെ പരിഹസിക്കുന്നു.
അന്ന് അവൻ കോപത്തോടെ അവരോട് അരുളിചെയ്യും
ക്രോധത്തോടെ അവരെ ഭ്രമിപ്പിക്കും.
എന്റെ വിശുദ്ധപർവ്വതമായ സിയോനിൽ
ഞാനെന്റെ രാജാവിനെ വാഴിച്ചിരിക്കുന്നു.
ഞാൻ ഒരു നിർണ്ണയം പ്രസ്താവിക്കുന്നു.
യഹോവ എന്നോട് അരുളിച്ചെയ്തത്
നീ എന്റെ പുത്രൻ, ഇന്ന് ഞാൻ നിന്നെ ജനിപ്പിച്ചിരിക്കുന്നു.
എന്നോട് ചോദിച്ചു കൊൾക.
ഞാൻ നിനക്ക് ജാതികളെ അവകാശമായും
ഭൂമിയുടെ അറ്റങ്ങളെ കൈവശമായും തരും.
ഇരുമ്പുകോൽ കൊണ്ട് നീ അവരെ തകർക്കും.
കുശവന്റെ പാത്രം പോലെ അവരെ ഉടയ്ക്കും
ആകയാൽ രാജാക്കന്മാരെ ബുദ്ധി പഠിപ്പിൻ.
ഭൂമിയിലെ ന്യായാധിപന്മാരെ ഉപദേശം കൈക്കൊൾവിൻ.
ഭയത്തോടെ യഹോവയെ സേവിപ്പിൻ.
വിറയലോടെഘോഷിച്ചുല്ലസിപ്പിൻ.
അവൻ കോപിച്ചിട്ട് നിങ്ങൾ വഴിയിൽ വച്ച്
നശിക്കാതിരിപ്പാൻ അവന്റെ പുത്രനായ രാജാവിനെ ചുംബിപ്പിൻ
അവന്റെ കോപം ക്ഷണത്തിൽ ജ്വലിക്കും
അവനെ ശരണം പ്രാപിക്കുന്നവരൊക്കെയും ഭാഗ്യവാന്മാർ

കാണപ്പെടാത്ത ദൈവത്തിനെന്നും കാണപ്പെടുന്ന പ്രതിനിധികളുണ്ടായിരുന്നു. ന്യായാധിപൻ, രാജാവ്, പ്രവാചകൻ ഇവർ പലപ്പോഴും ഒളിച്ചിരിക്കുന്നത് ദൈവം എന്ന മറയ്ക്കു പിന്നിലായിരുന്നു. ദൈവം ആർക്കും എളുപ്പം അഭയം തേടാവുന്ന ഒരു സങ്കേതം. ഏതൊരനീതിയേയും അക്രമത്തെയും ന്യായീകരിക്കാനുള്ള ഒരുപാധിയായിപോലും ചരിത്രത്തിൽ എത്രയോ തവണ ഉപയോഗിക്കപ്പെട്ടിരിക്കുന്നു. അതിനെ തടയുക എന്നതായിരുന്നു യേശുവിന്റെ ലക്ഷ്യം. ദൈവത്തെ പൊതിഞ്ഞിരുന്ന ആവരണങ്ങൾ അദ്ദേഹം വലിച്ചുചീന്തി. കുറ്റവാളികൾക്ക് ഒളിച്ചിരിക്കുവാനുള്ള ഒരു സങ്കേതമല്ല ദൈവമെന്ന് അദ്ദേഹം വ്യക്തമാക്കി. ഞാനും പിതാവും ഒന്നുതന്നെയെന്ന് അദ്ദേഹം ധൈര്യത്തോടെ വിളിച്ചു പറഞ്ഞു. ആ പ്രഖ്യാപനത്തിലൂടെ അദ്ദേഹം സത്യത്തിന്റെ പൂട്ടു തുറക്കുകയായിരുന്നു. ഞാനും പിതാവും ഒന്നു തന്നെയെന്ന് ഏറ്റു പറവാൻ അത് കേട്ട മറ്റാർക്കും ധൈര്യമുണ്ടായില്ല. അതല്ലേ ഗുരു പ്രതീക്ഷിച്ചിരുന്നത്. പാവം ഗുരു! തന്റെ പ്രതീക്ഷകൾപോലെ ഒന്നും നടന്നില്ലല്ലോ?......
അദ്ദേഹം ലോകത്തെ സ്നേഹിച്ചു. ലോകം അദ്ദേഹത്തെ ദ്വേഷിച്ചു.

ദൈവത്തിന്റെ കപട പ്രാതിനിധ്യം അവകാശപ്പെട്ട രാജാക്കന്മാരെ അംഗീകരിക്കാൻ ജനത്തിനൊരു ബുദ്ധിമുട്ടും ഉണ്ടായില്ല. ദൈവത്തിന്റെ പേരിൽ സംസാരിച്ച പ്രവാചകന്മാരെ അവൻ കല്ലെറിയുക തന്നെ ചെയ്തു. രാജവാഴ്ചയുടെ നാളിൽ എന്തെന്ത് അതിക്രമങ്ങളാണ് ഇസ്രായേലിൽ നടമാടിയത്. കൂലിപ്പട്ടാളത്തെ ഉപയോഗിച്ചാണ് ദാവീദ്ജബൂസ്യരിൽ നിന്ന് യരുശലേം പിടിച്ചടക്കിയത്. ഇസ്രയേൽ ഗോത്രങ്ങളിൽ ഒന്നിനും ഈ പട്ടണത്തിന്റെ മേൽ അവകാശമുണ്ടായിരുന്നില്ല. നോക്കണേ, ചരിത്രത്തിന്റെ ഒരു വികൃതി. എന്നിട്ടും അത് ദാവീദിന്റെ പട്ടണമെന്നറിയപ്പെട്ടു. ഈ നഗരം ക്രമേണ ഇസ്രയേലിന്റെ മുഴുവൻ കേന്ദ്രബിന്ദുവായി മാറി. യഹോവയുടെ പെട്ടകം അവിടെ സ്ഥാപിതമായതോടെ ആ പട്ടണത്തിന്റെ പ്രധാന്യം വർദ്ധിച്ചു.

ദാവീദിന്റെ പുത്രൻ സോളമൻ തന്റെ പ്രസിദ്ധമായ ദൈവാലയം നിർമ്മിച്ചു കഴിഞ്ഞപ്പോൾ ബലിയർപ്പണം യെരുശലേമിൽ മാത്രമേ ആകാവൂ എന്ന് വന്നു. ജനത്തിന്റെ സമ്പൂർണ്ണ പിന്തുണ പിടിച്ചു പറ്റാനുള്ള തന്ത്രമായിരുന്നു അത്. രാഷ്ട്രീയവും മതപരവുമായ സകലകാര്യങ്ങളും യെരുശലേമിൽ കേന്ദ്രീകരിക്കുക പതിവായി. പിൽക്കാലത്ത് രൂപം കൊണ്ട പൗരോഹിത്യ പാരമ്പര്യം യെരുശലേമിന് നിരുപാധികം പിന്തുണ നൽകി. പ്രാദേശികമായ ആരാധനാസ്ഥലങ്ങൾക്കെതിരെ പടവാൾ ഉയർത്തപ്പെട്ടു. ആണ്ടുതോറും ആഘോഷിക്കപ്പെടുന്ന പെരുന്നാളുകളും അതിനായി നടത്തേണ്ടിവരുന്ന തീർത്ഥാടനവും തലസ്ഥാന നഗരത്തോട് ജനത്തിനുള്ള വിധേയത്വം അരക്കിട്ടുറപ്പിച്ചു.

സൈന്യാധിപൻ, ദിനവൃത്താന്ത സൂക്ഷിപ്പുകാരൻ, കാര്യവിചാരകൻ, പുരോഹിതൻ, മേൽനോട്ടക്കാരൻ എന്നിങ്ങനെയുള്ള ഉദ്യോഗസ്ഥവൃന്ദം രാജസേവയിൽ ജാഗ്രത പാലിച്ചുവന്നു. കൂടാതെ അംഗരക്ഷകന്മാരുടെ ഒരു നീണ്ടനിര.

സ്വന്തം പുത്രനായ അബ്ശാലോം ദാവീദിന്റെ ഭരണത്തിനെതിരെ കലാപക്കൊടി ഉയർത്തിയപ്പോൾ രാജസിംഹാസനം ആടിയുലഞ്ഞു. അംഗരക്ഷകന്മാരുടെ സാമർത്ഥ്യം ഒന്നുകൊണ്ട് മാത്രമാണ് രാജാവിന്റെ ജീവൻ പോലും രക്ഷപ്പെട്ടത്. അടിമത്തത്തിന്റെ ആദ്യപടവുകൾ ഇസ്രയേലിൽ കെട്ടിപ്പടുത്തതും ദാവീദ് തന്നെ. കീഴടക്കിയ രാജ്യത്തെ നിവാസികളെയാണ് ദാവീദ് അടിമവേലയ്ക്കായി ഇസ്രയേലിലേക്ക് കൊണ്ടുവന്നത്. പിന്നീട് വന്ന രാജാക്കന്മാർ വിദേശികളെയെന്നപോലെ തന്നെ സ്വദേശികളെയും അടിമപ്പണിക്ക് വിനിയോഗിച്ചു.

രാജാവിന്റെ ഹിതാനുവർത്തികളല്ലാത്ത പുരോഹിതന്മാർ ഗളഹസ്തം ചെയ്യപ്പെടുകയോ സ്ഥാനഭ്രഷ്ടരാക്കപ്പെടുകയോ ചെയ്തുവന്നു. അനധികൃതമായി ബലിയർപ്പിച്ച ശൗലിനെ സാമുവേൽ പ്രവാചകൻ രൂക്ഷമായി വിമർശിക്കുക മാത്രമല്ല അതിന്റെ പേരിൽ സ്ഥാനഭ്രഷ്ടനാക്കുക കൂടി ചെയ്തു. എന്നാൽ ദാവീദ് ഒരു പടി കൂടി മുന്നോട്ട് പോയി. ബലിയർപ്പട്ടണത്തിൽ പുരോഹിതന്മാർക്കുണ്ടായിരുന്ന പരമാ

ധികാരത്തെ അംഗീകരിച്ചു കൊടുത്തില്ല. തനിക്ക് ആവശ്യമെന്ന് തോന്നിയപ്പോഴൊക്കെ ധൈര്യപൂർവ്വം അദ്ദേഹമതു ചെയ്തു. അവനെ അതിൽ നിന്നു തടയാൻ ഒരു പ്രവാചകനുമുണ്ടായില്ല. ഒരു പുരോഹിതനും ധൈര്യപ്പെട്ടില്ല.

അധികാരത്തിന്റെ ആണികൾ വേണ്ടിടത്തൊക്കെ ഉറപ്പിച്ചു കഴിഞ്ഞപ്പോൾ രാജാവ് ജനങ്ങൾ കൈയ്യുയർത്തിയാലെത്താത്ത ഉയരങ്ങളിലേക്കുയർന്നു കഴിഞ്ഞിരുന്നു. അതുവരെ യുദ്ധത്തിന്റെ മുൻനിരയിൽ നിന്ന് അങ്കം വെട്ടിയിരുന്ന രാജാവിന്റെ സ്ഥാനം കൊട്ടാരത്തിനുള്ളിലെ സുരക്ഷിതസ്ഥാനങ്ങളിലായി. കൊല്ലലും ചാകലും ചോറിനുവേണ്ടി ജോലി ചെയ്യുന്ന സൈനികരുടെ പണി മാത്രമായി. അവർ നേടിയെടുക്കുന്ന വിജയങ്ങൾ ഏറ്റുവാങ്ങാൻ തക്കസമയത്ത് രാജാവ് മുന്നോട്ട് വരും. രക്തം ചിന്തിയതും ജീവൻ വെടിഞ്ഞതും ജനങ്ങൾ. പക്ഷേ വിജയം രാജാവിന്റേത് മാത്രമായിരുന്നു. നിർദ്ദയമായ നിയമങ്ങളിലൂടെ രാജാവിന്റെ അദൃശ്യ കരം ജനത്തിന്റെ മേൽ പിടിമുറുക്കി.

അതോടെ രാജാവിനു ദൈവിക പരിവേഷം ലഭിച്ചു. സാധാരണക്കാരിൽ നിന്നും അവരുടെ ചെറിയ ചെറിയ പ്രശ്നങ്ങളിൽ നിന്നും അകന്നു നിൽക്കുമ്പോഴാണല്ലോ അധികാരികളുടെ പ്രശസ്തിയും മഹത്വവും വർദ്ധിക്കുക. അങ്ങനെ ചെയ്തില്ലെന്നതിനാലായിരിക്കണം തങ്ങളുടെ ഗുരുവിന്റെ പ്രസ്ഥാനത്തെ ജനങ്ങൾ അംഗീകരിക്കാതിരുന്നത്.

ജനങ്ങളുടെ സ്വത്തും ജീവനും രാജാവിന്റെ ഇഷ്ടാനിഷ്ടങ്ങൾക്ക് വിധേയമായി. സൗന്ദര്യമുള്ള സ്ത്രീകളുടെ ഭർത്താക്കന്മാർക്ക് ജീവൻ നിലനിർത്തിക്കൊണ്ട് പോകണമെങ്കിൽപ്പോലും രാജാവിന്റെ കാരുണ്യം നേടിയേ കഴിയൂ എന്നു വന്നു. നിരപരാധിയായ ഊരിയാവിന്റെ മരണം ഒരു വൻചതിയായിരുന്നില്ലേ? അതിനെതിരെ വിരൽ ചൂണ്ടാൻ ഒരു നാഥൻ പ്രവാചകൻ മാത്രമേ ഉണ്ടായിരുന്നുള്ളൂ. പട്ടാളക്കാരുടെ ഭാര്യമാർ കുളിക്കുവാനിറങ്ങുന്ന കുളക്കടവിലേക്ക് അഭിമുഖമായി തന്നെ തന്റെ മാളിക പണിയണമെന്ന് രാജാവിന് നിർബന്ധമായിരുന്നു. രാജാക്കന്മാരുടെ ഓരോ നിർബന്ധങ്ങൾ. വസ്ത്രമഴിച്ചുവച്ച് കുളിക്കാനിറങ്ങുന്ന സ്ത്രീകളുടെ നഗ്നമേനിയിൽ രാജാവിന്റെ കണ്ണുകൾ തത്തിക്കളിച്ചിരിക്കണം. അന്നൊരു ദിവസം അതിസുന്ദരിയായ ബത്ശേബ രാജാവിന്റെ ശ്രദ്ധയിൽപ്പെട്ടു. ആ സ്ത്രീ ആരെന്ന് അന്വേഷിച്ചു. തന്റെ വിശ്വസ്ത സേവകനായ ഊരിയാവിന്റെ ഭാര്യ. ആ രാത്രി തന്നെ അവൾ രാജാവിന്റെ കിടപ്പറയിലേക്കാനയിക്കപ്പെട്ടു. കാറ്റും മഞ്ഞുമേറ്റ് രാജാവിനും രാജ്യത്തിനും വേണ്ടി യുദ്ധം ചെയ്യുവാൻ അങ്ങ് ദൂരെയേതോ സൈനികതാവളത്തിൽ ഉറക്കമൊഴിഞ്ഞു കാത്തിരിക്കുന്ന ഭർത്താവിനെ മനസ്സിൽ സ്മരിച്ചുകൊണ്ടായിരിക്കണം ആ സ്ത്രീ രാജാവിന്റെ കിടക്കപങ്കുവച്ചത്. പല രാത്രി അതാവർത്തിക്കപ്പെട്ടപ്പോൾ ബത്ശേബ ഗർഭിണിയായി. യുദ്ധത്തിന്റെ മുൻ നിരയിൽ നിർത്തി ഊരിയാവിനെ ശത്രുക്കളുടെ വാളിനിരയാക്കാൻ രാജാവ് സേനാനായകനുമായി ഗൂഢാലോചന നടത്തി. ആ

തന്ത്രം ഫലിച്ചു. ഊരിയാവ് എന്ന തടസ്സം നീങ്ങിക്കിട്ടി. ബത്ശേബ രാജാവിന്റെ സ്വന്തമായി.

ദാവീദിന്റെ അനന്തരഗാമിയായ സോളമൻ. അന്തഃപ്പുരത്തിൽ നടന്ന ഉപജാപങ്ങളിലൂടെയാണദ്ദേഹവും സിംഹാസനസ്ഥനായത്. എതിരാളികളെ നിഷ്ക്കരുണം കൊന്നൊടുക്കികൊണ്ടാണ് ജ്ഞാനിയെന്നുൽഘോഷിക്കപ്പെട്ട സോളമൻ തന്റെ സിംഹാസനം ഉറപ്പിച്ചു നിർത്തിയത്. സഹോദര സ്നേഹത്തിന്റെയോ ദൈവത്തിന്റെയോ അതിമഹത്തായ തത്വങ്ങളൊന്നും അതിൽ നിന്നദ്ദേഹത്തെ പിന്തിരിപ്പിച്ചില്ല.

പിതാവ് കീഴടക്കിയ രാജ്യങ്ങൾ പിടിയിലമർത്തുക, അയൽരാജ്യങ്ങളുമായി വാണിജ്യബന്ധങ്ങൾ സ്ഥാപിക്കുക, സൈന്യത്തിന്റെ കരുത്ത് പതിന്മടങ്ങ് വർദ്ധിപ്പിക്കുക ഇവയിലൊക്കെ ആയിരുന്നു സോളമന്റെ ശ്രദ്ധ. രാജ്യത്തെമ്പാടും പ്രതിരോധക്കോട്ടകൾ ഉയർന്നു. ആയുധവും ഭക്ഷണവും ശേഖരിച്ചു. സംഭരണശാലകളുടെ എണ്ണം പെരുകി. തലസ്ഥാനനഗരമായ യെരുശലേമിനാണ് ഏറ്റവും കൂടുതൽ ശ്രദ്ധയും പരിചരണവും ലഭിച്ചത്. അതിമനോഹരമായ ഒരു ദേവാലയം ഇസ്രയേലിന്റെ പ്രൗഢിയുടെയും പ്രതാപത്തിന്റെയും പ്രതീകമെന്നോണം യെരുശലേമിൽ ഉയർന്നു. എഴുന്നൂറ് ഭാര്യമാരും മുന്നൂറ് വെപ്പാട്ടിമാരും സ്വന്തമായുണ്ടായിരുന്ന സോളമൻ രാജാവിന് അനേകം കൊട്ടാരങ്ങളും അന്തഃപുരങ്ങളും ആവശ്യമായിരുന്നു. അടിമകളുടെ അദ്ധ്വാനം രാജാവതിനൊക്കെ വേണ്ടി പ്രയോജനപ്പെടുത്തി.

രാജാക്കന്മാരുടെ പുസ്തകത്തിലെ വിസ്മയകരമായ പരാമർശങ്ങൾ ഓർമ്മയിലെത്തുന്നു. കെട്ടിടം പണികൾക്ക് ആവശ്യമായ മരം ലെബാനോനിൽ നിന്ന് കൊണ്ടുവരാൻ മാത്രം മുപ്പതിനായിരം പേരെ അടിമകളാക്കി. ചുമടെടുക്കാൻ എഴുപതിനായിരവും കല്ലുവെട്ടാൻ എൺപതിനായിരവും ആളുകൾ, കങ്കാണിമാരും മേസ്തിരിമാരും മാത്രം മൂവായിരം പേർ.

രാജാവിനും പരിവാരങ്ങൾക്കും മണിമന്ദിരങ്ങൾ തീർക്കാൻ ജനം രാപകലില്ലാതെ അടിമപ്പണി ചെയ്തു. അടിമകൾ മാത്രമല്ല കർഷകരും ആട്ടിടയന്മാരുമെല്ലാം രാജാവിന്റെയും പരിവാരങ്ങളുടെയും ഭാരം പേറി വീർപ്പുമുട്ടി. സൈന്യവും ഉദ്യോഗസ്ഥന്മാരും പരിവാരവും അടങ്ങിയ ഭരണകൂടത്തിന്റെ വിശപ്പടക്കാൻ ജനത്തിന്റെ കഠിനാദ്ധ്വാനം തന്നെ ആവശ്യമായിരുന്നു.

യഹോവയ്ക്കുവേണ്ടി മനോഹരമായ ആലയം പണിചെയ്യിപ്പിച്ച സോളമൻ സത്യത്തിൽ ചെയ്തത് യഹോവയെ ഉപയോഗിച്ച് തന്റെ ഭാവി സുരക്ഷിതമാക്കുക മാത്രമായിരുന്നില്ലേ; പ്രശസ്തമായ ആ ദേവാലയത്തിൽ യഹോവ മാത്രമല്ല പൂജിക്കപ്പെട്ടത്. സീദോന്യരുടെ ദൈവമായിരുന്ന അസതാർത്തെ, അമ്മോന്യരുടെ മിൽക്കോ, മോളേക്ക്, മോവാബ്യരുടെ കെമോഷ് തുടങ്ങിയ വ്യാജദൈവങ്ങൾക്ക് വേണ്ടിയെല്ലാം യെരുശലേമിലും പരിസരങ്ങളിലും ആലയങ്ങൾ പണിചെയ്യിച്ചു. യഹോവയും

യഹോവയുടെ ആലയവും ഇസ്രയേൽ ജനത്തെ ഒരുമിച്ചു നിറുത്താൻ ഉപയോഗിച്ച ഒരു കരു മാത്രമായിരുന്നു.

സോളമന്റെ മരണത്തോടെ അതുവരെ അമർന്നു കത്തിയിരുന്ന ജനരോഷം ആളിക്കത്തി. ആ അഗ്നിജ്വാലയിൽ ഏകീകൃത ഇസ്രയേൽ രാജ്യം കത്തിക്കരിഞ്ഞു. രാജാധികാരത്തിന്റെ ആസൂത്രിത ചൂഷണത്തിനെതിരെ പ്രതിഷേധ ശബ്ദങ്ങൾ ഉയർന്നു. ഭരണകൂടത്തിന്റെ ഭാരം പേറി ത്തളർന്ന ജനം ഷെക്കേമിൽ സമ്മേളിച്ച പ്രതിഷേധശബ്ദമുയർത്തി. അവർ രാജാവിനോട് പറഞ്ഞു "ദുർവഹമായ നുകമാണ് നിന്റെ പിതാവ് ഞങ്ങളുടെ ചുമലിൽ വച്ചത്. നീ അതിന്റെ ഭാരം ലഘൂകരിക്കണം". ജനത്തിന്റെ അഭ്യർത്ഥന രാജാവ് ധിക്കാരത്തോടെ തള്ളിക്കളഞ്ഞു. "എന്റെ പിതാവ് നിങ്ങളുടെ മേൽ ഭാരമേറിയ നുകം വച്ചു. ഞാനതിന്റെ ഭാരം വർദ്ധിപ്പിക്കും. എന്റെ പിതാവ് നിങ്ങളെ ചാട്ട കൊണ്ടടിച്ചു. ഞാൻ നിങ്ങളെ മുൾച്ചാട്ട കൊണ്ടടിക്കും." രാജാവിന്റെ ഗർവ്വ് നിറഞ്ഞ മറുപടി ഒരു വിപ്ലവം ക്ഷണിച്ചുവരുത്തുകയായിരുന്നു. അമർഷം പൂണ്ട പത്തു ഗോത്രങ്ങൾ തങ്ങളുടെ നുകം വലിച്ചെറിഞ്ഞു. അവർ ധൈര്യത്തോടെ ആർത്തുവിളിച്ചു. "ദാവീദുമായി ഞങ്ങൾക്കെന്തു ബന്ധം. ഇസ്രായേലേ കൂടാരങ്ങളിലേക്കു മടങ്ങുക. ദാവീദേ നീ നിന്റെ കുടുംബം നോക്കിക്കൊള്ളുക". ആ വിപ്ലവം രാജ്യത്തിന്റെ വിഭജനത്തിലാണ് കലാശിച്ചത്. യൂദായെന്നും ഇസ്രയേലെന്നും പേരുള്ള രണ്ടു രാജ്യങ്ങൾ തുടർന്നു വന്ന രണ്ടു ശതാബ്ദങ്ങൾ ഇസ്രയേലിന്റെ ചരിത്രത്തിൽ സംഭവബഹുലമായിരുന്നു. പരദൈവാരാധനയുടെയും ഉപജാപങ്ങളുടെയും പട്ടാളവിപ്ലവത്തിന്റെയും രാഷ്ട്രീയ കൊലപാതകങ്ങളുടെയും ചരിത്രമാണ് ഈ കാലഘട്ടത്തിന് പറയാനുള്ളത്. ഏഴു കുടുംബങ്ങളിൽ നിന്നായി പത്തൊൻപത് രാജാക്കന്മാർ ഇസ്രയേലിൽ വാണു. ഇരുപത്തിയെട്ട് വർഷം ഭരിച്ച യേഹൂലും ഏഴു ദിവസം ഭരിച്ച സിമ്രിയും അവരിൽ ഉൾപ്പെടുന്നു.

രാജഭരണത്തിന്റെ കൊടുംക്രൂരത പ്രസരിപ്പിച്ച കൂരിരുട്ടിൽ അല്പമെങ്കിലും വെളിച്ചം വിതറിയത് ഇടയ്ക്കിടയ്ക്ക് പ്രത്യക്ഷപ്പെട്ട പ്രവാചകന്മാർ മാത്രമായിരുന്നു. അവരുടെ ദൃഷ്ടികൾ സത്യത്തിന്നഭിമുഖമായി തുറന്നിരുന്നു. അവരുടെ തൂലിക നീതിക്കുവേണ്ടി ചലിച്ചുകൊണ്ടിരുന്നു. ദരിദ്രനെ ചവിട്ടിയരയ്ക്കുകയും അവനിൽ നിന്ന് അന്യായമായി ഗോതമ്പ് ഈടാക്കുകയും ചെയ്തു. നിങ്ങൾ ചെത്തിയൊരുക്കിയ കല്ലുകൾ കൊണ്ട് മാളികകൾ പണിയുന്നു.

ആമോസ് പ്രവാചകന്റെ ശബ്ദം:

"കർത്താവ് തന്റെ ജനത്തിന്റെ ശ്രേഷ്ഠന്മാരെയും രാജാക്കന്മാരെയും വിധിക്കുന്നു. അവർ ജനത്തിന്റെ മുന്തിരിത്തോട്ടം നശിപ്പിച്ചു. പാവപ്പെട്ടവരെ കൊള്ളയടിച്ച വസ്തുക്കൾ അവരുടെ ഭവനത്തിലുണ്ട്". എശയ്യാ പ്രവാചകൻ രേഖപ്പെടുത്തിയിരിക്കുന്നു. "മറ്റാർക്കും വസിക്കുവാൻ ഇടം കിട്ടാത്ത വിധം വീടോട് വീടു ചേർത്ത് വയലോട് വയൽ ചേർക്കുന്നവർക്ക് അയ്യോ കഷ്ടം".

അദ്ദേഹം തുടരുന്നു. "അദ്ധ്വാനിക്കുന്ന ജനം അപ്പത്തിനായി കേഴുമ്പോൾ അധികാരം കയ്യാളുന്നവർ മദിരോത്സവത്തിൽ മുഴുകുകയായിരുന്നു". പ്രവാചകനായ ആമോസിന്റെ വാക്കുകൾ ഓർമ്മ വരുന്നു. "നിങ്ങൾ ആനക്കൊമ്പു കൊണ്ടുള്ള കട്ടിലുകളിന്മേൽ ചാരിയിരിക്കുകയും നിങ്ങളുടെ ശയ്യകളിന്മേൽ നിവർന്നു കിടക്കുകയും ആട്ടിൻകൂട്ടത്തിൽ നിന്ന് കൊഴുത്ത കുഞ്ഞാടുകളെ തിന്നുകയും ചെയ്യുന്നു. നിങ്ങൾ വീണാനാദത്തോടെ വ്യർത്ഥസംഗീതം ചെയ്തു. ദാവീദിനെപ്പോലെ വാദ്യോപകരണങ്ങൾ മീട്ടുന്നു. നിങ്ങൾ കലശങ്ങളിൽ വീഞ്ഞു കുടിക്കുകയും വിശേഷ തൈലം പൂശുകയും ചെയ്യുന്നു". മിഖാദീർഘദർശി പറഞ്ഞതുപോലെ അവർ അന്യന്റെ വയലുകൾ മോഹിക്കുന്നു. അവ പിടിച്ചെടുത്ത് സ്വന്തമാക്കുന്നു. പാവപ്പെട്ടവനെ കുടുംബസമേതം മർദ്ദിച്ച് അവന്റെ പിതൃസ്വത്തുക്കൾ കവർന്നെടുക്കുന്നു. ദരിദ്രനെ പീഡിപ്പിക്കുകയും, അവനെ ചവിട്ടിയരയ്ക്കുകയും, വീഞ്ഞ് കൊണ്ടുവരിക എന്ന് ഭർത്താക്കന്മാരോട് ആജ്ഞാപിക്കുകയും ചെയ്യുന്നു. ബാശാൻ പശുക്കൾ ശമര്യായിൽ മേഞ്ഞുനടക്കുന്നുവെന്ന് പ്രവാചകനായ ആമോസ് രേഖപ്പെടുത്തിയത് ഈ രാജകുടുംബങ്ങളിലെ ആഡംബരങ്ങളിൽ മദിച്ചു പുളയുന്ന പെണ്ണുങ്ങളെക്കുറിച്ചായിരിക്കും.

പ്രവാചകന്മാരിലൂടെ യഹോവയുടെ ശബ്ദം ഇസ്രായേലിൽ മുഴങ്ങി: പക്ഷെ അധികമാരും അത് ശ്രദ്ധിച്ചില്ല. അവരുടെ വാക്കുകൾ അവ രേഖപ്പെടുത്തിയ തുകൽച്ചുരുളുകളിൽ ഉറങ്ങിക്കിടന്നു. അക്ഷരങ്ങളിൽ നിന്ന് അഗ്നിജ്വലിപ്പിക്കുവാൻ കരുത്തുള്ള പ്രവാചകന്മാർ ഇടയ്ക്കിടെ പ്രത്യക്ഷപ്പെട്ടു കൊണ്ടിരുന്നു. ആ പരമ്പരയിലെ അവസാന കണ്ണിയാണ് തങ്ങളുടെ ഗുരു. വിദേശഭരണാധികാരിയായ പീലാത്തോസിൽ നിന്ന് നീതി തേടേണ്ടിവന്ന ഈ ദിവ്യ ഗുരുവിനത് ലഭിക്കുമോ? സംശയമാണ്. തനിക്ക് പ്രതീക്ഷയില്ല. ഒരുപക്ഷേ ഗുരുവും പ്രതീക്ഷിക്കുന്നുണ്ടാവില്ല. ഭരണാധികാരികൾക്ക് നീതിയുടെ പരിപാലനത്തെക്കാൾ ആൾക്കൂട്ടത്തെ വ്യാമോഹിപ്പിക്കുന്നതിലാണ് താൽപ്പര്യമെന്ന് ആർക്കാണറിഞ്ഞുകൂടാത്തത്. യോഹന്നാന്റെ ചിന്തകൾ ഇങ്ങനെ നീണ്ടുപോയപ്പോൾ പീലാത്തോസിന്റെ അരമനയിൽ ആൾക്കൂട്ടത്തിന്റെ ആരവം വർദ്ധിച്ചുവരികയായിരുന്നു.

പതിമൂന്ന്

നിങ്ങളിൽ പാപം ഇല്ലാത്തവർ ഇവളെ കല്ലെറിയട്ടെ

"എന്റെ പ്രിയന് പുഷ്ടിയുള്ള ദേശത്തിന്റെ അതിർത്തിയിൽ
ഒരു മുന്തിരിത്തോട്ടം ഉണ്ടായിരുന്നു.
അവൻ അതിൽ അദ്ധ്വാനിക്കുകയും അതിനുമപ്പുറം
വേലികെട്ടുകയും, മുന്തിരിപ്പഴങ്ങൾ കായ്പ്പാനായിട്ടു
നോക്കിപ്പാർക്കുകയും ചെയ്തു.
എന്നാൽ അതു കാട്ടു മുന്തിരിങ്ങാകൾ കായ്ച്ചതിനാൽ
താൻ അതിനെ ഉന്മൂലനാശം ചെയ്യുകയും
ജാതികളുടെ ഇടയിൽ ചിതറിക്കുകയും ചെയ്തു".

പെരുന്നാളിന്റെ ബഹളം നഗരവീഥികളിൽ പതിവില്ലാത്ത ജനത്തിരക്ക് സൃഷ്ടിച്ചിരുന്നു. പീലാത്തോസിന്റെ അരമനയിൽ നടന്നുകൊണ്ടിരിക്കുന്ന അസാധാരണമായ കുറ്റവിചാരണയെക്കുറിച്ച് കേട്ടറിഞ്ഞ പലരും കൗതുകകരമായ ഒരു കാഴ്ച കാണാനെന്നവണ്ണം അങ്ങോട്ടു പാഞ്ഞുചെന്നു. ആൾക്കൂട്ടത്തെ നിയന്ത്രിക്കാൻ ദ്വാരപാലകന്മാർ പാടുപെടുന്നു. പലർക്കും യേശുവിനെ ഒന്നു കാണുകയേ വേണ്ടൂ. ആദ്യമാദ്യം വന്നവർ പിൻവാങ്ങി തുടങ്ങി. യേശുവിന്റെ അടുത്ത അനുയായികളായിരുന്ന ഒരു സംഘം സ്ത്രീകൾ ജനക്കൂട്ടത്തിന്റെ ശ്രദ്ധയിൽപ്പെട്ടു. കരച്ചിലടക്കാൻ ശ്രമിച്ചുകൊണ്ട് ഉൽക്കണ്ഠാകുലരായി നിൽക്കുന്ന ആ സ്ത്രീകളെ ചൂണ്ടി പലരും പലതും പറഞ്ഞുതുടങ്ങി. അവരിൽ കൂടുതൽ ജനശ്രദ്ധയ്ക്ക് വിഷയീഭവിച്ചത് മഗ്ദലനയിലെ മേരിയെയാണ്. ഗലീലക്കടലിന്റെ വടക്കുപടിഞ്ഞാറേ തീരത്ത് സ്ഥിതിചെയ്യുന്ന മഗ്ദലനയെന്ന ഗ്രാമത്തിൽ നിന്ന് യേശുവിനോടൊപ്പം ചേർന്ന ഏകവനിതയായിരുന്നു മേരി. ആളുകളുടെയിടയിൽ അവളെന്നും ഒരു സംസാരവി

ഷയമായിരുന്നു.

മേരിയുടെ ഓർമ്മകൾ ഇന്നലെകളുടെ ഇടത്താവളങ്ങളിൽ ദീർഘ നേരം തങ്ങിനിന്നു. പരീശനായ ശീമോന്റെ വീട്ടിൽ വിരുന്നിനെത്തിയ യേശുവിന്റെ പാദങ്ങളിൽ തൈലം പൂശിയ തന്നെ അദ്ദേഹം കൈകളുയർത്തി ആശീർവദിച്ചുവെന്നത് എത്ര വിചിത്രമായിരുന്നു. ഇസ്രായേലിന്റെ ഒരു ദിവ്യ പ്രവാചകന്റെ ശിഷ്യഗണത്തിലുൾപ്പെടുവാൻ കഴിഞ്ഞത് ഒരു ബഹുമതി തന്നെ. തന്റെ ജീവിതത്തിലെ ഒരു വഴിത്തിരിവിന് തുടക്കം കുറിക്കപ്പെടുകയായിരുന്നു. എബ്രായരുടെ സാഹിത്യസൃഷ്ടികളിലുടനീളം വേശ്യകൾ പരാമർശനവിഷയമായിരുന്നിട്ടുണ്ട്. "വേശ്യാസ്ത്രീ നിമിത്തം നിനക്ക് പെറുക്കിത്തിന്നേണ്ടി വരും. വ്യഭിചാരിണി വിലയേറിയ ജീവനെ വേട്ടയാടുന്നു". സോളമൻ തന്റെ സദൃശ്യവാക്യങ്ങളിൽ വിളിച്ചു പറയുന്നു. "വേശ്യാസ്ത്രീ ആഴമുള്ള കുഴിയും പരസ്ത്രീ ഇടുക്കമുള്ള കിണറും ആകുന്നു; അവൾ പിടിച്ചുപറിക്കാരനെപ്പോലെ പതിയിരിക്കുന്നു. മനുഷ്യരിൽ ദ്രോഹികളെ വർദ്ധിപ്പിക്കുന്നു". വേശ്യാപുത്രന്മാർ യഹോവയുടെ സഭയിൽ പ്രവേശിക്കുന്നതിന് ന്യായപ്രമാണം വിലക്കു കല്പിച്ചിരിക്കുന്നു. ന്യായപ്രമാണവും പ്രവാചകന്മാരും ഏറ്റവും അധികം വെറുത്തിരുന്ന ഒരു ദുർമാർഗ്ഗമായിരുന്നു വേശ്യാവൃത്തി.

യേശുവിന്റെ സന്ദേശം തന്റെ കാതുകളിൽ ആദ്യം എത്തിച്ചത് തന്റെ സ്ഥിരം സന്ദർശകനായിരുന്ന ഒരു റോമൻ പട്ടാള മേധാവി ക്ലാഡിയസാണ്. ഒരു ഭ്രാന്തൻ സന്യാസിയെന്നാണദ്ദേഹം ആദ്യം യേശുവിനെ വിശേഷിപ്പിച്ചത്. അന്നാ രാത്രിയിൽ തങ്ങളിരുവരും ചേർന്ന് യേശുവിനെ മാത്രമല്ല ഇസ്രായേലിന്റെ പ്രവാചക പരമ്പരയിൽപ്പെട്ട മുഴുവൻ പേരെയും പരിഹസിച്ചൊട്ടേറെ ചിരിക്കുകയുണ്ടായി. വേശ്യകളെ പകൽ മുഴുവൻ നിന്ദിച്ചു പ്രസംഗിക്കുകയും രാത്രി അവരുടെ താവളങ്ങളിൽ അന്തിയുറങ്ങുകയും ചെയ്യുന്ന പുരോഹിതന്മാരും ദിവ്യന്മാരും തങ്ങൾക്ക് പരിചിതരായിരുന്നു.

പുരുഷന്മാരെല്ലാം വിടന്മാരാണെന്നും സ്ത്രീയുടെ കൺകോണിണകളുടെ ചലനത്തിൽ സ്വബോധം നഷ്ടപ്പെടാത്ത പുരുഷന്മാരില്ലായെന്നതുമായിരുന്നു തന്റെ ധാരണ. സ്വന്തം ശരീരത്തിന്റെ അഴകിലും ആരോഗ്യത്തിലും അതിരുകവിഞ്ഞാഹ്ലാദിച്ചിരുന്നു. ലോകത്തിന്റെ മുഴുവൻ ശ്രദ്ധയും തന്റെ ശരീരകാന്തിയിലാണെന്ന് ധരിച്ചിരുന്നു. ആരോഗ്യമുള്ള സർവ്വ പുരുഷന്മാരും തന്റെ കാമുകന്മാരാണെന്ന മിഥ്യാബോധത്തിൽ തലയുയർത്തി പിടിച്ചിരുന്ന ആ കറുത്ത ദിവസങ്ങൾ. സമ്പന്നന്മാരുടെ മടിശ്ശീലകൾ തന്റെ മുമ്പിൽ അഴിഞ്ഞുതുടങ്ങിയപ്പോൾ അളവറ്റ സമ്പത്ത് ശേഖരിക്കുവാൻ കഴിഞ്ഞു. ഓരോ പുതിയ രത്നക്കല്ലുകളും അലങ്കാരങ്ങളും സ്വന്തമാക്കുമ്പോൾ അഭിമാനഗർവ്വ് കൊണ്ട് ആകാശത്തോളം ഉയരുന്നുവെന്ന് തോന്നിയിരുന്നു. എത്ര പെട്ടെന്നാണ് അത്തരം ചിന്തകളോട് വിടപറയാൻ കഴിഞ്ഞത്. എല്ലാം ഒരു സ്വപ്നം പോലെ. ബെഥാന്യയിലെ ലാസറിന്റെ ഭവനം ഓർമ്മയിൽ ഓടിയെത്തി. ലാസ

റിന്റെ സഹോദരിമാർ മാർത്തയും മറിയയും. ലാസർ തന്റെ അപ്പന്റെ സ്നേഹിതനായിരുന്നു. ഇടയ്ക്കിടെ ലാസറിന്റെ ഭവനം സന്ദർശിക്കാറുണ്ടായിരുന്ന തനിക്ക് മാർത്തയും മറിയയും ആത്മസുഹൃത്തുക്കളായിരുന്നു. അല്പ സമയം കിട്ടിയാൽ ആ സഹോദരിമാർ യേശുവിനെക്കുറിച്ച് വാതോരാതെ സംസാരിക്കുമായിരുന്നു. ആദ്യമൊക്കെ വിരസമായി തോന്നിയ ആ വിഷയത്തിലേക്ക് ക്രമേണ താനും ആകൃഷ്ടയാവുകയായിരുന്നു.

ഈ നാട്ടിൽ സുകുമാരകളേബരരായ എത്ര ചെറുപ്പക്കാരുണ്ട്. പോരാത്തതിന് യഹൂദ പുരുഷന്മാരേക്കാൾ സുന്ദരന്മാരായ റോമൻ പട്ടാളക്കാർ യൂദപ്പെണ്ണുങ്ങളുടെ നയനകടാക്ഷത്തിനുവേണ്ടി കാത്തുകിടക്കുന്നു. ഇവർക്കൊന്നുമില്ലാത്ത എന്തു യോഗ്യതയാണ് ഈ കൃശഗാത്രനായ നസ്രേത്തുകാരനിൽ ഇവർ കണ്ടത്. ഈ പെണ്ണുങ്ങൾ രണ്ടു പേരും ആ മനുഷ്യനെ പ്രേമിക്കുന്നുവെന്ന് തോന്നുന്നു. മാർത്തയേക്കാൾ മറിയയാണ് യേശുവിനോടധികം അടുപ്പം കാണിച്ചിരുന്നത്. യേശുവും മറിയയും ബാല്യകാലസഖികളായിരുന്നു. യേശുവിന്റെ അമ്മയപ്പന്മാർ ലാസറിന്റെ പിതൃ ഭവനത്തിൽ വിരുന്നുവന്ന് താമസിക്കുമ്പോൾ ബാലനായ യേശുവും ഒപ്പമുണ്ടാവും. ലാസറും മാർത്തയും മറിയയും ഉൾപ്പെടുന്ന വീട്ടിലെ സംഘത്തിന്റെ നേതൃത്വം യേശുവിനായിരുന്നു. അവർ മണ്ണുകൊണ്ടപ്പമുണ്ടാക്കുകയും കാട്ടുകൊമ്പുകൾകൊണ്ട് വീടുണ്ടാക്കുകയും ചെയ്തിരുന്നു. ഒരിക്കൽ ആ സഹോദരിമാർ തങ്ങളുടെ ബാല്യകാല സ്മരണകളുടെ ഭാണ്ഡക്കെട്ടുകൾ തന്റെ മുമ്പിൽ അഴിച്ചു നിരത്തിയത് മേരിക്കോർമ്മ വന്നു. സത്യത്തിൽ അവർ രണ്ടുപേരും യേശുവിനെ സ്നേഹിച്ചിരുന്നു. യേശുവിന് അവരേയും ഇഷ്ടമായിരുന്നു. അവർ രണ്ടുപേരും അവിവാഹിതരായി തുടരാൻ ഇതു തന്നെയായിരിക്കില്ലേ കാരണം?

വിവാഹത്തിനുവേണ്ടി എത്രയോ മികച്ച ആലോചനകൾ വന്നതാണ്. ഇരുവരും അത് നിഷേധിക്കുകയായിരുന്നു. വിവാഹത്തിന്റെ പരിധികൾക്കപ്പുറത്തും മനുഷ്യന് ജീവിതമുണ്ടെന്ന് ലോകത്തെ പഠിപ്പിച്ച ഗുരുവിന്റെ ശിഷ്യഗണത്തിൽ ചേർന്നുകൊണ്ട് അവിവാഹിതരായി തുടരുകയാണ് ആ സഹോദരിമാർ ചെയ്തത്. തന്റെ ഉപദേശങ്ങളും പ്രസംഗങ്ങളും സ്ത്രീകളുടെയിടയിലും സ്വാധീനം ചെലുത്തണമെന്നദ്ദേഹം ആഗ്രഹിച്ചിരുന്നു. അതുവരെയുള്ള പ്രവാചകന്മാർ പുരുഷന്മാരെ മാത്രമാണ് സംബോധന ചെയ്തിരുന്നത്. പുരുഷനിൽ നിന്നു സ്ത്രീക്കൊരസ്തിത്വം അവരാരും ദർശിച്ചിരുന്നില്ല. യേശുവാകട്ടെ സ്ത്രീകളോട് വേറിട്ട് പരിഗണന തന്നെ കാട്ടി. പീഡിപ്പിക്കപ്പെടുന്ന മനുഷ്യജീവികളിൽ ഭൂരിഭാഗവും സ്ത്രീകളാണെന്ന് കണ്ടറിയാനുള്ള കരുത്ത് ആ പ്രവാചകന്റെ ഉൾക്കണ്ണുകൾക്കുണ്ടായിരുന്നു. തന്റെ വാക്കുകളാൽ വശീകരിക്കപ്പെട്ട സ്ത്രീകൾക്കദ്ദേഹം ജീവിതത്തിന്റെ പുതിയ മേച്ചിൽപ്പുറങ്ങൾ കാണിച്ചുകൊടുത്തു. സ്വാതന്ത്ര്യത്തിന്റെ നീരുറവകൾ അവർ ആ മേച്ചിൽപ്പുറങ്ങളിൽ കണ്ടെത്തി. ലോകം വെറുപ്പോടെ മാത്രം വീക്ഷിച്ചി

രുന്ന വേശ്യകളെ അദ്ദേഹം സംഘത്തിൽ ചേർത്തു. അവരുടെ പാതയിലെ മാലിന്യങ്ങൾ അവരെ ചൂണ്ടിക്കാണിച്ചു.

യേശുവിനെക്കുറിച്ചുള്ള മാർത്ത-മറിയമാരുടെ പ്രകീർത്തനങ്ങൾക്കാദ്യം മേരി ഒരു വിലയും കൽപ്പിച്ചിരുന്നില്ല. സ്ത്രീകളെക്കുറിച്ചും സ്ത്രീത്വത്തെക്കുറിച്ചും തനിക്കുണ്ടായിരുന്ന ഭിന്നസങ്കൽപ്പങ്ങൾ അവരെ ബോധ്യപ്പെടുത്താനായിരുന്നു തന്റെ ശ്രമം. സ്ത്രീ പുരുഷനുവേണ്ടി ചമയ്ക്കപ്പെട്ട ലഹരി പദാർത്ഥമാണെന്നും ആവുന്നത്ര ലഹരി പുരുഷന് പകർന്നു കൊടുക്കുന്നതിൽ മാത്രമാണ് സ്ത്രീയുടെ ജന്മസാഫല്യമെന്നായിരുന്നു തന്റെ വിശ്വാസപ്രമാണം. ഏകാന്തതയുടെയും ഒറ്റപ്പെടലിന്റെയും ഭീതി സ്ത്രീ പുരുഷഭേദമെന്യേ സർവ്വമനുഷ്യരേയും വേട്ടയാടുന്നു. അന്യരുടെ സാമീപ്യം ഒന്നുകൊണ്ടുമാത്രമാണ് ഓരോ വ്യക്തിയും ഈ അവസ്ഥയെ മറികടക്കുന്നത്. ആവശ്യങ്ങളുടെ വ്യാപ്തി വർദ്ധിക്കുന്തോറും പുതിയ സാമീപ്യങ്ങളും ആവശ്യമായി വരുന്നു.

ജനിച്ചു വീണ ശിശു വളർച്ചയെത്തുന്നതുവരെ അമ്മയുടെ സാമീപ്യം കൊണ്ടു മാത്രം സംതൃപ്തനാണ്. അമ്മയിൽനിന്നകലെയായി ഇരിക്കുന്ന ഓരോ നിമിഷവും ശിശുവിന്റെ മനസ്സ് അസ്വസ്ഥതകൊണ്ട് വീർപ്പുമുട്ടുന്നു. വളർച്ചയുടെ ഭിന്നഘട്ടങ്ങളിലായി ശിശു അമ്മയിൽനിന്നു പുറന്തള്ളപ്പെടുന്നു. ലോകത്തിൽ കാലെടുത്തുവയ്ക്കുന്നതോടെ പുതിയ സാമീപ്യങ്ങൾക്കുവേണ്ടി മനസ്സു കേഴുന്നു. തന്റെ ഇല്ലായ്മകളുടെ പരിഹാരാർത്ഥം അവൻ ചുറ്റുപാടുകളെ ആശ്രയിക്കുന്നു. പുരുഷനു സ്ത്രീയും സ്ത്രീക്കു പുരുഷനുമൊക്കെ ഇത്തരം താൽക്കാലികാശ്രയങ്ങൾ മാത്രമല്ലേ? തന്നെക്കാൾ വലിയ ഒന്നിൽനിന്ന് ശക്തി സംഭരിക്കുവാൻ ഓരോ മനുഷ്യനും വേവലാതിപ്പെടുന്നു. അറിവും ആദർശവും ദൈവവുമൊക്കെ ഈ വലിയ ഒന്നിന്റെ ഭിന്നനാമങ്ങൾ മാത്രമല്ലേ? അതെയെന്നാണ് യേശുവിനോടൊപ്പമുള്ള തന്റെ ഹ്രസ്വകാല ജീവിതം നൽകുന്ന ഉത്തരം. തനിക്കും മാർത്തയ്ക്കും മറിയയ്ക്കും തങ്ങളുടെ സംഘത്തിലെ മറ്റെല്ലാവർക്കും യേശു അത്തരമൊരു ശക്തികേന്ദ്രമായിരുന്നു. പേടിപ്പിക്കുന്ന അന്നത്തെ ആ അനുഭവമാണ് തന്നെയീശക്തികേന്ദ്രത്തിലേക്കാകർഷിച്ചതെന്നകാര്യം മേരി ഓർമ്മിച്ചു. അതൊരു പതിവായിരുന്നു. വേശ്യാവൃത്തിയിൽ പിടിക്കപ്പെടുന്ന സ്ത്രീയെ കല്ലെറിഞ്ഞു കൊല്ലണമെന്ന് മോശയുടെ ന്യായപ്രമാണം അനുശാസിക്കുന്നു. അവളോടൊപ്പം പിടിക്കപ്പെടുന്ന പുരുഷന് എന്ത് ശിക്ഷ നൽകണമെന്ന കാര്യത്തിൽ ന്യായപ്രമാണം മൗനം അവലംബിക്കുന്നു. പണ്ടു കാലങ്ങളിൽ ഇത്തരം ശിക്ഷകൾ നിർദാക്ഷിണ്യം നടപ്പിലാക്കിയിരുന്നെങ്കിലും സമീപകാലത്തെങ്ങും ആരെയും കല്ലെറിഞ്ഞു കൊന്നതായി കേട്ടിട്ടില്ല. ഇത്തരമൊരുശിക്ഷയ്ക്ക് തന്നെ പാത്രമാക്കാനായിരുന്നു അവരുടെ ഗൂഢാലോചന. അപ്രതീക്ഷിതമായി തന്റെ മുറിയിലേക്ക് കടന്നു വന്ന ഒരു സംഘം പുരുഷന്മാർ ബലമായി തന്നെ പിടിച്ചുകെട്ടി കഫർന്ന ഹൂമിലെ കടൽത്തീര മൈതാനിയിലേക്കാനയിക്കുമ്പോൾ അവരുടെ മനസ്സിലിരുപ്പെന്തെന്ന് തനിക്കറിഞ്ഞുകൂടായിരുന്നു. പലതവണ ഇരുട്ടിന്റെ മറവിൽ

കിലുങ്ങുന്ന മടിശ്ശീലയുമായി തന്നെ സന്ദർശിക്കുവാൻ വന്നിട്ടുള്ളവർ പലരുമുണ്ടായിരുന്നു ആ കൂട്ടത്തിൽ. വഴിക്കവർ അടക്കം പറയുന്നത് കേട്ടപ്പോൾ കാര്യം മനസ്സിലായി. തന്നെ ശിക്ഷിക്കുകയായിരുന്നില്ല അവരുടെ ലക്ഷ്യം; യേശുവിനെ ആക്ഷേപിക്കുകയായിരുന്നു.

യേശു വേശ്യകൾക്കും ചുങ്കക്കാർക്കും മറ്റു കുറ്റവാളികൾക്കും അനുകൂലിയാണെന്ന് വരുത്തിത്തീർക്കുക, അങ്ങനെ അവനെ ജനമദ്ധ്യത്തിൽ വിലയിടിച്ചു കാണിക്കുക. അവരുടെ ശ്രമത്തിൽ അവർ ജയിച്ചില്ല. വാക്കുകൾകൊണ്ട് ഗുരുവിനെക്കുടുക്കുവാനുള്ള അവരുടെ തന്ത്രത്തിൽ കുടുങ്ങിയതവർ തന്നെ. “നിങ്ങളിൽ പാപമില്ലാത്തവർ ഇവളെ കല്ലെറിയട്ടെ” എന്ന ഗുരുവിന്റെ വിധി തീർപ്പ് അവരുടെ പ്രതീക്ഷകൾക്ക് വിരുദ്ധമായിരുന്നു. ആറിത്തണുത്ത ആവേശവുമായി തന്നെയെറിയാൻ ശേഖരിച്ച കല്ലുകൾ അവരറിയാതെ താഴെ വീണു. അവരോരുത്തരായി പിരിഞ്ഞുപോയി. അദ്ദേഹം തലയുയർത്തി നോക്കിയപ്പോൾ നമ്രശിരസ്കയായി നിന്നിരുന്ന അവളുടെ കണ്ണുകൾ ആ കണ്ണുകളുമായി കൂട്ടിയിടഞ്ഞു. തന്റെ കണ്ണുകളിൽ നിറഞ്ഞു നിന്നിരുന്നത് ലോകത്തോടു മുഴുവനുള്ള പുച്ഛമായിരുന്നെങ്കിൽ അദ്ദേഹത്തിന്റെ കണ്ണുകളിൽ താൻ വായിച്ചത് ലോകത്തോടു മുഴുവനുള്ള സ്നേഹമായിരുന്നു. മറ്റെന്തിനേയും കീഴടക്കാനുള്ള ശക്തി സ്നേഹത്തിന് മാത്രമാണുള്ളതെന്ന സത്യം അന്നാദ്യമായി തനിക്കു ബോധ്യപ്പെട്ടു. അനേകം പുരുഷകേസരികളുടെ ജ്വലിക്കുന്ന നോട്ടങ്ങളെ താൻ നേരിട്ടിട്ടുണ്ട്. സ്ത്രീയെ നോക്കുമ്പോൾ പുരുഷന്റെ കണ്ണുകളിൽ ജ്വലിക്കുന്നത് കാമം മാത്രമാണ്. വന്യമായ കാമത്തിന്റെ തീഷ്ണമായ നോട്ടങ്ങൾ തനിക്ക് സുപരിചിതമാണ്. പ്രവാചകനോ പുരോഹിതനോ പട്ടളക്കാരനോ ആരു തന്നെയായാലും പുരുഷന്മാരെല്ലാം ഒരുപോലെയെന്നായിരുന്നു തന്റെ ധാരണ. ഈ കണ്ണുകളിൽ തികച്ചും നൂതനമായ ഒരു ഭാവം. അത് തന്റെ ആത്മാവിന്റെ ലോലതന്ത്രികളെ തൊട്ടുണർത്തുന്നു. തന്റെ കണ്ണുകളിലെ പുച്ഛവും പ്രതിഷേധവും സൂര്യ പ്രകാശത്തിൽ ജലകണങ്ങളെന്നപോലെ മാഞ്ഞുപോകുന്നു. അവിടെ വിരിഞ്ഞ പുതിയ ഭാവം ആരാധനയോ, വിധേയത്വമോ, ആസ്വാദനമോ എന്തോ...? വ്യവഛേദിക്കുവാൻ കഴിയുന്നില്ല.

യാത്ര പറഞ്ഞു പിരിയുമ്പോൾ അദ്ദേഹത്തെ തന്റെ വാസസ്ഥലത്തേക്ക് ക്ഷണിച്ചാലോയെന്ന് തോന്നി. ഇത്ര ജനപ്രീതി നേടിയ ഒരു ദിവ്യപുരുഷനെ തന്നെപ്പോലൊരു കുടലയുടെ വാസസ്ഥലത്തേക്ക് ക്ഷണിക്കുകയെന്നാൽ അതിനെ ആദരവായിട്ടായിരിക്കില്ല അധിക്ഷേപിക്കലായിട്ട് കരുതിയാലോ. വീർപ്പുമുട്ടിക്കുന്ന നിശബ്ദതയെ കടിച്ചമർത്തികൊണ്ട് നിർന്നിമേഷയായി നിന്നതിനിടയ്ക്ക് മാതാപിതാക്കളെക്കുറിച്ചും മറ്റും സ്നേഹപൂർവ്വമായ അന്വേഷണങ്ങൾ ഉതിർന്നു. ചുരുങ്ങിയ വാക്കുകളിൽ ഒതുങ്ങിയ മറുപടികൾ പറഞ്ഞൊപ്പിച്ചിട്ട് താൻ നടന്നകന്നു. കുറെ ദൂരെ നടന്നപ്പോൾ തിരിഞ്ഞു നോക്കാതിരിക്കാൻ കഴിഞ്ഞില്ല. അദ്ദേഹത്തിന്റെ ദൃഷ്ടികൾ അപ്പോഴും തന്റെ മേൽതന്നെ.

ജീവിതത്തിന്റെ ഒരു വഴിത്തിരിവായിരുന്നു അത്. മനസ്സിൽ ഒരു

പുതിയ പ്രകാശം, ഓർമ്മകളിൽ ഒരു ദിവ്യാനുഭൂതിയുടെ പരിമളം, കൺമുമ്പിൽ എപ്പോഴും യേശുവിന്റെ രൂപം. തിളക്കമാർന്ന കണ്ണുകളും തുടുത്ത കവിൾത്തടങ്ങളുമുള്ള സുന്ദരമായ ഒരു പുരുഷകളേബരം സദാ സമയവും മനസ്സിൽ നിറഞ്ഞു നിൽക്കുന്നു. വേശ്യ കാമുകിയായി മാറുകയായിരുന്നു. യേശു ഒരിക്കൽ തന്റെ പാർപ്പിടം തിരക്കി വന്നെത്തുമെന്നുറച്ചു വിശ്വസിച്ചു. ആഗ്രഹം തോന്നുന്ന ഒരു പുരുഷനെ വശത്താക്കാൻ കഴിയുന്നില്ലെങ്കിൽ തന്റെ സ്ത്രീ ജന്മത്തിനെന്തർത്ഥം. അന്നും അടുത്ത ദിവസവുമൊക്കെ തന്നെ തേടിയെത്തിയ പുരുഷന്മാരെ ആട്ടിയകറ്റി. തന്റെ സൗന്ദര്യവും അതുപയോഗിച്ച് നേടിയ സമ്പത്തും അർത്ഥശൂന്യമാണെന്ന് തോന്നിയ ദിവസങ്ങൾ. മനസ്സിന്റെ വിങ്ങൽ ആരെങ്കിലുമായി പങ്കുവയ്ക്കണമെന്ന് തോന്നി. നേരെ ബെഥാന്യയിലേക്ക് പോയി. സംഭവിച്ചതത്രയും മാർത്തയോടും മറിയയോടും പറഞ്ഞു.

മനസ്സിനെ നേർവഴിക്ക് തിരിച്ചുകൊണ്ടുവരാൻ അവരുടെ ഉപദേശം സഹായിച്ചു. അവർ പറഞ്ഞാണ് അറിഞ്ഞത് ഗുരു അതിനടുത്ത ദിവസം പരീശനായ ശീമോന്റെ വീട്ടിൽ വിരുന്നു വരുന്നുവെന്ന്. ഇതു തന്നെയവസരമെന്നുറപ്പിച്ചു, തന്നെത്തന്നെ ആ കാൽച്ചുവട്ടിൽ കാഴ്ചയർപ്പിക്കുക, ഒരുതരം ആത്മബലി. അതുവരെ ഭോഗത്തിലൂടെ മാത്രം സുഖവും സംതൃപ്തിയും ആരാഞ്ഞിരുന്ന താൻ അന്നു മുതൽ ത്യാഗത്തിന്റെ വഴിയിലേക്ക് തിരിയുകയായിരുന്നു. ജീവിതത്തിലെ നിർണ്ണായക പരിവർത്തനത്തിന് തുടക്കം കുറിച്ച മുഹൂർത്തം. ആ കാലുകൾ കഴുകി പരിമള തൈലം പൂശി തുടച്ച് അവയിൽ ചുംബിച്ചപ്പോൾ ഗുരുവിന്റെ കൈ തന്റെ ശിരസ്സിലമർന്നു. ഒഴുകി വരുന്ന കണ്ണുനീർത്തുള്ളികളാൽ സ്വയം ശുദ്ധീകരിക്കപ്പെട്ടെന്ന് ബോദ്ധ്യമായപ്പോൾ ഗുരുവിന്റെ കരങ്ങൾ കവർന്നെടുത്ത് താൻ ചുംബിച്ചു.

അടുത്ത ദിവസം മുതൽ താനും ഗുരുവിന്റെ സംഘത്തിലൊരംഗമായി സ്വീകരിക്കപ്പെട്ടു. പിന്നീടുള്ള ഓരോ ദിവസവും ഉള്ളുതുറന്നുള്ള സംവാദത്തിന് എത്രയോ അവസരങ്ങൾ ലഭിച്ചിരുന്നു. ഉന്നയിക്കപ്പെടുന്ന സംശയങ്ങൾക്കു സത്വരപരിഹാരം പുതിയ സംശയങ്ങൾക്ക് പിറവികൊടുക്കുന്ന നൂതന ചിന്തകൾ, അവയുടെ കൈമാറ്റം, സംഘത്തിലെ ജീവിതം ഒരു പുതിയ അനുഭവമായിരുന്നു. അത് അധികകാലം തുടരാൻ കഴിഞ്ഞില്ല. അതിന് മുമ്പാണ് ഗുരുവിന്റെ പതനം. ഇനി തങ്ങളുടെ സംഘാംഗങ്ങൾക്ക് എന്താണ് ഗതി. ഗുരുവിന്റെ അഭാവത്തിൽ തങ്ങളെ കൂട്ടിയോജിപ്പിച്ചു നിറുത്തുവാൻ ആർക്കാണു കഴിയുക. ഈ ചോദ്യം മറ്റു സർവ്വരും ഉന്നയിക്കുന്നുണ്ടാവും. ചിന്തകൾ ഈ വഴിക്കു നീങ്ങിയപ്പോഴേക്കും ദ്വാരപാലകന്മാരുടെ കാഹളം വിളി മുഴങ്ങി. ഗവർണ്ണർ സന്നിഹിതനാകുന്നു. ആളുകൾ വഴിമാറിക്കൊടുത്തു. ചുറ്റും കൂടി നിന്നവരുടെ ബഹളം ശമിച്ചു. അസ്വസ്ഥനായി ഇടയ്ക്കിടെ ഇരിപ്പിടത്തിൽ നിന്ന് എഴുന്നേറ്റ് അങ്ങോട്ടും ഇങ്ങോട്ടും നടന്നിരുന്ന പീലാത്തോസ് വീണ്ടും തന്റെ സിംഹാസനത്തിൽ ആസനസ്ഥനായി.

പതിനാല്

ഈ നീതിമാന്റെ രക്തത്തിൽ എനിക്കു പങ്കില്ല

"ബാശാനിലെ കരുത്തുള്ള കാളകൾ
എന്നെ വളഞ്ഞിരിക്കുന്നു.
വിശന്ന് അലറുന്ന സിംഹം പോലെ
അവ എന്റെ നേരെ വായ് മലർക്കെ തുറക്കുന്നു.
വെള്ളം പോലെ ഞാൻ തൂകപ്പെട്ടിരിക്കുന്നു.
മരണത്തിന്റെ പൂഴിയിൽ നീ എന്നെ ഇട്ടിരിക്കുന്നു.
അതേ, നായ്ക്കൾ എനിക്കു ചുറ്റുമുണ്ട്.
ദുഷ്ടന്മാരുടെ സംഘം എന്നെ വളഞ്ഞിരിക്കുന്നു".

മദ്ധ്യാഹ്ന വിശ്രമത്തിന് പീലാത്തോസ് തന്റെ കൊട്ടാരത്തിലെത്തി. ഒരു പകലുറക്കത്തിന്റെ ആലസ്യവും പേറി പ്രൊക്കുള ഭർത്താവിനെ എതിരേറ്റു. യേശുവിന്റെ വിചാരണയും അതുയർത്തിവിട്ട കോലാഹലവും പ്രൊക്കുളയുടെ ചെവിയിലെത്തിയിരുന്നു. അവൾ താൽപ്പര്യപൂർവ്വം ചോദ്യങ്ങൾകൊണ്ട് പീലാത്തോസിനെ ശല്യപ്പെടുത്തി. അയാൾ ഭാര്യയുടെ ചോദ്യങ്ങളെ അവഗണിക്കുന്നതായി ഭാവിച്ചെങ്കിലും മനസ്സ് മറ്റെല്ലാം മറന്ന് ആ കേസിൽ മാത്രം വ്യാപരിക്കുകയായിരുന്നു. അല്പസമയം കഴിഞ്ഞപ്പോൾ പീലാത്തോസിന്റെ മുഖ്യസേവകൻ ചൂസാ ഒരു സന്ദേശവുമായി ആഗതനായി. ഹെറോദാസ് അന്തിപ്പാസ് കൊടുത്തയച്ച കത്തയാൾ പീലാത്തോസിനെ ഏൽപ്പിച്ചു. യേശുവിന്റെ കാര്യത്തിൽ അന്തിമ തീരുമാനം എടുക്കേണ്ടത് റോമാഗവർണ്ണറെന്ന നിലയിൽ പീലാത്തോസ് തന്നെയാണെന്നും തന്നെ അതിൽ നിന്നൊഴിവാക്കണമെന്നും ആയിരുന്നു സന്ദേശത്തിന്റെ സാരം. സെൻഹിദ്രിം സംഘത്തിന്റെ പ്രമാണിമാർ ബന്ധനസ്ഥനായ യേശുവിനെയും കൂട്ടി വീണ്ടും പീലാത്തോ

സിന്റെ കോടതിയിലേക്ക് വന്നിരിക്കുന്നു.

പീലാത്തോസിന്റെ മനസ്സിന്റെ പിരിമുറുക്കം വർദ്ധിച്ചു. ഒരു നിർദോഷിയുടെ രക്തത്തിനുവേണ്ടി ആർത്തു വിളിക്കുന്ന കള്ളപുരോഹിതന്മാരും അവരുടെ വൈതാളികരും. കാട്ടുമൃഗങ്ങളാൽ കടിച്ചു വലിക്കപ്പെടുന്ന ഒരു കുഞ്ഞാടിനെപ്പോലെ അവരുടെ മദ്ധ്യത്തിൽ അക്ഷോഭ്യനായി തലയുയർത്തി നിൽക്കുന്ന യേശു. തന്റെ കോടതിയുടെ മുമ്പിൽ അരങ്ങേറിയിട്ടുള്ള വിചാരണ രംഗങ്ങളിൽ ഏറ്റവും വികൃതമായ ഒരു ദൃശ്യം. ഒരു യവന ദുരന്തനാടകത്തിന്റെ ആദ്യ അങ്കത്തെ അനുസ്മരിപ്പിക്കുന്നു. അല്പം മുമ്പ് തിരശ്ശീല വീഴ്ത്തിയ അതേ രംഗം വീണ്ടും അരങ്ങേറപ്പെടുന്നു. ഒരു തീരുമാനം എടുത്തൊഴിവാക്കുകയല്ലാതെ മറ്റു മാർഗ്ഗമില്ല. ഒന്നുകിൽ യേശുവിനെ ശിക്ഷിക്കാതെ വിട്ടയച്ച് മുഴുവൻ യഹൂദപ്രമാണിമാരുടെയും വിരോധം നേടുക. അല്ലെങ്കിൽ അവനെ കുരിശുമരണത്തിനു വിധിച്ചുകൊണ്ടവരുടെ ആദരവ് നേടുക. രണ്ടിലൊരു തീരുമാനം എടുക്കാനുള്ള സമയം സമാഗതമായിരിക്കുന്നു.

പീലാത്തോസ് വിചാരണ മണ്ഡപത്തിലേക്ക് നീങ്ങി. ആനക്കൊമ്പുകൾ കൊണ്ടലങ്കരിച്ച തന്റെ സിംഹാസനത്തിൽ അയാൾ ഉപവിഷ്ടനായി. മുമ്പിൽ പഴയ രംഗങ്ങൾ തന്നെ. അസുഖകരമായ ഒരു നോട്ടം ചുറ്റുപാടും വർഷിച്ചുകൊണ്ടയാൾ സെൻഹിദ്രിം സംഘത്തിന്റെ പ്രമാണികളെ നോക്കി ഇങ്ങനെ പറഞ്ഞു. "യഹൂദ ജനങ്ങളുടെ നായകന്മാരായ നിങ്ങൾ നിസ്സാരമായ ഒരു കാര്യം പെരുപ്പിച്ചുകാട്ടി ജനങ്ങളെ ഇളക്കി വിടുന്നതിൽ മികച്ച സാമർഥ്യമാണ് പ്രകടിപ്പിച്ചിരുന്നത്. നിങ്ങളെ ഞാൻ അഭിനന്ദിക്കുന്നു. ജനങ്ങളെ കൂടുതൽ ഇളക്കാൻ കഴിഞ്ഞുവെന്നല്ലാതെ നിങ്ങളീ മനുഷ്യനെതിരായി ആരോപിച്ചിരിക്കുന്ന കുറ്റങ്ങളൊന്നും തെളിയിക്കാൻ നിങ്ങൾക്ക് കഴിഞ്ഞിട്ടില്ല. ഹെറോദോസിന്റെ അടുത്തു വിട്ടിട്ട് അയാൾക്കും ബോധ്യപ്പെട്ടില്ല. ജനങ്ങളുടെ സ്വൈര്യജീവിതത്തിന് തടസ്സം സൃഷ്ടിച്ചവനെന്ന നിലയിൽ ഈ മനുഷ്യനെ ഞാൻ അടി നൽകി താക്കീത് ചെയ്ത് വിട്ടയക്കാം. അതുകൊണ്ട് നിങ്ങൾ തൃപ്തിപ്പെടണം".

പീലാത്തോസിന്റെ പ്രഖ്യാപനത്തോടുള്ള പ്രതികരണം ഉയർന്നുവന്ന ഒരു ആരവമായിരുന്നു.. അതുമിതും വിളിച്ചു പറയുന്ന ജനക്കൂട്ടത്തിന്റെ ബഹളത്തിൽ ജനപ്രമാണിമാരുടെ വാക്കുകൾ മുങ്ങിപ്പോയി.

പീലാത്തോസിന്റെ കോടതിവളപ്പിലെ ബഹളം പ്രൊക്കുളയേയും സഖികളേയും അസ്വസ്ഥരാക്കി. അവൾ സഖിമാരോടൊപ്പം കോടതിമുറിയിലെ വിശിഷ്ടാതിഥികളുടെ ഗാലറിയിൽ കുറെനേരം വന്നിരുന്നു. പ്രതിക്കൂട്ടിൽ നിൽക്കുന്ന യേശുവിന്റെ ദൃഷ്ടി അവളെത്തന്നെ നോക്കുന്നതായി അവർക്കനുഭവപ്പെട്ടു. താൻ വായിച്ചു പഠിച്ച റോമൻ ചരിത്രത്തിലൊരിടത്തും ഇത്തരം ഒരു വിചാരണ നടന്നതായി അറിയില്ല. ജനങ്ങൾ ന്യായാസനത്തിന്റെ വിധി കാതോർത്തു കേൾക്കുകയല്ലാതെ ന്യായാസനത്തിൽ നിന്നും തങ്ങളാഗ്രഹിക്കുന്ന വിധിപ്രഖ്യാപനം നേടി

യെടുക്കുന്നതിനുവേണ്ടി ആർപ്പുവിളിക്കാറില്ല. ന്യായാധിപൻ നിരപരാധിയെന്ന് കണ്ടെത്തിയ പ്രതിയെ ശിക്ഷിച്ചേ മതിയാകൂ എന്ന് ശാഠ്യം പിടിക്കുന്ന ജനങ്ങൾ! ഇതെന്തൊരു വിചിത്രമായ നടപടി. പ്രൊക്കുളയുടെ ധാർമ്മികരോഷം അണപൊട്ടിയൊഴുകി. അവൾക്ക് തന്റെ ഭർത്താവിനോട് പുച്ഛം തോന്നി. ജനക്കൂട്ടത്തെ പിരിച്ചുവിട്ട് യേശുവിനെ വിട്ടയയ്ക്കുവാൻ അയാളുടെ ഒറ്റവാചകത്തിനു കഴിയും. തന്റെ ഭർത്താവൊരു ഭീരുവാണ്. റോമിന്റെ ന്യായാസനങ്ങൾ ഇത്തരം ഭീരുകൾക്ക് നിരങ്ങാനുള്ളതല്ലെന്ന് വിളിച്ചു പറയണമെന്ന് തോന്നി. സാമാന്യ മര്യാദയുടെ പേരിൽ അവൾ തന്റെ ധാർമിക രോഷത്തെ മനസ്സിൽ അമർത്തി. ധീരമായ ഒരു തീരുമാനം പ്രഖ്യാപിച്ച് കാര്യത്തിന് തീർപ്പു കൽപ്പിക്കാതെ ഈ യൂദകുരങ്ങുകളുടെ മുമ്പിൽ പരുങ്ങിക്കളിച്ച് സമയം ദീർഘിപ്പിക്കുന്ന ഭർത്താവിനോടുള്ള അവജ്ഞ മനസ്സിൽ സൂക്ഷിച്ചുകൊണ്ട് അവളും പരിചാരികമാരും വസതിയിലേക്ക് തിരിച്ചതാണ്.

വിചാരിച്ചതുപോലെ അനായാസം അഴിക്കാവുന്ന ഒരു കുരുക്കല്ലിതെന്ന് പീലാത്തോസിന് ബോദ്ധ്യപ്പെട്ടു. ഹേറോദാസിന്റെ അടുത്തേക്ക് പറഞ്ഞു വിട്ടപ്പോൾ പ്രശ്നം അവിടംകൊണ്ട് തീരുമെന്നാണ് കരുതിയത്. പക്ഷെ വീണ്ടും പ്രശ്നം തന്റെ അടുത്തെത്തിയിരിക്കുന്നു. സ്വല്പം സമനില തെറ്റിയ ഒരു യഹൂദസന്യാസിയെന്നു മാത്രമാണ് യേശുവിനെക്കുറിച്ച് നേരത്തെ ധരിച്ചിരുന്നത്. റോമക്കാരായ പല ഉദ്യോഗസ്ഥന്മാരോടും പീലാത്തോസ് യേശുവിനെക്കുറിച്ചു തിരക്കി. തികച്ചും നിർദോഷിയായ ഒരു സത്യാന്വേഷകനെന്ന് മാത്രമാണവരുടെയൊക്കെ അഭിപ്രായം. ഈ മനുഷ്യന് മരണശിക്ഷ നൽകുവാൻ ഈ പുരോഹിതപ്പരിഷകൾ എന്തിനിത്ര ശാഠ്യം കാണിക്കുന്നുവെന്ന് എത്ര ആലോചിച്ചിട്ടും മനസ്സിലാകുന്നില്ല. യെഹൂദ്യ, ശമര്യ, ഇദുമിയ എന്നീ നാടുകളുടെ പ്രൊക്യൂറേറ്ററായി റോമാ കൈസറാൽ നിയമിതനായ ആളാണ് പൊന്തിയോസ് പീലാത്തോസ്. കൈസീറിയ ആണ് ആസ്ഥാനമെങ്കിലും യഹൂദന്മാരുടെ ഉത്സവകാലങ്ങളിൽ യെറുശലേമിലേക്ക് താമസം മാറ്റും. പീലാത്തോസ് ചിന്തയിൽ മുഴുകി.

താൻ സ്ഥാനമേറ്റിട്ട് ഏഴുവർഷമാകുന്നു. ഇതുവരെ ഇത്തരമൊരു പ്രതിസന്ധി നേരിടേണ്ടി വന്നിട്ടില്ല. ഓരോ വർഷവും പെരുന്നാൾ കാലങ്ങളിൽ മരണശിക്ഷ വിധിക്കേണ്ട കുറേ കേസുകൾ വിചാരണയ്ക്ക് വരാറുണ്ട്. അവയെല്ലാം ഏറെക്കുറെ സമാനമായ കേസുകളായിരിക്കും. ഒന്നുകിൽ കൊലപാതകം അല്ലെങ്കിൽ കവർച്ച. അപൂർവ്വമായി കൈസറുടെ ആധിപത്യത്തിനെതിരെ വിധ്വംസക പ്രവർത്തനങ്ങളിൽ ഏർപ്പെടുന്ന രാഷ്ട്രീയ കുറ്റവാളികളേയും വിചാരണയ്ക്ക് ഹാജരാക്കാറുണ്ട്. കൂടുതലൊന്നും ആലോചിക്കാതെ പ്രതിക്കു പറയാനുള്ളത് കേട്ടിട്ട് റോമൻ ശിക്ഷാനിയമപ്രകാരം കുരിശിൽ തറച്ചുകൊല്ലാൻ വിധിച്ചിരിക്കുന്നുവെന്ന് പറയുകയാണ് പതിവ്. അങ്ങനെ പെട്ടെന്ന് വിധി കൽപ്പിക്കുവാൻ കഴിയുന്ന ഒരു കേസല്ല യേശുവിന്റേത്. കാഴ്ചയിൽ ഒരു നിരപ

രാധി. ആരോപിക്കപ്പെട്ടിട്ടുള്ള ഒരു കുറ്റവും തെളിയിക്കാൻ ആരോപിക്കുന്നവർക്കുപോലും കഴിയുന്നില്ല. മാത്രമല്ല പ്രതിയുടെ മുഖത്ത് ഒരു പ്രവാചകന്റെയും ദാർശനികന്റെയും സമ്മിശ്ര ഭാവങ്ങൾ ഒത്തിണങ്ങിയിരിക്കുന്നു. ഇത്തരമൊരു പ്രതിക്കെങ്ങിനെ താൻ മരണശിക്ഷ വിധിക്കും. ഒരു തീരുമാനമെടുക്കാൻ കഴിയാത്ത തന്റെ അസ്വസ്ഥത പീലാത്തോസിനെ അലട്ടി.

എത്ര വലിയ ജനക്കൂട്ടമാണ് അണിനിരന്നിരിക്കുന്നത്. ഇവരെല്ലാം ഈ മനുഷ്യന്റെ മരണം ആഗ്രഹിക്കുന്നവർ തന്നെയോ............? യേശുവിനെ രക്ഷപ്പെടുത്താനുള്ള വല്ല പഴുതും അവന്റെ വാക്കുകളിൽ നിന്നു തന്നെ കിട്ടുമോയെന്ന് പരീക്ഷിച്ചു നോക്കി. ആരോപിക്കപ്പെട്ട കുറ്റങ്ങളെ നിഷേധിക്കാനോ സ്വയം ന്യായീകരിക്കാനോ പ്രതി തയ്യാറാകാതെ വരുമ്പോൾ ന്യായാധിപൻ എന്തു ചെയ്യും. ഇത്തരമൊരു ഘട്ടത്തിൽ ജനാഭിലാഷം മാനിക്കുകയാണ് ബുദ്ധി. പ്രത്യേകിച്ച് താനൊരു വിദേശഭരണാധികാരിയുടെ പ്രതിനിധിയായിട്ടാണ് ഭരണം നടത്തുന്നത്. തന്റെ ചെയ്തികൾ റോമാചക്രവർത്തിയുടെ യശസ്സിനെ ബാധിക്കും. പിന്നീടൊരിക്കൽ താൻ ചക്രവർത്തിയുടെ മുമ്പിൽ കുറ്റക്കാരനായി ഗണിക്കപ്പെടാൻ ഇടയാവരുത്. ജനങ്ങളുടെ തൃപ്തിയാണ് ഭരണാധികാരിയുടെ ലക്ഷ്യം. ജനങ്ങൾ നയിക്കപ്പെടുന്നത് ഒരിക്കലും വിവേകത്താലല്ല; മറിച്ച് വികാരങ്ങളാലാണ്. ജനങ്ങളുടെ വികാരങ്ങളെ ഇളക്കേണ്ടപ്പോൾ ഇളക്കാനും ശമിപ്പിക്കപ്പെടേണ്ടപ്പോൾ ശമിപ്പിക്കാനും കഴിയുന്നവരാണ് ശരിയായ ഭരണകർത്താക്കൾ. അത്തരക്കാർക്ക് മാത്രമെ അധികാരത്തിന്റെ ദണ്ഡ് ദീർഘകാലം കൈവശം വയ്ക്കുവാൻ കഴിയൂ. ഈ തത്വം മനസ്സിലാക്കിയവരാണ് റോമൻ ഭരണാധികാരികൾ. റോമിന്റെ പതാക ദേശാന്തരങ്ങളിൽ പാറിക്കളിക്കുന്നത് ഈ തത്വം പാലിക്കുന്നതുകൊണ്ടാണ്.

യേശു കൈസർക്ക് കരം കൊടുക്കുന്നത് വിലക്കിയെന്നാണ് ഇവർ പറയുന്നത്. ഈ ജനങ്ങൾക്ക് കൈസറോടിത്ര ഭക്തിയോ? തങ്ങൾക്ക് കൈസറല്ലാതെ മറ്റൊരു രാജാവില്ലെന്നവർ ആർത്തു വിളിക്കുന്നു! രാജാവിനേക്കാൾ വലിയ രാജഭക്തി! ഒരു നീതിമാന്റെ രക്തത്തിനുവേണ്ടി മുറവിളികൂട്ടുന്ന ഇവരെ അടിച്ചോടിച്ചിട്ട് ഈ മനുഷ്യനെ സ്വതന്ത്രനാക്കുകയാണ് ചെയ്യേണ്ടത്. പീലാത്തോസ് സ്വന്തം സിംഹാസനത്തിൽ നിന്ന് എഴുന്നേറ്റ് നിന്നുകൊണ്ട് ജനങ്ങളോടായി പ്രഖ്യാപിച്ചു. ഈ മനുഷ്യൻ ജനത്തെ മത്സരിപ്പിക്കുന്നുവെന്നു പറഞ്ഞ് നിങ്ങൾ എന്റെ അടുക്കൽ കൊണ്ടുവന്നു. ഞാനിയാളെ വിസ്തരിച്ചിട്ടും നിങ്ങൾ ചുമത്തിയ കുറ്റം ഒന്നും ഇവനിൽ കണ്ടില്ല. ഹേരോദാസിന്റെ അടുക്കൽ അയച്ചിട്ട് അദ്ദേഹവും കണ്ടില്ല. ഇവൻ മരണയോഗ്യമായതൊന്നും പ്രവർത്തിച്ചിട്ടില്ലെന്ന് സ്പഷ്ടം. ഞാൻ വേണമെങ്കിൽ ഇവനെ അടികൊടുത്തു വിട്ടയയ്ക്കാം. ജനങ്ങളുടെ ഇടയിൽ നിന്ന് ആരവം വർദ്ധിച്ചുവന്നു. മഹാപുരോഹിതനായ കയ്യാഫസ് സ്വസ്ഥാനത്തു നിന്നെഴുന്നേറ്റു നിന്നുകൊണ്ട് അവനെ ക്രൂശിക്ക, അവനെ ക്രൂശിക്ക എന്നാർത്തു വിളിച്ചു. ജനങ്ങളിൽ ഒരു

വിഭാഗം കൂടുതൽ ഒച്ചത്തിൽ അതേറ്റു വിളിച്ചു. ആരവം നിലച്ചപ്പോൾ കയ്യാഫസ് ന്യായാസനത്തിനുനേരെ വിരൽചൂണ്ടിക്കൊണ്ട് ഉച്ചത്തിൽ പറഞ്ഞു. "ഇവനെ ക്രൂശിൽ തറച്ചു കൊല്ലാൻ വിസമ്മതിക്കുന്ന പക്ഷം പീലാത്തോസ് കൈസറുടെ സ്നേഹിതനല്ലെന്നു വ്യക്തം. അയാൾ കൈസർക്കു ജയ് വിളിച്ചു. ജനമതേറ്റു വിളിച്ചു. അതൊരു പുതിയ തന്ത്രമാണെന്ന് പീലാത്തോസിന് ബോധ്യപ്പെട്ടു. തന്നെ കൈസർ വിരുദ്ധനായി ചിത്രീകരിക്കുക. അതിശക്തമായ റോമാസാമ്രാജ്യത്തിന്റെ കോപം തനിക്കെതിരെ തിരിച്ചു വിടുക; അതിൽ ഭേദം അവരുടെ ഇഷ്ടത്തിന് വഴങ്ങുന്നതാണ്. പീലാത്തോസ് ഒരിക്കൽ കൂടി യേശുവിന്റെ മുഖത്ത് നോക്കി. ആ മുഖത്ത് നിറഞ്ഞു നിൽക്കുന്ന നിഷ്കളങ്കതയും ദൃഢനിശ്ചയവും അദ്ദേഹത്തെ ആശ്ചര്യപ്പെടുത്തി. എന്തിനെയും നേരിടാനുള്ള ആ സന്നദ്ധത. മരണത്തിന്റെ മുഖത്തുനോക്കി പുഞ്ചിരിക്കുവാൻ കഴിയുന്നവർ എത്ര അപൂർവ്വം; വല്ലാത്ത മനസാന്നിദ്ധ്യം തന്നെ. പീലാത്തോസാകെ അസ്വസ്ഥനായി. അയാൾ ന്യായാസനത്തിന് സമീപമുള്ള തന്റെ വിശ്രമമുറിയിലേക്ക് നടന്നു. ജനക്കൂട്ടത്തിൽ ഒരുവൻ യേശുവിനെ ക്രൂശിക്ക...എന്നുറക്കെ വിളിച്ചു പറഞ്ഞു. ഒരു മുദ്രാവാക്യവും അത് വിളിച്ചു കൊടുക്കാനൊരാളുമുണ്ടായാൽ ഏറ്റു വിളിക്കാനാളെ കിട്ടാനാണോ വിഷമം. ജനക്കൂട്ടം അതേറ്റു വിളിച്ചു.

പീലാത്തോസ് തന്റെ വിശ്വസ്താനുചരരിൽ ചിലരെ ചേമ്പറിലേക്ക് വിളിച്ചു. അവരുമായി കൂടിയാലോചിച്ചു. യേശുവിനെ രക്ഷിക്കുകയും ജനങ്ങളെ തൃപ്തിപ്പെടുത്തുകയും ഒരേസമയം സാധ്യമാകണം. അതിനെന്താണ് വഴി? അതായിരുന്നു അദ്ദേഹത്തിന്റെ ആലോചന. കവർച്ചകളും കൊലപാതകങ്ങളും സ്ഥിരം തൊഴിലാക്കിയതിനാൽ അനവധി നാളുകളായി കാരാഗൃഹവാസം അനുഷ്ഠിക്കുന്ന ഒട്ടേറെ യഹൂദന്മാരുണ്ട്. അവരിൽ പലർക്കും വധശിക്ഷ വിധിക്കുക എന്ന ജോലി പീലാത്തോസിന്റെ മുമ്പിൽ അവശേഷിക്കുന്നു. യെരുശലേമിൽ നിന്ന് കൈസിറിയായിലേക്ക് പോകുന്നതിനു മുമ്പ് അതെല്ലാം നിറവേറ്റേണ്ടതുണ്ട്. തനിക്കു തീർപ്പു കല്പിക്കേണ്ട കേസുകളുടെ രേഖകൾ ഒന്നൊന്നായി അദ്ദേഹം പരിശോധിച്ചു. പെസഹാ പെരുന്നാളിനോടനുബന്ധിച്ച് ഏതെങ്കിലും ഒരു യഹൂദ തടവുകാരനെ വിട്ടയയ്ക്കുക എന്നൊരു പതിവുണ്ട്. യഹൂദജനതയോടുള്ള റോമൻ ഭരണകൂടത്തിന്റെ ആദരവിന്റെയും ഔദാര്യത്തിന്റെയും പ്രകടനമായിട്ടാണ് ഈ നടപടി കണക്കാക്കിയിരുന്നത്. ഇപ്രകാരം വിട്ടയക്കാൻ അർഹത നേടിയിരിക്കുന്ന കുറ്റവാളിയെ സംബന്ധിച്ച രേഖകൾ ഹാജരാക്കാൻ പീലാത്തോസ് ഉദ്യോഗസ്ഥന്മാരോട് ആജ്ഞാപിച്ചു.

നരഗത്തിൽ കലഹമുണ്ടാക്കി ആളുകളുടെ സ്വത്തുക്കൾ കവർന്നെടുക്കുകയും പലരേയും കൊല്ലുകയും ചെയ്തതിന്റെ പേരിൽ തടവിലാക്കപ്പെട്ട ബറാബസിനെ ന്യായാസനത്തിങ്കൽ ഹാജരാക്കാൻ പീലാത്തോസ് ആജ്ഞാപിച്ചു. കാരാഗൃഹപ്രമാണി ബറാബസിനെ ഹാജരാ

ക്കി. ബറാബസ് ചുറ്റുമുള്ള സർവ്വരേയും അവജ്ഞയോടെ നോക്കി. തടവിലാക്കപ്പെട്ട ഒരു വന്യമൃഗത്തെയെന്നപോലെ ജയിലധികാരികൾ അയാളെ പ്രതിക്കൂട്ടിലേക്കാനയിച്ചു. യേശുവിനഭിമുഖമായി ബറാബസ് നിലയുറപ്പിച്ചു. അന്നു തന്നെ വധശിക്ഷക്ക് വിധിക്കപ്പെടേണ്ട മറ്റു രണ്ടു കുറ്റവാളികളെക്കൂടി ന്യായാസനത്തിന്റെ ഇരുവശത്തുമായി സജ്ജീകരിച്ചിരുന്ന പ്രതിക്കൂട്ടിൽ കയറ്റിനിറുത്തി. യേശുവിന്റെ വലതുവശത്തൊരുവനും ഇടതുവശത്ത് മറ്റൊരുവനും.

പീലാത്തോസ് എന്തോ തീരുമാനിച്ചമട്ടിൽ വീണ്ടും തന്റെ ഇരിപ്പിടത്തെ സമീപിച്ചു. സദസ്സിനെ നോക്കി അദ്ദേഹം പ്രഖ്യാപിച്ചു. "പെരുന്നാൾ പ്രമാണിച്ച് ജനങ്ങൾ ഇച്ഛിക്കുന്ന ഒരു തടവുകാരനെ മോചിപ്പിക്കുന്ന പതിവുണ്ടല്ലോ. ഈ നിൽക്കുന്ന ബറാബസിനെയോ യഹൂദന്മാരുടെ രാജാവെന്ന് സ്വയം വിളിക്കുന്ന യേശുവിനെയോ ആരെയാണ് വിട്ടു തരേണ്ടത്?.

ജനം യേശുവിനെ വിട്ടു തരാൻ ആവശ്യപ്പെടുമെന്ന് കരുതി പീലാത്തോസ് കാതോർത്തുനിന്നു. പക്ഷെ അവരുടെ ആവശ്യം കേട്ട അദ്ദേഹം ഞെട്ടിപ്പോയി. "ബറാബസിനെ മോചിപ്പിക്കുക യേശുവിനെ ക്രൂശിക്കുക". ജനം വീണ്ടും വീണ്ടും വിളിച്ചു കൂവി "ബറാബസിനെ മോചിപ്പിക്കുക, യേശുവിനെ ക്രൂശിക്കുക". കാതടപ്പിക്കുന്ന ആ ആർപ്പുവിളി നിറുത്തുവാൻ പീലാത്തോസ് കൈ ഉയർത്തി ആംഗ്യം കാട്ടി. തിരിഞ്ഞു നോക്കിയപ്പോൾ തന്റെ കൊട്ടാരഭൃത്യൻ തൊട്ടുപുറകിൽ. ഭാര്യ കൊടുത്തയച്ച അടിയന്തിരസന്ദേശം രേഖപ്പെടുത്തിയ ചുരുൾ ഭൃത്യൻ അദ്ദേഹത്തിന്റെ മുമ്പിൽ നിവർത്തി. ഭാര്യ സ്വന്തം കൈപ്പടയിൽ രേഖപ്പെടുത്തിയിരിക്കുന്ന എഴുത്ത് അദ്ദേഹം താത്പര്യത്തോടെ വായിച്ചു.

"ആ നീതിമാന്റെ കാര്യത്തിലിടപെടരുത്. കഴിഞ്ഞ രാത്രിയിൽ ഞാൻ കണ്ട സ്വപ്നത്തെക്കുറിച്ച് പറഞ്ഞിരുന്നല്ലോ. ആ സ്വപ്നം എന്നെ വല്ലാതെ അലട്ടുന്നു. ആ മനുഷ്യന്റെ കുറ്റമില്ലാത്ത രക്തം നമ്മുടെ സന്തതികളുടെ മേൽപതിയരുതെന്നോർമ്മിപ്പിക്കട്ടെ...." കത്തു വായിച്ചവസനിച്ചപ്പോൾ പീലാത്തോസ് ഒരു വിഷമവൃത്തത്തിലായി. കഴിഞ്ഞ രാത്രി അവർക്കുറങ്ങാൻ കഴിഞ്ഞിരുന്നില്ല. പതിവില്ലാതെ ഭാര്യ ഭീകരസ്വപ്നം കണ്ടു പേടിച്ചു നിലവിളിച്ചു. യേശുവിന്റെ വിചാരണ നടക്കുമെന്നവൾക്കറിയാമായിരുന്നു. ദൈവത്തിന്റെ പേരു പറഞ്ഞു നടക്കുന്നവരോട് സ്ത്രീകൾക്കാദരവ് തോന്നുക സ്വാഭാവികമാണല്ലോ. യേശുവിനെക്കുറിച്ചുള്ള കേട്ടറിവ് മാത്രം വച്ചുകൊണ്ട് തന്റെ ഭാര്യഅദ്ദേഹത്തിന്റെ ആരാധികയായി മാറിയിരിക്കുന്നു. ഒരു ന്യായാധിപനെന്ന നിലയിലുള്ള തന്റെ കർത്തവ്യനിർവ്വഹണത്തിൽ ഭാര്യ ഇടപെടുന്നത് ഇതാദ്യമാണ്.

ജനക്കൂട്ടത്തിന്റെ ആരവം പെരുകി വരുന്നതിനിടയിൽ പീലാത്തോസ് ന്യായാസനത്തിൽ നിന്നെഴുന്നേറ്റ് തന്റെ വിശ്രമമുറിയിലേക്ക് പോയി. പരിചാരകന്മാർ ലഹരി കുറഞ്ഞ വീഞ്ഞ് ദാഹശമനാർത്ഥം പീലാത്തോസിന് പകർന്നുകൊടുത്തു. അയാളതു കുടിച്ചു ദാഹം ശമിപ്പിക്കു

ന്നതിനിടയിൽ ചിന്തയിൽ മുഴുകി.

രണ്ടുമാസം മുമ്പാണെന്ന് തോന്നുന്നു. യേശു തന്റെ അരമനയിൽ വന്നിരുന്നു. അവന്റെ ശിഷ്യന്മാർപോലും അറിയാതെ ഒരു രഹസ്യസന്ദർശനം. തന്റെ ഭാര്യയുടെ സമ്മർദ്ദത്തിന് വശപ്പെട്ടാണ് അത്തരമൊരു സന്ദർശനത്തിന് താൻ വഴിയൊരുക്കിയത്.

ശതാധിപനായ രൂഫസിന്റെ ഭാര്യ എമിലിയാണ് പ്രൊക്കുളയുടെ ചെവിയിൽ യേശുവിനെക്കുറിച്ചുള്ള അത്ഭുതവാർത്ത പകർന്നു കൊടുത്തത്. പക്ഷവാതരോഗിയായിരുന്ന അവരുടെ മക്കളെ യേശു തന്റെ അത്ഭുതസിദ്ധികൊണ്ട് സുഖപ്പെടുത്തിപോലും. വളരെ ചെറിയ പ്രായത്തിൽ തന്നെ കാൽ ശോഷിച്ചു പോയിരുന്ന ആ കുട്ടിയുടെ പേരിൽ രൂഫസും ഭാര്യയും അതീവ ദുഃഖിതരായിരുന്നുവെന്ന് തനിക്കറിയാം. യേശുവിന്റെ ദർശനമാത്രയിൽ ആ കുട്ടി കിടക്കയിൽനിന്ന് ചാടിയെഴുന്നേറ്റുവെന്ന വാർത്ത തനിക്ക് വിശ്വസിക്കാൻ കഴിയുന്നില്ല. പക്ഷെ രൂഫസും ഭാര്യയും നൽകുന്ന സാക്ഷ്യം എങ്ങനെ വിശ്വസിക്കാതിരിക്കും. അന്നാണ് താൻ മനസ്സിലാക്കിയത് യഹൂദന്മാർ മാത്രമല്ല അനേകം റോമൻ പുരുഷന്മാരും സ്ത്രീകളും ഈ പ്രവാചകന്റെ അനുയായികളിൽ ഉൾപ്പെടുന്നുവെന്ന്. രൂഫസ് യേശുവിന്റെ മഹത്വം വിവരിച്ചു കേൾപ്പിച്ചതോർക്കുന്നു. ഒരു റോമാക്കാരൻ സൈനികോദ്യോഗസ്ഥന്റെ ഏകമകളെ സുഖപ്പെടുത്തുകവഴി യേശു യഹൂദന്മാരുടെ മുഴുവൻ വിരോധത്തിന് പാത്രമായി. “ഇസ്രയേലിൽ രോഗികളില്ലാഞ്ഞിട്ടോ നീ നമ്മുടെ ശത്രുക്കളായ റോമൻ പട്ടികളിൽ നിന്റെ ശക്തി പകരുന്നത്”. അവന്റെ ശിഷ്യന്മാരിൽ ഒരുവനായ യൂദാസ് അരിശത്തോടെ ആക്രോശിച്ചത്രെ. ആ രംഗം രൂഫസ് വിവരിച്ചത് പീലാത്തോസിന്റെ ഓർമ്മയിൽ പ്രതിഫലിച്ചു.

“ഒരത്ഭുതത്തിനുവേണ്ടി ഒരടയാളത്തിനുവേണ്ടി നമ്മുടെ ജനങ്ങൾ നിന്റെ പിന്നാലെ നടക്കുന്നു. എന്താണിതിന്റെയർത്ഥം? യൂദാസ് ചോദിക്കുന്നു.

“മിത്രത്തെയെന്നപോലെ ശത്രുവിനെയും സ്നേഹിക്കുക. സ്നേഹത്തിലൂടെ ശത്രുവിനെയും മിത്രമാക്കുക. അതാണെന്റെ മതം”. യേശുവിന്റെ മറുപടി. കേൾക്കാൻ രസമുള്ള ആ തത്വത്തിന്റെ പ്രചാരകനോട് തന്നെ വന്നു കാണാൻ ആജ്ഞാപിച്ചു. തന്റെ ഒരു ദൂതനെ രഹസ്യമായി യേശുവിന്റെയടുക്കലേക്കയച്ചു.

അന്നൊരു സായാഹ്നത്തിൽ ശിഷ്യന്മാരെ ആരെയും കൂട്ടാതെ യേശു തനിയെ തന്റെ കൊട്ടാരത്തിൽ വന്നു. അസാധാരണമായ ആ കൂടിക്കാഴ്ചയിൽ ഒരപാകത നിറഞ്ഞുനിൽക്കുന്നതുപോലെ തോന്നിയിരുന്നു. ഒരു വിശിഷ്ടാതിഥിയെ എന്നപോലെ തന്റെ ഭാര്യ യേശുവിനെ പരിചരിച്ചു. വിലപിടിപ്പുള്ള വസ്ത്രങ്ങളും ആഭരണങ്ങളുമെന്നതുപോലെ സമ്പന്ന വർഗ്ഗത്തിലെ പെണ്ണുങ്ങളുടെ ഒരു ഹരമാണല്ലോ ദൈവങ്ങളും. എണ്ണിയാലൊടുങ്ങാത്ത റോമൻ ദേവന്മാരുടെയും ദേവിമാരുടെയും ആരാ

ധികയായ തന്റെ ഭാര്യ എബ്രായരുടെ ദൈവമായ യഹോവയെക്കുറിച്ച് ഒട്ടേറെ സംശയങ്ങൾ യേശുവിനോട് ചോദിച്ചു. തനിക്കവരുടെ സംഭാഷണം തീരെ രസിച്ചില്ല. ദൈവങ്ങളും പിശാചുക്കളും ദുർബ്ബല മനസ്സിന്റെ സങ്കല്പസൃഷ്ടികൾ മാത്രമാണെന്ന് ഉറച്ചു വിശ്വസിച്ചിരുന്ന താൻ സംഭാഷണവിഷയം രാഷ്ട്രതന്ത്രത്തിലേക്ക് തിരിച്ചുവിട്ടു.

റോമിന്റെ ഭരണത്തോട് യഹൂദന്മാർ എങ്ങനെ പ്രതികരിക്കുന്നു. അതിനെതിരെ നടന്നുവരുന്ന തീവ്രവാദപ്രവർത്തനങ്ങൾക്ക് ജനമദ്ധ്യത്തിൽ എത്രമാത്രം വേരുകളുണ്ട്. ഇതൊക്കെയാണ് തനിക്കറിയേണ്ടിയിരുന്നത്.

റോമിന്റെ സാമ്രാജ്യവാഴ്ച ഇന്നെത്ര ശക്തമാണെങ്കിലും അത് തകർന്ന് തരിപ്പണമാകുക തന്നെ ചെയ്യുമെന്നായിരുന്നു യേശുവിന്റെ പ്രഖ്യാപനം. ഓരോരുത്തരും അവരവരെത്തന്നെ ഭരിക്കുന്ന ഒരു കാലം വരാൻ പോകുന്നുപോലും. വാഴ്ചകളും അധികാരങ്ങളും ഒഴിഞ്ഞു പോകുന്ന ഒരു വ്യവസ്ഥിതിയുടെ പ്രവാചകനാണ് താൻ. ഇതൊക്കെയായിരുന്നു ഈ വിഷയത്തിൽ യേശുവിന് തന്നോടു പറയാനുണ്ടായിരുന്നത്. എന്തുഭ്രാന്താണീ മനുഷ്യൻ പറയുന്നതെന്ന് തോന്നി. റോമിന്റെ വാഴ്ചക്കറുതി വരികയോ? ലോകത്തെ ഭരിക്കാൻവേണ്ടി പിറന്നവരാണ് റോമാക്കാർ. അറിയപ്പെടുന്ന ലോകം മുഴുവൻ റോമാചക്രവർത്തിയുടെ കാൽക്കീഴിൽ അമർന്നിരിക്കുകയാണ്. സൂര്യചന്ദ്രന്മാരും ആകാശത്തിലെ നക്ഷത്രങ്ങളും കടൽക്കരയിലെ കൊടുങ്കാറ്റു വരെ ചക്രവർത്തിയുടെ ആജ്ഞകൾ അനുസരിക്കാൻ കാതോർത്തുനിൽക്കുമ്പോൾ ഈ നാടോടിയായ മനുഷ്യൻ പറയുന്നു ഈ സാമ്രാജ്യം തകർന്നു തരിപ്പണമാകുമെന്ന്. റോം തകർന്നാൽ മറ്റാരാണ് ലോകത്തെ ഭരിക്കുക. റോമിന്റെ ലോകവാഴ്ചക്കറുതിവരുമെന്ന് പ്രസംഗിക്കുന്ന ഈ മനുഷ്യൻ റോമിനെതിരെ ഈ നാട്ടിൽ പ്രവർത്തിക്കുന്ന തീവ്രവാദിസംഘത്തിന്റെ അനുഭാവി തന്നെ. ഇയാളെപ്പിടിച്ചു ജയിലിലടച്ചാലോ എന്നാലോചിച്ചതാണ്. എങ്കിലും വിട്ടയച്ചു.

ഈ മനുഷ്യനെ പിടിച്ചുകെട്ടിക്കൊണ്ടുവന്ന് ക്രൂശിൽ തറച്ചു കൊല്ലുക എന്നൊരാവശ്യവുമായി ജനങ്ങൾ തന്നെ സമീപിക്കുമെന്ന് സ്വപ്നേപി വിചാരിച്ചിരുന്നതല്ല. ഇപ്പോഴിതാ പ്രതീക്ഷിക്കാത്തത് സംഭവിച്ചിരിക്കുന്നു. അവരുടെയിടയിൽ നിന്ന് അവർക്കുവേണ്ടി സംസാരിക്കുന്ന പ്രവാചകനെ കൊല്ലാൻ അവർ വിദേശഭരണത്തിന്റെ അനുവാദം തേടുന്നു. താൻ യഹൂദന്മാരുടെ രാജാവെന്ന് ഇവൻ അവകാശപ്പെടുന്നുവെന്നതാണിവന്റെ പേരിലുള്ള കുറ്റാരോപണം. അതു ശരിയാണെങ്കിൽ റോമൻ നിയമപ്രകാരം അവൻ ശിക്ഷാർഹനാണ്. തങ്ങൾക്ക് കൈസറല്ലാതെ മറ്റൊരു രാജാവില്ലെന്നാണ് യഹൂദന്മാർ ആർത്തു വിളിക്കുന്നത്. അവരുടെ ഒരു കൈസർഭക്തി! ഇത് ശുദ്ധ കാപട്യമാണ്. ഈ ജനം ഒന്നടങ്കം റോമൻ ഭരണാധികാരികളെ പകയ്ക്കുന്നു. റോമാക്കാരെ വെറുക്കുന്നു. അതാണ് സത്യം. ആ സത്യമവർ മറച്ചു പിടിച്ചുകൊണ്ട് കപട

ബഹുമാനം കാണിക്കുന്നു. ഇത് താൽക്കാലിക കാര്യസാധ്യത്തിനു വേണ്ടി മാത്രം. ഇവിടെ താൻ ജനങ്ങളോടൊപ്പം നിന്നില്ലെങ്കിൽ കൈസറുടെ മുമ്പിൽ താൻ കുറ്റക്കാരനായേക്കും... പീലാത്തോസ് ഓർത്തു. എല്ലാറ്റിനുമുപരി തന്നെ വിഷമിപ്പിക്കുന്നത് ആ ബറബാസിനെ വിട്ടുകൊടുക്കേണ്ടതായി വരുന്നതാണ്. ജനങ്ങളോട് പരസ്യമായി പ്രഖ്യാപിച്ചുപോയി. അവരാവശ്യപ്പെടുന്ന തടവുപുള്ളിയെ വിട്ടയക്കാമെന്ന്. ഇനി അതിൽനിന്ന് പിൻവാങ്ങാനാവില്ല. ബറാബസിനെ വിട്ടയക്കാൻ അവരാവശ്യപ്പെടുമെന്ന് ഒട്ടും വിചാരിച്ചിരുന്നതല്ല. ഇനി എന്താണ് ചെയ്യുക. അവന്റെ ഭീകരമായ ആ നോട്ടത്തിൽ ആരും ഭയന്നു വിറച്ചുപോകും. വിട്ടയച്ചാൽ അന്നു തന്നെ അവൻ പഴയ വിധ്വംസഹ പ്രവർത്തനത്തിൽ ഏർപ്പെടുമെന്നത് ഉറപ്പാണ്. ഉടനെ തന്നെ വീണ്ടും പിടിച്ചകത്താക്കേണ്ടിവരും. ബറാബസ് എന്നും റോമിനൊരു തലവേദനയായിരുന്നു. ബറാബസിനെയും സംഘത്തെയും അമർച്ച ചെയ്തു കൊള്ളാമെന്ന് ചക്രവർത്തിക്കുറപ്പുകൊടുത്തിട്ടാണ് ഗവർണ്ണർ പദവി ഏറ്റെടുത്തത്. ബറാബസ് അകത്തായതോടെ അവരുടെ സംഘം നിർവീര്യമായെന്നാണ് കേട്ടത്. സംഘത്തിലെ മറ്റൊരു പ്രധാന അംഗമായിരുന്ന യൂദാസ് യേശുവിന്റെ സംഘത്തിൽ ചേർന്നത് ഭീകരസംഘത്തിന് ലഭിച്ച വലിയ ഒരു തിരിച്ചടിയായിരുന്നു. അവൻ വീണ്ടും പോയി സുഹൃത്തുക്കളെ മുഴുവൻ സംഘടിപ്പിച്ചാൽ കാര്യം പിടിക്കുന്നിടത്ത് നിന്നില്ലെന്ന് വരും. എന്താണൊരു പോംവഴി.

ഒരു പോംവഴിയുമില്ല ജനങ്ങൾക്ക് നൽകിയ വാഗ്ദാനം നിറവേറ്റുക. അനന്തരഫലം എന്തുതന്നെയാകട്ടെ. യേശുവിനെ എന്താണ് ചെയ്യുക. ഭാര്യയുടെ കത്ത് ഒരിക്കൽക്കൂടി നോക്കി. താനിവനെ ശിക്ഷിക്കാതെ വിട്ടയച്ചാൽ ഈ പുരോഹിത പരിഷകൾ തനിക്കെതിരെ പരാതിയുമായി റോമിലെത്തും. ഒരു ചെറിയ കാര്യത്തിനുവേണ്ടി ജനങ്ങളെ പിണക്കിയതെന്തിനെന്ന സീസറിന്റെയും അദ്ദേഹത്തിന്റെ ഉപദേഷ്ടാക്കളുടെയും ചോദ്യങ്ങൾക്ക് താൻ സമാധാനം ബോധിപ്പിക്കേണ്ടിവരും. അത്തരമൊരവസ്ഥയെക്കുറിച്ച് ചിന്തിക്കാനാവുന്നില്ല.

മനസ്സുനിറയെ അവ്യക്തതകളുമായി പീലാത്തോസ് വീണ്ടും ന്യായാസനത്തെ സമീപിച്ചു. ബറബാസിനെ വിട്ടയച്ചു കൊണ്ടുള്ള ഉത്തരവ് ജനക്കൂട്ടത്തെ വായിച്ചുകേൾപ്പിച്ചു. ജനം ആഹ്ലാദത്തിമിർപ്പിലാർത്തുവിളിച്ചു. അവർ റോമാചക്രവർത്തിക്കും പീലാത്തോസിനും ദീർഘായുസ്സ് നേർന്നു. മുൻനിർദേശപ്രകാരം ഒരു പരിചാരകൻ ഒരു പാത്രം നിറയെ വെള്ളവും മറ്റൊരു പരിചാരകൻ ഒരു താലത്തിൽ തുവാലയും പിടിച്ചു കൊണ്ടുപചാരപൂർവ്വം പീലാത്തോസിന്റെ മുമ്പിൽ നിന്നു. പീലാത്തോസ് ഇരിപ്പിടത്തിൽ നിന്നെഴുന്നേറ്റ് മുന്നോട്ട് വന്നു. താലത്തിലെ തുവാലയെടുത്ത് അരയിൽ കെട്ടി. പരിചാരകൻ അദ്ദേഹത്തിന്റെ കൈകളിൽ വെള്ളമൊഴിച്ചു കൊടുത്തു. ജനങ്ങൾ കാൺകെ അദ്ദേഹം തന്റെ കൈകൾ നന്നായി കഴുകി വെടിപ്പാക്കി. എന്നിട്ട് പറഞ്ഞു "ഈ നീതിമാന്റെ രക്ത

ത്തിൽ എനിക്കു പങ്കില്ല. യഹൂദന്മാരുടെ രാജാവായ നസ്രേത്തുകാരൻ യേശു എന്നു വിളിക്കുന്ന ഈ മനുഷ്യനെ നിങ്ങളുടെ ആഗ്രഹപ്രകാരം കുരിശിൽ തറച്ച് കൊല്ലുന്നതിന് ഉത്തരവിടുന്നു". കൈകൾ കഴുകി തുടച്ചുകൊണ്ട് പീലാത്തോസ് ജനക്കൂട്ടത്തെ നോക്കി. ജനങ്ങൾ ആഹ്ലാദത്തോടെ കയ്യടിച്ചു ശബ്ദമുണ്ടാക്കി. "അവന്റെ രക്തം ഞങ്ങളുടെ മേലും ഞങ്ങളുടെ മക്കളുടെ മേലും വന്നു കൊള്ളട്ടെ". ജനങ്ങളത് ഏറ്റുവിളിച്ചു.

ജനക്കൂട്ടം പിരിഞ്ഞു തുടങ്ങുമ്പോൾ യേശുവിനോടൊപ്പം കുരിശിലേറ്റാൻ നേരത്തെതന്നെ നിയോഗിക്കപ്പെട്ടിരുന്ന രണ്ട് തീവ്രവാദികളുടെ വധശിക്ഷയും നടപ്പാക്കുന്നതായി പീലാത്തോസ് ഉത്തരവിട്ടു. പട്ടാളക്കാരുടെ സംഘം യേശുവിന്റെയും മറ്റു രണ്ടുപേരുടെയും ബന്ധനം അഴിച്ചു. നേരത്തെ തന്നെ തയ്യാറാക്കി വച്ചിരുന്ന ഭീകരമായ കുരിശുകൾ ഓരോന്നെടുത്ത് അവരുടെ തോളിൽ വച്ചുകൊടുത്തു. അതോടെ പീലാത്തോസിന്റെ കൊട്ടാരത്തിൽ നിന്നൊരു കുരിശാരോഹണയാത്ര പുറപ്പെടുകയായിരുന്നു.

പതിനഞ്ച്

"ചെന്നായ് മാൻ കുട്ടികളോടൊത്ത് കളിക്കും സിംഹം ആട്ടിൻ കുട്ടികളോടൊത്ത് മേയും"

"ഞാൻ ഭൂമിയെ നോക്കി. കണ്ടാലും അത്
ശൂന്യവും പാഴും ആയിരുന്നു.
ഞാൻ ആകാശത്തിലേക്കു നോക്കി. അതിനു
പ്രകാശം ഇല്ലായിരുന്നു.
ഞാൻ പർവ്വതങ്ങളെ നോക്കി. കണ്ടാലും അവ
വിറയ്ക്കുകയായിരുന്നു.
ഞാൻ നോക്കി. ഒരു മനുഷ്യനെയും കണ്ടില്ല.
പക്ഷികളെല്ലാം പറന്ന്പോയ്ക്കഴിഞ്ഞി
രിക്കുന്നു. കണ്ടാലും ഫലഭൂയിഷ്ഠമായ ദേശം
മരുഭൂമിയായി മാറിയിരിക്കുന്നു."

കാൽവരിയിലേക്കുള്ള ആ കുരിശാരോഹണയാത്ര ബറബാസിനെ വല്ലാതെ ആകർഷിച്ചു. പതിവില്ലാത്ത ഒരു യാത്ര. ഈ പ്രായത്തിനിടയിൽ താനെത്രയോ കുരിശാരോഹണ യാത്രകൾക്ക് സാക്ഷ്യം വഹിച്ചിരിക്കുന്നു. തന്റേയും അന്ത്യം കുരിശിൽ തന്നെ ആയിരിക്കും എന്നാണ് കരുതിയത്. നസ്രേത്തിലെ ഈ സന്യാസി അവസാന നിമിഷത്തിൽ പ്രത്യക്ഷപ്പെട്ട് അവിശ്വസനീയമാംവണ്ണം തന്റെ കുരിശ് തട്ടിപ്പറിച്ചിരിക്കുന്നു. അയാളോട് വെറുപ്പാണ് തോന്നുന്നത്. തനിക്കെന്നും ആ മനുഷ്യനെ വെറുപ്പായിരുന്നു. പൂർവ്വ പിതാവായ യാക്കോബിന്റെ കാലം മുതൽ ഇസ്രയേലിൽ നീറിപ്പുകഞ്ഞിരുന്ന സ്വാതന്ത്ര്യ ദാഹത്തിന്റെ അഗ്നിയിൽ ജലം പകർന്ന കുറെ കള്ളപ്രവാചകന്മാർ. ആ പരമ്പരയിലെ അവസാനത്തെ കണ്ണിയല്ലേ തന്റെ കുരിശും തട്ടിപ്പറിച്ചുകൊണ്ട് മരണത്തിലേക്ക് നടന്നടുക്കുന്ന നസ്രേത്തിലെ ഈ തച്ചൻ? കുരിശുമ

രണം ഇയാളുടെ ഖ്യാതി വർദ്ധിപ്പിക്കും. ജീവിച്ചിരിക്കുന്ന യേശുവിനെക്കാൾ മരിച്ച യേശു ശ്രദ്ധിക്കപ്പെടും. എന്തൊക്കെയാണീ മനുഷ്യന്റെ പ്രബോധനങ്ങൾ....! ഓർത്തപ്പോൾ ചിരിവന്നു. ശത്രുവിനെപ്പോലും സ്നേഹിക്കണമത്രെ. ഇങ്ങോട്ടടിച്ചാൽ അങ്ങോട്ടടിക്കുന്നതിനുപകരം വീണ്ടും അടിവാങ്ങിക്കണമത്രെ. ഈ മനുഷ്യന്റെ ഭ്രാന്തൻ ജല്പനങ്ങളിൽ എത്ര മനുഷ്യരാണ് കുടുങ്ങിപ്പോയത്. സ്നേഹമന്ത്രത്തിനിത്ര ശക്തിയോ. തങ്ങളുടെ വിപ്ലവപ്രസ്ഥാനത്തിന്റെ നെടുംതൂണായിരുന്ന യൂദാസു പോലും പെട്ടുപോയില്ലേ ഈ മനുഷ്യന്റെ വലയിൽ. എന്തൊരു ചതിവാണ് യൂദാസ് കാണിച്ചത്. വിപ്ലവത്തിന്റെ വീര്യം നിറഞ്ഞു കവിഞ്ഞു നിന്നിരുന്ന യൂദാസിനെ ഒരാട്ടിൻകുട്ടിയെപ്പോലെ മെരുക്കിയെടുക്കുവാൻ യേശുവിനെങ്ങനെ കഴിഞ്ഞു. ഓർമ്മകൾ പുറകോട്ട് മറിഞ്ഞപ്പോൾ പഴയ ചങ്ങാതിയായിരുന്ന യൂദാസിന്റെ പല മുഖങ്ങൾ മുന്നിൽ തെളിഞ്ഞു. വിപ്ലവസംഘത്തിന്റെ നേതാവായി യൂദാസിനെ നിയമിക്കണമെന്നായിരുന്നു തന്റെ ആഗ്രഹം. യൂദാസ് ആ ആഗ്രഹത്തിനു വഴങ്ങിയില്ല. അവൻ നേതൃത്വത്തിന്റെ ഭാരം തന്റെ ചുമലിൽതന്നെ വച്ചു. നേതൃത്വം ഏറ്റെടുക്കുവാൻ വിസമ്മതിച്ചെങ്കിലും സംഘത്തിന്റെ പ്രവർത്തനത്തിൽ അവൻ തന്റെ വലംകൈ ആയിരുന്നു. റോമൻ പ്രഭുക്കളേയും ഉദ്യോഗസ്ഥ മേധാവികളെയും കൊല്ലുന്നതിൽ, അവരുടെ സ്വത്തുക്കൾ കവർച്ച ചെയ്യുന്നതിൽ, റോമിനുവേണ്ടി വിടുവേല ചെയ്യുന്ന യഹൂദരെ തെരഞ്ഞു പിടിച്ചു ഭീഷണിപ്പെടുത്തുന്നതിൽ, വേണ്ടിവന്നാൽ അവർക്ക് മരണക്കെണി ഒരുക്കുന്നതിൽ യൂദാസിനെപ്പോലെ സമർത്ഥൻ സംഘത്തിൽ മറ്റാരുമുണ്ടായിരുന്നില്ല.

ഈ യേശുവിനെതന്നെ സംഘത്തിലേക്ക് കൂട്ടിക്കൊണ്ടുവന്നത് അവനാണ്, യൂദാസ് കണ്ണുകളിൽ ആർദ്രതയും മുഖത്ത് ശോകവും നിറഞ്ഞു നിന്നിരുന്ന കൃശഗാത്രനായ ആ ആശാരിപ്പയ്യനെ കണ്ടമാത്രയിൽ തന്നെ തനിക്കുതോന്നി ഇവൻ സംഘത്തിന് ഒരു ഭാരമേ ആകൂ. ഒരു ഏറ്റുമുട്ടലിന് കരുത്തില്ലാത്ത ശരീരം. സ്ത്രീകളുടേതുപോലെ ദുർബ്ബലമായ മേനി. തങ്ങളുടേതുപോലുള്ള ഒരു കലാപസംഘത്തിന് ഇവനെക്കൊണ്ട് എന്തുപകാരം? തന്റെ സംശയങ്ങൾക്കറുതി വരുത്തിക്കൊണ്ട് യൂദാസ് യേശുവിനെ പരിചയപ്പെടുത്തിയ രംഗം ഓർമ്മവരുന്നു. മെലിഞ്ഞ ഈ ശരീരത്തിനുള്ളിൽ ഇസ്രയേലിന്റെ മോചനത്തിനു വേണ്ടി ത്രസിക്കുന്ന ഒരു ഹൃദയമുണ്ട്. ഉളിപിടിച്ച് തഴമ്പിച്ച ഈ കൈകൾ ഇനിമേൽ നമ്മോടൊപ്പം വിമോചനത്തിനു വേണ്ടി പ്രവർത്തിക്കും. ഇവന്റെ വാക്കുകൾ തീർച്ചയായും നമ്മുടെ പ്രവാചകന്മാരുടെ വാക്കുകളെ അനുസ്മരിപ്പിക്കുന്നു.

യൂദാസ് നിർബന്ധം പിടിച്ചപ്പോൾ താൻ സമ്മതം മൂളി. തന്റെ പ്രതീക്ഷപോലെ തന്നെ സംഭവിച്ചു. ഒരാഴ്ച തികച്ചുപോലും സംഘത്തോടൊപ്പം നിൽക്കാൻ അവനു കഴിഞ്ഞില്ല. ചഞ്ചലചിത്തനായ ഒരു വികാരജീവിക്ക് എങ്ങനെ ഒരു വിപ്ലവസംഘത്തിൽ നിലനിൽക്കാനാവും.

കൊലപാതകവും കൊള്ളയും വിമോചനത്തിന്റെ വഴി എളുപ്പമാക്കുകയില്ലെന്നവൻ കണ്ടെത്തിയിരിക്കുന്നത്രെ! തങ്ങളാസൂത്രണം ചെയ്ത പല വിധ്വംസക പ്രവർത്തനങ്ങളുടെയും നടത്തിപ്പിന് അവൻ തടസ്സമാവുകയായിരുന്നു. ചിലരൊക്കെ അവന്റെ വാക്കുകൾ കേട്ട് സംഘത്തിൽ നിന്ന് പിരിഞ്ഞു പോയി. കവർച്ചയുടെയും കൊലപാതകത്തിന്റെയും കറപുരണ്ട കൈകൾ വെടിപ്പാക്കാൻ ജോർദ്ദാനിലെ വെള്ളം മുഴുവൻ ഉപയോഗിച്ചാലും മതിയാവില്ലെന്നവൻ ആക്ഷേപിച്ചു.

ഒരു ദിവസം തന്റെ തനിനിറം പുറത്തു കാട്ടിക്കൊണ്ടവൻ നടന്നകന്നു. ഇസ്രയേലിന് മാത്രമായ ഒരു വിമോചനം ഒരു വ്യർത്ഥസ്വപ്നമാണത്രെ. മുഴുവൻ ലോകത്തിന്റെയും വിമോചനം സാധ്യമാക്കിയാലെ യഥാർത്ഥ വിമോചനം ഇസ്രയേലിന് ലഭിക്കുകയുള്ളത്രെ. റോമാക്കാരല്ലത്രെ നമ്മുടെ ശത്രുക്കൾ. ഓരോരുത്തന്റെയും ശത്രു അവനവൻ തന്നെയാണ്. ആത്മാവിന്റെ ശുദ്ധീകരണത്തിന് ശരീരം തടസ്സമായി നിൽക്കുന്നു. ശരീരത്തിന്റെ അടിമകളായി തുടരവെ എങ്ങനെ മറ്റുള്ളവരെ മോചിപ്പിക്കാൻ സാധിക്കും. ഈ ചെറുപ്പക്കാരൻ എന്താണ് പറയുന്നതെന്ന് ആർക്കും മനസ്സിലായില്ല. ഇവൻ വെറുമൊരു തച്ചനല്ലെന്നും അനേകം റാബ്ബിമാരുടെ കീഴിൽ ന്യായപ്രമാണവും പ്രവചനഗ്രന്ഥങ്ങളും മനസ്സിരുത്തി പഠിച്ചവനാണെന്നും യൂദാസ് പറഞ്ഞു. തനിക്ക് പണ്ടേ പഠിച്ചവരോട് പുച്ഛമാണ്. പരസ്പര വിരുദ്ധമായി എന്തൊക്കെയോ വിളിച്ചു പറയുന്നവർ, കൈക്കരുത്ത് തെളിയിക്കാൻ കരുത്തില്ലാത്ത ഭീരുക്കൾ. ഇത്തരം പണ്ഡിതന്മാരുടെ സ്ഥാനം വല്ല പാഠശാലകളുമാണ്. അല്ലാതെ തങ്ങളുടേതുപോലുള്ള വിപ്ലവസങ്കേതങ്ങളല്ല. അവൻ കടന്നു പോയപ്പോൾ ആശ്വാസം തോന്നിയെങ്കിലും പോയിക്കഴിഞ്ഞപ്പോഴാണ് വിഡ്ഢിത്തം പിണഞ്ഞെന്ന് തോന്നിയത്.

അവൻ തങ്ങളെ വിട്ടു പോയതിന്റെ പ്രത്യാഘാതം ഓർത്തപ്പോൾ ഭീതി തോന്നി. അന്ന് മനസ്സിലൂടെ കടന്നു പോയ ചിന്തകൾ ബറാബസ് ഓർത്തു. അവൻ നേരെ നസ്രേത്തിലേക്കായിരിക്കും പോകുക. അവന്റെ തെരുവുപ്രസംഗങ്ങൾ ജനങ്ങളെ വിപ്ലവസംഘത്തിൽ നിന്നകറ്റും. കരഗതമായി എന്ന് തങ്ങൾ കരുതുന്ന സ്വാതന്ത്ര്യം. അകന്നകന്നു പോകാനെ അത് സഹായിക്കൂ. അവനെ കൊല്ലുക തന്നെ ചെയ്യണം. വിപ്ലവത്തെവഞ്ചിക്കുന്നവൻ വിപ്ലവത്തിന്റെ പ്രതികൂലികളെക്കാൾ അപകടകാരിയാണ്. സംഘം തീരുമാനമെടുത്തു. രണ്ടു ദിവസത്തിനകം യേശുവിനെ കൊല്ലുക. ആ ജോലി സംഘം യൂദാസിനെ ഏല്പിച്ചു. എത്രയോ പേരുടെ രക്തം കുടിച്ചിട്ടും ദാഹം ശമിക്കാത്ത കത്തിയാണ് യൂദാസിന്റെ അരയിൽ തൂങ്ങുന്നത്. ആ കത്തി ഉയർത്തിപ്പിടിച്ചു കൊണ്ടവൻ ആണയിട്ടു. യേശുവിന്റെ ജീവൻ ഈ കത്തികൊണ്ട് കുത്തിക്കീറിയതിനു ശേഷം മാത്രമേ ഞാനിനി ആഹാരം കഴിക്കൂ. യൂദാസിന്റെ വാക്കുകളൊന്നും ഇതുവരെ പാഴായിപ്പോയിട്ടില്ല. സഹായികളെ ആരേയും കൂട്ടാതെ തന്നെ അവൻ നസ്രേത്തിലേക്കു പാഞ്ഞു. ദിവസം ആറു കഴി

ഞ്ഞിട്ടും യൂദാസിന്റെ ഒരു വിവരവും കിട്ടിയില്ല.

യൂദാസിനെ തിരക്കി സംഘത്തിൽ ചിലർ നസ്രേത്തിലും ബെഥാന്യയിലും ബത്ത്ഗാഫയിലുമൊക്കെ അലഞ്ഞു നടന്നു. ഒരു വിവരവും കിട്ടിയില്ല. കുറെ ദിവസം കഴിഞ്ഞപ്പോൾ ആരോ പറയുന്നത് കേട്ടു. കഫർന്നഹൂമിൽ ജനക്കൂട്ടത്തോട് സുവിശേഷം പ്രസംഗിക്കുന്ന യേശുവിന്റെ ശിഷ്യഗണത്തിൽ യൂദാസും ചേർന്നിരിക്കുന്നുവെന്ന് വിശ്വസിക്കാൻ കഴിഞ്ഞില്ല. യേശുവിനെ കൊല്ലാൻ പോയവൻ യേശുവിന്റെ ശിഷ്യനായിരിക്കുന്നത്രെ! അതെങ്ങനെ സംഭവിച്ചു. യേശു ഒരു മാന്ത്രികനോ? അങ്ങനെയെങ്കിൽ ആ മന്ത്രശക്തിയുപയോഗിച്ച് ഇസ്രയേലിന് സ്വാതന്ത്ര്യം നേടിത്തന്നുകൂടെ? താൻ നേരിട്ട് പോയി യൂദാസിനെ കണ്ടിട്ട് അടുത്തകാര്യമെന്നുറപ്പിച്ചു. പലരോടും ചോദിച്ചു കേട്ടായിരുന്നു യാത്ര. പകലിറങ്ങി നടക്കാൻ കഴിയില്ല. റോമൻ ചാരന്മാരുടെ കണ്ണിൽപ്പെട്ടാൽ അവർ പിടിച്ചു കുരിശിൽ തറച്ചു കൊല്ലും. വധശിക്ഷയ്ക്ക് യോഗ്യമായ എത്രയോ കേസ്സുകളാണ് അവർ തനിക്കെതിരെ എടുത്തിരിക്കുന്നത്. എന്തുതന്നെയായാലും യഹൂദന്മാർക്ക് തന്നെയിഷ്ടമാണ്. അവരുടെ സ്വാതന്ത്ര്യത്തിനുവേണ്ടിയാണ് താനും സംഘവും പ്രവർത്തിക്കുന്നതെന്ന് അവർക്കറിയാം. ആരെങ്കിലും ഒറ്റിക്കൊടുക്കാതെ അവർക്ക് തന്നെ പിടിക്കാനാവില്ല. യഹൂദന്മാർ എല്ലാവരും ഒരേതരം വേഷം ധരിക്കുന്നതിനാൽ ഒരുവനെ മറ്റൊരുവനിൽ നിന്ന് തിരിച്ചറിയുക എളുപ്പമല്ല. ഒരേ തരം താടി, ഒരേ തരം ശിരോവസ്ത്രം, ഒരേതരം കുപ്പായം. ബറബാസിനെ റോമൻ പട്ടാളത്തിന് കാണിച്ചുകൊടുക്കാൻ ഒരു യഹൂദനും ധൈര്യപ്പെടുകയില്ല യൂദാസിന്റെ കൂറുമാറ്റം പ്രസ്ഥാനത്തിനൊരു ഭീഷണിയായിരിക്കുന്നു.

വഴിക്ക് പലരുമായി സംസാരിച്ചു. അപ്പോഴാണ് മനസ്സിലായത് താൻ വിചാരിച്ചിരുന്നതിലും പ്രാധാന്യം യേശുവിന് കൈവന്നിരിക്കുന്നുവെന്ന്. എല്ലാവരുടേയും നാവിൽ ഓരേയൊരു വാക്ക് നസ്രേത്തിലെ യേശു. യേശു ചെയ്ത അത്ഭുതം. അവൻ പിറവിക്കുരുടനെ സൗഖ്യമാക്കി. കൂനിയായ സ്ത്രീയുടെ കൂന് നിവർത്തി. ഭൂതങ്ങളെ ഒഴിപ്പിച്ചു. യൂദാസാണു പോലും ഇപ്പോൾ പ്രധാന ശിഷ്യൻ. യേശുവിന്റെ പ്രസംഗം ഉണ്ടെന്ന് കേൾക്കുന്നിടത്ത് ജനം ഇരച്ചുകയറുന്നു. ഗലീലക്കടലിന്റെ തീരത്തുകൂടി മൂന്നു ദിവസത്തെ വഴിനടന്നിട്ടും അവരെ കണ്ടെത്താൻ കഴിഞ്ഞില്ല. ഗെന്നസരേത്ത് തടാകത്തിന്റെ അക്കരെയുള്ള സെബദി എന്ന മീൻകച്ചവടക്കാരന്റെ വീട്ടിലാണത്രെ യേശുവും ശിഷ്യന്മാരും രാപാർക്കുന്നത്. ആരോ പറഞ്ഞറിഞ്ഞു. സെബദിയുടെ വീട് തിരക്കി നടത്തം തുടർന്നു. നടന്നു ക്ഷീണിച്ച് അവശനായി സെബദിയുടെ ഭോജനശാലയിൽ ചെന്നു ചേർന്നു. യേശുവിനേയും സംഘത്തേയും കുറിച്ച് തിരക്കി. ഇതുവരെ സംസാരിച്ചവരിൽ ഈ മനുഷ്യൻ മാത്രമാണ് യേശുവിനേയും സംഘത്തേയും അധിക്ഷേപിച്ച് സംസാരിച്ചത്. അതുകൊണ്ട് തന്നെ അയാളോട് കൂടുതൽ സംസാരിക്കാൻ തോന്നി. ഒരാളെയെങ്കിലും തനിക്ക് കൂട്ടു

കിട്ടിയല്ലോ. സന്തോഷം തോന്നി. സെബദി രോഷം പൂണ്ടു. യേശു അയാളുടെ കുടുംബം തകർത്തത്രെ! കടലിൽ മത്സ്യം പിടിക്കാൻ പോയ്ക്കൊണ്ടിരുന്ന അയാളുടെ മക്കൾ യാക്കോബും യോഹന്നാനും വേലയുപേക്ഷിച്ച് യേശുവിന്റെ പിന്നാലെ പോയത്രെ. ആ മനുഷ്യന് ഭ്രാന്താണ്. ആ ഭ്രാന്ത് അയാൾ മറ്റ് ചെറുപ്പക്കാരിലേക്കും പകരുന്നു. അവർ അയാളുടെ പിന്നാലെ കൂടുന്നു. അവരുടെ സംഘം ഗ്രാമങ്ങളിൽനിന്ന് ഗ്രാമങ്ങളിലേക്ക് നീങ്ങുന്നു. ഞങ്ങൾ വയസ്സന്മാർക്കൊന്നും അവർ പറയുന്നത് മനസ്സിലാകുന്നില്ല. അവന്റെ പ്രസംഗം കേട്ടുകേട്ട് ആളുകൾ ഇപ്പോൾ ശനിയാഴ്ച ആരാധനയ്ക്ക് സിന്നഗോഗിൽപ്പോലും വരാതായിരിക്കുന്നു. മുൻപതിവുകൾ ലംഘിച്ചുകൊണ്ട് പലരും പലതും പുരോഹിതന്മാരുടെ മുഖത്തുനോക്കി ചോദിക്കാൻ തുടങ്ങിയിരിക്കുന്നു. യാഗപീഠത്തിങ്കൽ ബലിയർപ്പിക്കാൻ വല്ലപ്പോഴും ഒരാടിനെയോ ഒരു കുറുപ്രാവിനെയോ ആരെങ്കിലും കൊണ്ടു വന്നെങ്കിലായി അത്രതന്നെ. ഈ പോക്കെവിടെ ചെന്നു നിൽക്കും? സെബദി ചോദിക്കുന്നു. ഈ യേശു റോമിനെതിരെ എന്തെങ്കിലും പ്രസംഗിക്കുന്നുണ്ടോ? നിറഞ്ഞ ആകാംക്ഷയോടെയാണ് താനിത് സെബദിയോട് തിരക്കിയത്. നിരാശപ്പെടുത്തുന്നതായിരുന്നു മറുപടി.

"ഇല്ല, ദൈവത്തിനുള്ളത് ദൈവത്തിനും സീസർക്കുള്ളത് സീസർക്കും" എന്നാണവൻ പറയുന്നത്. റോമാക്കാരെ ഏതായാലും യേശുവിന് പേടിക്കേണ്ടതില്ല. അവന്റെ ആക്ഷേപം മുഴുവൻ ഇസ്രയേലിന്റെ പുരോഹിതന്മാർക്കെതിരേയാണ്. ഈ വഞ്ചനയ്ക്ക് കൂട്ടു നിൽക്കുകയാണോ വിപ്ലവകേസരിയായിരുന്ന യൂദാസ്. തനിക്ക് യൂദാസിനെക്കാണണം. എപ്പോൾ എവിടെ അതിന് സൗകര്യപ്പെടും? സെബദിയോട് തിരക്കി. അയാൾ പറഞ്ഞു. അന്നുരാത്രി യേശുവും സംഘവും സെബദിയുടെ വീട്ടിൽ അത്താഴത്തിനെത്തുമത്രെ. കുറെ ദിവസമായി ആ മനുഷ്യന്റെ ഭാര്യയും യേശുവിന്റെ ശിഷ്യസംഘത്തിൽ ചേർന്നിരിക്കയാണ്. ആ വീട്ടിൽ യേശുസംഘത്തിൽ നിന്ന് വിട്ടുനിൽക്കുന്നത് സെബദി മാത്രമാണ്. അയാൾ പണ്ടു മുതലേ ഈ ഭോജനശാലയിലാണ് അന്തിയുറക്കം. മദ്യവും അതിന് കൂട്ടാൻ പാകപ്പെടുത്തിയ മീനും വിൽക്കുന്ന അയാളുടെ കടയിലെ വ്യാപാരം അർദ്ധരാത്രിയോളം നീണ്ടുനിൽക്കും. കുറേക്കൂടി മദ്യം അകത്താക്കി കടയുടെ ഉമ്മറത്ത് വിശ്രമിച്ചിട്ടാണ് ബറാബസ് അന്നു സ്ഥലം വിട്ടത്. ആ രംഗം അയാളുടെ കൺമുമ്പിൽ തെളിഞ്ഞു.

സന്ധ്യമയങ്ങിയ സമയം. അതാ വരുന്നു ഗുരുവും ശിഷ്യന്മാരും. സ്ത്രീകളും കുട്ടികളുമുൾപ്പെടെ ഇരുപതിലേറെപ്പേരുണ്ട്. മുന്നിൽ ഗുരു ഇടതും വലതുമായി യാക്കോബും യോഹന്നാനും. തൊട്ടുപിന്നാലെ പത്രോസ്; യൂദാസ് ഏറ്റവും പുറകിലാണ്. അവനാണീസംഘത്തിന്റെ അംഗരക്ഷകനെന്ന് തോന്നുന്നു. യൂദാസ് ദൂരെ നിന്ന് തന്നെക്കണ്ടു. അവൻ തന്റെയടുത്തേക്കോടിയെത്തി. കണ്ടപാട് ആലിംഗനത്തി

ലമർത്തി. തന്നിൽ തിളച്ചുപൊന്തിയിരുന്ന ക്രോധം ഒട്ടൊന്ന് ശമിച്ചു. സംഭവിച്ചതത്രയും വള്ളിപുള്ളി വ്യത്യാസമില്ലാതെ യൂദാസ് വിവരിച്ചു തന്നത് ഓർമ്മയിൽ ഓടിയെത്തി.

യേശുവിനെ തിരക്കി നസ്രേത്തിൽ ചെന്നപ്പോൾ അവനവിടെയില്ലെന്നറിഞ്ഞു. മഗ്ദലനയ്ക്കുള്ള വഴിയെ നടന്നു പോകുന്നത് കണ്ടതായി ചിലർ പറഞ്ഞു. നേരേ മഗ്ദലനയിലേക്ക് നടന്നു. അവിടെയെത്തി തിരക്കി. യേശു എങ്ങോട്ടാണ് പോയതെന്ന്. ചിലർ പറഞ്ഞറിഞ്ഞു. മരുഭൂമിയിലെ ആശ്രമത്തിലേക്ക്, കഠിനമായ സന്യാസത്തിനും അഗാധമായ ഭക്തിക്കും പേരുകേട്ട ആശ്രമം. യേശുവും യൂദാസും മുമ്പിലും പുറകിലുമായിട്ടാണ് ആശ്രമത്തിലെത്തിയത്. ആശ്രമത്തിലെ മറ്റ് അന്തേവാസികൾ ഉറക്കത്തിലമർന്നുകഴിഞ്ഞപ്പോൾ യേശു കിടന്നിരുന്ന കിടക്കക്കരികിൽ ഊരിപ്പിടിച്ച കഠാരയുമായി യൂദാസ് പ്രത്യക്ഷപ്പെട്ടു. യേശു ഭയന്ന് നിലവിളിക്കുമെന്നോ പ്രത്യാക്രമണത്തിന് മുതിരുമെന്നോ യൂദാസ് സംശയിച്ചു. രണ്ടുമുണ്ടായില്ല. യൂദാസുയർത്തിയ കത്തിയുടെ മുമ്പിൽ യേശു പുഞ്ചിരിയോടെ നിന്നു. നിരായുധനായ ഒരു യുവാവിന്റെ മാറിൽ കത്തി കുത്തിയിറക്കാൻ മാത്രമുള്ള ദുഷ്ടത യൂദാസിനില്ലായിരുന്നു. യേശുവിന്റെ സ്നേഹകടാക്ഷങ്ങൾക്കു മുമ്പിൽ യൂദാസിന്റെ കൈയ്യിലെ ആയുധം നിഷ്പ്രയോജനമായി നിലംപതിച്ചു.

അവരിരുവരും ചേർന്ന് ഒരുപാടു കാര്യങ്ങൾ സംസാരിച്ചു. യഹൂദന്മാരുടെ പാരമ്പര്യം, യിസ്രായേലിന്റെ ചരിത്രം, യഹോവയുടെ കൃപ, മുഴുവൻ ലോകത്തിന്റേയും രക്ഷ പറഞ്ഞാൽ അന്ത്യം കാണാത്ത വിഷയങ്ങൾ. ആശ്രമത്തിലെ അന്തരീക്ഷം യേശുവിന് തീരെ പിടിച്ചില്ല. എങ്ങനെയും അവിടെ നിന്ന് രക്ഷപ്പെട്ടാൽ മതിയെന്ന തീരുമാനം ഇരുവരും ചേർന്നെടുത്തു.

അവിശ്വസനീയമായ ഒരു സാഹസിക കഥയുടെ ചുരുൾ നിവർത്തുന്നതുപോലെ യൂദാസ് ആ കാര്യങ്ങളൊക്കെ വിവരിച്ചു തന്നു. ബറാബസ് ഓർത്തു. യിസ്രയേലിൽ മടങ്ങിയെത്തി ഒരു പുതിയ പ്രസ്ഥാനത്തിന് തുടക്കം കുറിക്കുക. മടക്കയാത്രയിൽ യേശുവിന്റെയും യൂദാസിന്റെയും സംഭാഷണ വിഷയമതായിരുന്നു. ആളുകളെ കൊല്ലുകയും സ്വത്തുക്കൾ പിടിച്ചെടുക്കുകയും ചെയ്യുന്ന തങ്ങളുടെ തീവ്രവാദപ്രസ്ഥാനം അനുദിനം ജനങ്ങളിൽ നിന്ന് അകന്നുകൊണ്ടിരിക്കുകയാണെന്ന് യൂദാസിന് ബോദ്ധ്യപ്പെട്ടു. യിസ്രയേലിന്റെ കൊമ്പുകൾ രാജ്യാതിർത്തി ഭേദിച്ച് ഉയരുന്നത് അവരിരുവരും ചേർന്ന് ഭാവനചെയ്തു. യൂദാസിന്റെ മെയ്ക്കരുത്ത് യേശുവിന്റെ വാക്കരുത്തിന്റെ മുമ്പിൽ നിഷ്പ്രഭമായി. അന്നുമുതൽ യൂദാസ് യേശുവിനെ ഒരു നിഴൽ പോലെ പിന്തുടർന്നു. യേശുവിനെ കൊല്ലാൻ കൊണ്ടു നടന്ന കത്തി യേശുവിന്റെ ജീവൻ രക്ഷിക്കാനുള്ള ആയുധമായി രൂപാന്തരപ്പെട്ടു. കേട്ടപ്പോൾ ആശ്ചര്യം തോന്നി. വിശ്വസിക്കാൻ കഴിഞ്ഞില്ല. എന്താണിവരുടെ ഭാവം? യൂദാസ് തന്നെയും അവരുടെ സംഘത്തിലേക്ക് ക്ഷണിച്ചു. സിംഹം ആട്ടിൻകുട്ടികളോ

ടൊത്ത് മേയുകയോ? ചെന്നായ് മാൻകുട്ടികളോടൊത്ത് കളിക്കുകയോ? അസാധ്യം. താൻ ജന്മനാ ഒരു സിംഹമാണ്. തനിക്ക് സിംഹമാകാനേ കഴിയൂ. ആട്ടിൻകുട്ടിയാവുക അസാധ്യം. തനിക്ക് ചെന്നായയാകുന്നതാണ് മാൻകുട്ടിയാകുന്നതിലുമിഷ്ടം. യൂദാസ് തങ്ങളെ വഞ്ചിച്ചിരിക്കുന്നു. പ്രസ്ഥാനത്തെ വഞ്ചിച്ചവനോട് പ്രതികാരം ചെയ്യേണ്ടതാണ്. വർഷങ്ങളായി നിലവിലിരുന്ന സൗഹാർദ്ദം പ്രതികാരത്തിന് തടസ്സമായി ഭവിക്കുന്നു. യൂദാസിന് പുറം തിരിഞ്ഞു നോക്കുമ്പോൾ കാലുകൾക്കു വേഗം കൂടിയിരുന്നു. യെരുശലേമായിരുന്നു ലക്ഷ്യം. റോമാഗവൺമെന്റിന്റെ രഹസ്യാന്വേഷണ വിഭാഗത്തിന്റെ കണ്ണുകൾ; തങ്ങളിൽപ്പെട്ടവർ എവിടെപ്പോയാലും പിന്തുടരുന്നുണ്ടാവും. ഏതു നിമിഷവും പിടിക്കപ്പെടാം. എമവോസിലേക്ക് തിരിയുന്ന വഴിക്കവലയിലെ സത്രത്തിൽ അന്നു രാത്രി വിശ്രമിക്കാൻ തീരുമാനിച്ചതാണ് അപകടം വരുത്തിവച്ചത്. സത്രമുടമ ഏലിയാസർ റോമൻ പട്ടാളക്കാരുടെ ചാരനായിരുന്നുവെന്ന കാര്യം അപകടം പിണഞ്ഞപ്പോഴാണ് മനസ്സിലായത്. പട്ടാളക്കാർ അയാൾക്ക് കനത്ത പ്രതിഫലം കൊടുത്തിരിക്കും. അർദ്ധരാത്രികഴിഞ്ഞ സമയം. ഉറക്കത്തിന്റെ പിടിയിലമർന്ന് സ്വയം നഷ്ടപ്പെട്ട നിമിഷങ്ങൾ. മുറിയുടെ കതകിന് ബൂട്ട്സിട്ട് ചവിട്ടുന്ന ശബ്ദം കേട്ടാണ് കണ്ണുതുറന്നത്. കതകു തുറന്നു പുറത്തു വന്നപ്പോൾ ഒരു സംഘം പട്ടാളക്കാർ എതിർത്തതുകൊണ്ട് കാര്യമില്ലെന്ന് മനസ്സിലായി. അവർ തന്റെ കൈകളിൽ വിലങ്ങണിയിച്ചു. യിസ്രയേലിന്റെ സ്വാതന്ത്ര്യത്തിനു വേണ്ടിപോരാടിയ അവസാനത്തെപ്പോരാളിയുടെ നെറ്റിയിലും കൊലപാതകിയുടെയും കൊള്ളക്കാരന്റെയും മുദ്ര പതിയാൻ പോകുകയാണെന്ന് മനസ്സിലാക്കി. സാഹസികമായ ഒരു ജീവിതത്തിനന്ത്യം കുറിച്ചുവെന്ന് കരുതിയിരിക്കുകയായിരുന്നു. അപ്പോഴാണ് നാടകീയമായി തനിക്കീജീവിതം വീണ്ടുകിട്ടിയിരിക്കുന്നത്.

ഈ ജീവിതം കൊണ്ട് താനിനി എന്തുചെയ്യും? റോമക്കാർക്കുവേണ്ടി ചുങ്കം പിരിക്കുന്ന ഏതെങ്കിലും ഒരു ചുങ്കക്കാരനെയോ അല്ലെങ്കിൽ ഒരു റോമാപട്ടാളക്കാരനെയോ തേടിപ്പിടിച്ച് വേണമെങ്കിൽ ഇനിയും കൊല്ലാം. അതിന്റെ പേരിൽ വീണ്ടും ജയിലിൽ പോകാം. വധശിക്ഷയേറ്റുവാങ്ങാം. വിപ്ലവസംഘത്തിലെ അംഗങ്ങളൊക്കെ ചിതറിപ്പോയിട്ടുണ്ടാവും. യൂദാസിന്റെ സംഘടനാസാമർത്ഥ്യമാണവരെയൊക്കെ ഇതുവരെ കൂട്ടിയിണക്കി നിർത്തിയിരുന്നത്. ആ ജോലിക്ക് മറ്റൊരു യൂദാസിനെ കണ്ടെത്തുക ഇനി വിഷമം. എന്തുചെയ്യണമെന്നൊരു പിടിയും കിട്ടുന്നില്ല.

കാൽവരിയിലേക്ക് നടന്നു നീങ്ങുന്ന ആ സംഘത്തോടൊപ്പം ബറബാസും ചേർന്നു. ഈ മനുഷ്യരെല്ലാം എന്തിനിത്ര സാഹസം സഹിച്ച് മലകയറുന്നു? വധശിക്ഷയെന്താ ഒരു കലാപരിപാടിയാണോ? ഇതിനു മുമ്പെത്രയോ പേർ ഈ വഴിയെ കുരിശുംപേറിനടന്നിരിക്കുന്നു. അഞ്ചോ ആറോ പട്ടാളക്കാരൊഴികെ മറ്റാരും അവരെ പിന്തുടരാറില്ലല്ലോ.

വധശിക്ഷയ്ക്ക് വിധിക്കപ്പെടുന്ന ഹതഭാഗ്യന്റെ ബന്ധുക്കൾപ്പോലും അയാളെ കൈവെടിയുകയാണ് പതിവ്. അതിന് വിപരീതമായി ഇവിടെയിതാ നൂറുകണക്കിന് സ്ത്രീകളും പുരുഷന്മാരും. സോർ മുതൽ സീദോൻ വരെയും അരമത്യാ മുതൽ ബെത്സതാ വരെയും ഉള്ള ആളുകൾ. ഇവരെന്തു കാണാൻ വന്നവരാണ്? ഇവരെല്ലാം തന്നെയല്ലേ "ഇവനെ ക്രൂശിക്ക, ക്രൂശിക്ക" എന്നട്ടഹസിച്ചത്? ക്രിസ്തുവിന് പകരം ബറാബസിനെ വിട്ടു തരൂ എന്ന് വിളിച്ചു പറഞ്ഞതും ഇവരല്ലേ?.

പട്ടാളക്കാരുടെ ചാട്ടവാറടികൊണ്ട് പുളയുന്ന യേശുവിനെ നോക്കി ഇപ്പോളിവർ കണ്ണുനീർ വാർക്കുന്നു. കുരിശിന്റെ ഭാരംകൊണ്ട് തളർന്നു വീഴാൻ തുടങ്ങുന്ന യേശുവിന്റെ ജീവനുവേണ്ടി പീലാത്തോസിനോട് യാചിക്കാൻ കഴിയുന്നില്ല. ഓർക്കുമ്പോൾ ചിരി വരുന്നു. ഒപ്പം സഹതാപവും. ആൾക്കൂട്ടത്തിന്റെ വിഡ്ഢിത്തത്തിന് ചരിത്രത്തിലിതിലും വലിയ ഒരു ഉദാഹരണം ചൂണ്ടിക്കാണിക്കാനുണ്ടാവുമോ? മനസ്സിൽ ഉയർന്നുവന്ന ചോദ്യങ്ങളെ അമർത്തിവച്ചുകൊണ്ട് ആ യാത്രയുടെ ഏറ്റവും പുറകിൽ ഒരുവനായി ബറബാസും നടന്നു നീങ്ങി.

പതിനാറ്

"പ്രസവിക്കാത്ത ഗർഭപാത്രങ്ങൾക്കും പാലൂട്ടാത്ത മുലകൾക്കും ഭാഗ്യം"

"നിങ്ങളുടെ പൂജാഗിരികൾ ഞാൻ നശിപ്പിക്കും
നിങ്ങളുടെ ബലിപീഠങ്ങൾ ശൂന്യങ്ങളാകും
നിങ്ങളുടെ വധിക്കപ്പെട്ടവരെ നിങ്ങളുടെ വിഗ്രഹങ്ങളുടെ
മുമ്പിലേക്ക് ഞാൻ വലിച്ചെറിയും
നിങ്ങൾ വസിക്കുന്നിടത്തെല്ലാം തന്നെ നിങ്ങളുടെ നഗരങ്ങൾ
ശൂന്യമാകും."

കുരിശിന്റെ ഭാരം യേശുവിനെ തളർത്തുന്നു. അവൻ പലതവണ മറിഞ്ഞു വീണു. ഇത്രചെറിയ ഒരു മനുഷ്യനെ തറയ്ക്കാൻ ഇത്രയും വലിയ കുരിശിന്റെ ആവശ്യമുണ്ടോയെന്ന സംശയം ആർക്കും തോന്നും. മുമ്പിലും പുറകിലും കുരിശു ചുമന്നു നടക്കുന്ന മറ്റു രണ്ടു പേർക്കും കാര്യമായ ക്ഷീണമനുഭവപ്പെടുന്നില്ല. അവരുടെ ബലിഷ്ഠമായ ചുമലുകൾക്ക് കുരിശിന്റെ ഭാരം ഏതുമില്ലാത്തതുപോലെ. യേശുവിനെ അവഗണിച്ചുകൊണ്ട് അവർ തങ്ങളുടെ കുരിശും പേറി മുന്നോട്ടു നടക്കുന്നു. അവർക്കകമ്പടി സേവിച്ചിരുന്ന പട്ടാളക്കാരും യേശുവിനെ മറികടന്ന് മുന്നോട്ട് നടന്നു. യേശുവിന്റെ നടപ്പ് മന്ദഗതിയിലാകുന്നതിന് അനുസരിച്ച് ജനങ്ങൾ നടപ്പിന്റെ വേഗത കുറച്ചു. യേശുവിന്റെ കുരിശുമരണം നേരിൽകാണുക എന്നതാണ് ജനക്കൂട്ടത്തിന്റെ ലക്ഷ്യമെന്ന് വ്യക്തം. അനുകൂലികളും പ്രതികൂലികളും ഉണ്ട് അക്കൂട്ടത്തിൽ. ആരും ഒന്നും പറയാതെ തന്നെ ഗോഗുൽത്തായെ ലക്ഷ്യമാക്കി നടക്കുകയാണ്. കൂടെക്കൂടെ മറിഞ്ഞു വീഴുന്ന യേശുവിനെ പിടിച്ചെഴുന്നേൽപ്പിക്കാൻ പട്ടാളക്കാർക്ക് നന്നേ പാടുപെടേണ്ടി വരുന്നു. ആ സമയത്താണ് ജനക്കൂട്ടത്തിൽ നിന്ന് ഒരതികായൻ മുന്നോട്ട് കയറിവന്ന് പട്ടാളക്കാരുടെ അനു

വാദത്തോടെ യേശുവിന്റെ കുരിശേറ്റുവാങ്ങിയത്. തന്റെ ചുമൽ ഭാരവിമുക്തമായപ്പോൾ ആശ്വാസം നിറഞ്ഞ കണ്ണുകളോടെ യേശു ആ മനുഷ്യനെ നോക്കി.

ആ ദൃഷ്ടികൾ കൂട്ടിമുട്ടി. കുറേന്യക്കാരനായ ശീമോൻ. അസാധാരണമായ മെയ്ക്കരുത്തിന്റെ ഉത്തമമാതൃക. യേശുവിന്റെ കുരിശുമാത്രമല്ല യേശുവിനെക്കൂടി തന്റെ തോളിൽ വഹിക്കുവാനുള്ള കരുത്ത് ശീമോനുണ്ടെന്ന് വ്യക്തമായിരുന്നു. ഈ മനുഷ്യൻ ആരാണ്? ആരും ക്ഷണിക്കാതെതന്നെ യേശുവിന്റെ കുരിശു മരം ചുമക്കാൻ ഇയാളെന്തിനു മുന്നോട്ട് വന്നു? ഇയാളെ ഇതിന് അനുവദിക്കാമോ? ഇക്കാര്യങ്ങളെക്കുറിച്ച് പട്ടാളക്കാർക്കിടയിൽ ഒരു കുശുകുശുപ്പുണ്ടായി. ആരെങ്കിലുമാവട്ടെ അയാളുടെ സഹായം കിട്ടിയതുകൊണ്ട് നേരത്തെ പണി തീർത്ത് നമുക്കു മടങ്ങാം. അതായിരുന്നു അവരുടെ ആശ്വാസം. പട്ടാള മേധാവി ശീമോനെ തറപ്പിച്ചു നോക്കി. സാധാരണ യഹൂദരിൽ കാണാത്ത സുഭഗത. റോമാക്കാർപോലും ലജ്ജിച്ചു തലതാഴ്ത്തുന്ന ശരീരപ്പൊലിമ, നിറം കറുപ്പാണെന്നതൊഴിച്ചാൽ ഒരു റോമൻ സേനാനായകനുവേണ്ട സർവ്വയോഗ്യതയും ശീമോനുണ്ട്. അൽപ്പസമയത്തേക്ക് എല്ലാവരുടെയും ദൃഷ്ടികൾ യേശുവിനെവിട്ട് ശീമോനിൽ തങ്ങി.

തൊട്ടുപിന്നാലെയുള്ള സ്ത്രീകളുടെ സംഘം യേശുവിന്റെ ദുരിതങ്ങൾ കണ്ട് മനസ്സിലാക്കിയിട്ട് ഏങ്ങലടിച്ചു കരയുകയാണ്. അവരിൽ പലരും തങ്ങളുടെ ശിരോവസ്ത്രത്തിന്റെ അഗ്രഭാഗങ്ങളുയർത്തി കവിളിലെ കണ്ണുനീർ തുടച്ചുകൊണ്ടിരുന്നു. അവരെ ശ്രദ്ധിച്ചിട്ട് യേശു പറഞ്ഞു "യെരുശലേം പുത്രിമാരെ നിങ്ങളെന്നെച്ചൊല്ലി കരയേണ്ട. നിങ്ങളെയും നിങ്ങളുടെ മക്കളെയും ചൊല്ലി കരയുവിൻ. പ്രസവിക്കാത്ത ഗർഭപാത്രങ്ങൾക്കും പാലൂട്ടാത്ത മുലകൾക്കും ഭാഗ്യം എന്ന് പറയുന്ന ദിനങ്ങൾ വരുന്നു. പർവ്വതങ്ങളോട് തങ്ങളുടെ മേൽ വീഴുകയെന്നും മലകളോട് തങ്ങളെ മൂടുകയെന്നും അവർ പറഞ്ഞു തുടങ്ങും. പച്ചമരത്തോട് അവർ ഇത് ചെയ്തെങ്കിൽ ഉണങ്ങിയതിനോട് എത്രമാത്രം". ശീമോന്റെ കാതുകളിൽ ആവാക്കുകൾ പ്രതിധ്വനിച്ചു. അയാളുടെ ഓർമ്മകൾ പുറകോട്ട് മറിഞ്ഞു. ഒരിക്കലും യേശുവിനെ നേരിട്ട് പരിചയപ്പെട്ടിട്ടില്ലാത്ത ശിമോന്റെ മനസ്സ് യിസ്രയേലിന്റെ ഒടുക്കത്തെ പ്രവാചകനായ യേശുവിനോടുള്ള ആദരവുകൊണ്ടു നിറഞ്ഞു.

യേശുവിനെ നേരത്തെ കണ്ടിട്ടുണ്ട്. പ്രസംഗം കേട്ടിട്ടുണ്ട് യേശുവിന്റെ വാക്കുകളിൽ മറഞ്ഞിരിക്കുന്ന പല ദർശനങ്ങളെക്കുറിച്ചും താൻ തന്റെ നാട്ടിലുള്ളവരോട് സംസാരിച്ചിട്ടുണ്ട്. അവർക്കൊന്നും അത് മനസ്സിലായിട്ടുണ്ടെന്ന് തോന്നുന്നില്ല. യേശു യിസ്രയേലിന്റെ പ്രവാചക പരമ്പരയിലെ അവസാന കണ്ണിയാണെന്ന കാര്യത്തിൽ തനിക്കു സംശയമേയില്ല. ശീമോന്റെ പരിചയക്കാരായ പലരും ശിഷ്യസംഘത്തിലുണ്ടായിരുന്നു. ഗോൽഗുൽത്തായിലേക്കുള്ള ഈ യാത്രയിൽ അവരിൽ ആരൊക്കെ കൂടെയുണ്ടെന്നറിയാൻ നാലുപാടും നോക്കി. പരിചയമുള്ള

ആരെയും കാണുന്നില്ല. പെട്ടന്ന് കൊച്ചു യോഹന്നാൻ ശ്രദ്ധയിൽപ്പെട്ടു. യോഹന്നാന്റെ തോളിൽ തലചായ്ച്ചുകൊണ്ട് അവശയായി നടന്നു നീങ്ങുന്ന ആ സ്ത്രീയെ ശീമോൻ പ്രത്യേകം ശ്രദ്ധിച്ചു. ആരായിരിക്കും ആ സ്ത്രീ? മുഖസാദൃശ്യത്തിൽ നിന്ന് അത് യേശുവിന്റെ അമ്മയാണെന്ന് തോന്നുന്നു. യേശു അവരോടെന്തെങ്കിലും സംസാരിക്കുമോ എന്നറിയാനായിരിക്കണം അവർ യേശുവിന്റെ ദൃഷ്ടിയിൽപ്പെടാൻ വേണ്ടി പാടുപെട്ട് മുന്നോട്ട് നടക്കുന്നു. അവരുടെ ലക്ഷ്യം സാധിച്ചു. യേശു അവരെ ശ്രദ്ധിച്ചു, അവരിരുവരുടേയും നേത്രങ്ങൾ സജലങ്ങളായി.

മകന്റെ മരണത്തെ അനുയാത്ര ചെയ്യേണ്ടി വരുന്ന അമ്മയുടെ ദുരന്തം ശീമോന്റെ ഹൃദയത്തെ മഥിച്ചു. ലോകത്തുള്ള സർവ്വരേയും സഹോദരങ്ങളായിക്കാണാൻ അഭ്യസിച്ച യേശുവിന് തന്റെ അമ്മയുടെ ദുഃഖത്തിന് സാക്ഷിയാകാൻ പ്രയാസമുണ്ടെന്ന് ആ മുഖഭാവം വ്യക്തമാക്കുന്നു. എല്ലാവരും എല്ലാവർക്കും സഹോദരങ്ങളായിരിക്കുക എന്ന സാക്ഷാത്ക്കരിക്കാത്ത ഒരു സുന്ദരസങ്കൽപ്പത്തെ മനസ്സിലിട്ട് താലോലിച്ചു കൊണ്ടായിരിക്കും യേശു മരണത്തിലേക്ക് നടന്നടുക്കുന്നതെന്ന് ശീമോന് തോന്നി. യേശുവിന്റെ പ്രസംഗങ്ങൾ പലതും കേട്ട് മനസ്സിൽ ആവേശം കത്തിജ്ജ്വലിച്ചിട്ടുണ്ടെങ്കിലും അത് മനസ്സിൽ തന്നെ ഒതുക്കുകയായിരുന്നു. അവന്റെ ശിഷ്യഗണത്തിൽ ചേരാൻ പലതവണ മുതിർന്നതാണ്. എന്തോ! ഒരു ധൈര്യക്കുറവ് അന്നൊക്കെ തോന്നി. ഇന്നലെകളിൽ സഫലമാകാതെപോയ ഒരു മോഹം ഇന്ന് പൂവണിയുന്നതുപോലെ, ജീവിതത്തിൽ യേശുവിനെ പിന്തുടരാൻ കഴിഞ്ഞില്ലെങ്കിലും മരണത്തിൽ അവനെ പിന്തുടരാനും അവന്റെ കുരിശിന്റെ ഭാരം താങ്ങാനും കഴിഞ്ഞതിൽ അനൽപ്പമായ ആഹ്ലാദം അനുഭവപ്പെട്ടു. തനിക്കു പിന്നാലെ നടന്നു വരുന്ന ജനക്കൂട്ടത്തിൽ ആർക്കും ലഭിക്കാത്ത അവസരമാണ് തനിക്ക് കിട്ടിയിരുന്നതെന്ന് ശീമോന്റെ അന്തരംഗം അവനോടു മന്ത്രിച്ചു. ഇവരെല്ലാം യേശുവിന് കുരിശ് സമ്മാനിച്ചവരാണ്. അതേറ്റു വാങ്ങാൻ അതിന്റെ ഭാരത്തിൽ നിന്നവരെ സ്വതന്ത്രനാക്കാൻ തനിക്കു മാത്രമാണ് കഴിഞ്ഞത്. ശീമോൻ പുച്ഛത്തോടെ ജനക്കൂട്ടത്തെ തിരിഞ്ഞു നോക്കി. നിരപരാധിയുടെ രക്തം ചീന്തുന്നതിൽ അമർഷമുള്ള കുറെപ്പേരെങ്കിലും ആ കൂട്ടത്തിലുണ്ടായിരുന്നെങ്കിൽ ബലം പ്രയോഗിച്ചു യേശുവിനെ മോചിപ്പിക്കാമായിരുന്നു. തന്റെ ചുമലിൽ തൂങ്ങുന്ന കുരിശ് മുന്നിൽക്കാണുന്ന പാറയിൽ അടിച്ചൊടിച്ചിട്ട് അവശനായ ഒരാട്ടിൻക്കുട്ടിയെപ്പോലെ മുന്നിൽ നടന്നു നീങ്ങുന്ന യേശുവിനെ തോളിലെടുത്തിട്ടു കൊണ്ടോടി രക്ഷപ്പെട്ടാലോ എന്നാലോചിച്ചതാണ്. അങ്ങനെ ചെയ്താൽ പട്ടാളക്കാർ തന്നെ പിന്തുടരും. റോമിന്റെ നിയമം ലംഘിച്ചതിന് തനിക്കും അവർ വധശിക്ഷവിധിക്കും. പുറകിൽ കരഞ്ഞലമുറയിട്ടുകൊണ്ട് അലസമായി നടക്കുന്ന ഈ ജനക്കൂട്ടം ഒരാൾ കൂടി കൊല്ലപ്പെടുന്നതിന് സാക്ഷിയായെന്ന് വരും. ജനക്കൂട്ടത്തോടുള്ള അമർഷം ശീമോന്റെ

ഉള്ളിൽ നുരഞ്ഞു പൊന്തി. വിഡ്ഢികൾ, ഒന്നും അറിഞ്ഞുകൂടാത്തവർ! ആരെന്തതിക്രമം കാണിച്ചാലും നിസ്സംഗതയോടെ തുറിച്ചു നോക്കുന്നവർ!

വീരകേസരികളെ മാത്രം പ്രസവിച്ചിരുന്ന യിസ്രയേലിന്റെ ഗർഭ പാത്രം വന്ധ്യമായിരിക്കുന്നു. അധർമ്മത്തിനെതിരെ ആഞ്ഞടിച്ചിരുന്ന ന്യായധിപന്മാർ, മോശയും യോശ്വായും, ശിംശോനും, യിശയ്യാവും, യിരമ്യാവും തുടങ്ങിയ പ്രവാചകന്മാരുടെ ശബ്ദം ഓർമ്മയിൽ അലയടിക്കുന്നു. ശത്രുക്കളെ കിടിലം കൊള്ളിച്ചിരുന്ന ദാവീദും ദിക്കുകളെങ്ങും കേഴ്‌വികേട്ട ശലോമോനും തുടങ്ങിയ രാജാക്കന്മാർ. ഇത്തരം വീരപുരുഷന്മാരാൽ സമ്പന്നമായിരുന്ന യിസ്രയേൽ ഗൃഹം ഇന്ന് ശൂന്യമായിരിക്കുന്നു. കാലത്തിന്റെ പിൻവാങ്ങൽ സൃഷ്ടിച്ച ആ വിടവുകൾ നികത്താൻ യിസ്രയേലിൽ ആരും ഇല്ലാതെ വരികയോ? ശീമോന്റെ സിരകളിൽ രക്തം തിളച്ചു.

ചിന്തയുടെ താളക്രമത്തിന് അനുസരിച്ച് പാദങ്ങൾ മുന്നോട്ട് ചലിച്ചപ്പോൾ പിന്നിട്ട ദൂരത്തെക്കുറിച്ചോർത്തതേയില്ല. ആ സംഘം ഗോഗുൽത്തായുടെ നെറുകയിൽ എത്തിച്ചേർന്നു. അനേകം രക്തസാക്ഷികളുടെ രക്തം വീണു കുതിർന്ന അവിടുത്തെ മണ്ണ് റോമാക്കാർക്ക് ഒരു പൊതു ശ്മശാനവും യഹൂദർക്ക് ഒരു പുണ്യഭൂമിയുമാണ്. കവർച്ചയും കൊലപാതകവും ആരോപിച്ച് കുരിശു മരണത്തിനു വിധിക്കുന്നവരിൽ അധികം പേരും രാജ്യസ്നേഹികളായ യഹൂദന്മാരായിരിക്കും. ഇസ്രയേലിന്റെ മണ്ണിൽ നിന്നും റോം ഒഴിഞ്ഞു പോകണമെന്ന ഒറ്റ ആവശ്യം ഉന്നയിച്ചിതാകും അവരെ മരണശിക്ഷക്കർഹരാക്കിയത്. അങ്ങനെയുള്ള എത്രയോ നിർദോഷികളുടെ അന്ത്യരംഗത്തിനു സാക്ഷിയായ സ്ഥലമാണിത്! ശീമോന്റെ ദൃഷ്ടികൾ നാലുപാടും സഞ്ചരിച്ചു. കൂറ്റൻ മരക്കൊമ്പുകളിൽ അള്ളിപ്പിടിച്ചിരിക്കുന്ന ആ ഭീകരരൂപികളായ കഴുകന്മാർ ആർത്തിപൂണ്ട കണ്ണുകളോടെ ചുറ്റുപാടും നോക്കുന്നു. കുരിശിൽ അഴുകുന്ന ശവങ്ങൾ കൊത്തിപ്പറിച്ച് തിന്ന് വിശപ്പടക്കുന്ന ആ ശവന്തീനിപ്പക്ഷികളോട് അടങ്ങാത്ത അമർഷം തോന്നി. മനുഷ്യരവിടം വിട്ടുപോന്നാൽ പിന്നീടവറ്റയുടെ ലോകമാണവിടം. മരണത്തിന്റെ കിങ്കരന്മാരായ ദുർഭൂതങ്ങളെന്ന് തോന്നിക്കുന്ന ആ പക്ഷികളെ ലക്ഷ്യമാക്കി ശീമോൻ നിലത്തു നിന്നൊരു കല്ലെടുത്തെറിഞ്ഞു. കാണികളിൽ കൗതുകം സൃഷ്ടിച്ചുകൊണ്ടവ കുറേകൂടി അകലത്തുള്ള ഒരു മരക്കൊമ്പിലേക്ക് പറന്നകന്നു.

വധിക്കാനുള്ളവരെ കുരിശിന്മേൽ മലർത്തിക്കിടത്തി ശരീരത്തിൽ ആണിയടിച്ചു കയറ്റുക എന്ന ചടങ്ങായിരുന്നു അടുത്തത്. സൈന്യത്തിന്റെ വേഷം ധരിച്ചിരുന്നവരിൽ ഒരുവൻ തന്റെ ആയുധപ്പെട്ടിയുമായി കുരിശിനെ സമീപിച്ചു. മറ്റു പട്ടാളക്കാർ ഇതിനകം യേശുവിനെയും ഒപ്പം കൊല്ലുവാനുള്ള രണ്ടാളുകളെയും അവരവരുടെ കുരിശിൽ ചേർത്തു ബന്ധിച്ചു കഴിഞ്ഞിരുന്നു. യേശുവിന്റെ കുരിശു മദ്ധ്യത്തിലും മറ്റു രണ്ടു പേരുടേയും ഇരുവശങ്ങളിലുമായിരുന്നു.

വലതുവശത്തെ കുരിശിൽ ബന്ധിച്ചിരുന്ന മനുഷ്യന്റെ കൈകളിലും കാലുകളിലും ആണിതറച്ച് കയറ്റുന്ന ആ രംഗത്തിന് സാക്ഷികളാകാൻ അധികം പേർക്കും കഴിഞ്ഞില്ല. പലരും മുഖം തിരിച്ചു കളഞ്ഞു. സ്തീകൾ മൂടുപടം കൊണ്ട് മുഖം മറച്ചിട്ട് കണ്ണുനീർ വാർത്തു. ജീവനുള്ള ശരീരത്തിൽ കൂർത്തുമൂർത്ത ആണികൾ തുളച്ചുകയറി. മുറിവിൽ നിന്നും രക്തം ശക്തിയോടെ ചീറ്റുന്നു. ദുസ്സഹമായ ഈ പീഢനം മൂന്നു പേരിലും ആവർത്തിക്കപ്പെടുമെന്നോർത്തപ്പോൾ ശീമോന്റെ കണ്ണുകൾ ജലാർദ്രങ്ങളായി.

യേശുവിന്റെ കൈകളിൽ ആണിയടിക്കുന്നത് നോക്കിനിൽക്കാനുള്ള കരുത്ത് ശീമോനില്ലായിരുന്നു. അയാൾ ആൾക്കൂട്ടത്തിലപ്രത്യക്ഷനാകാൻ നോക്കി. പലരും കരയുകയാണ്. വിഡ്ഢികൾ, ഭീരുക്കൾ അല്പമെങ്കിലും ധൈര്യമവർക്കുണ്ടായിരുന്നെങ്കിൽ ആ റോമൻ പട്ടാളക്കാരെ ഒന്നടങ്കം കൊന്നൊടുക്കിയിട്ട് യേശുവിനെ മോചിപ്പിച്ചു കൊണ്ട് പാലായനം ചെയ്യുന്നതിന് താൻ നേതൃത്വം കൊടുത്തേനെ.

ജനം നോക്കിനിൽക്കെ കുരിശുകൾ ഒന്നിനു പിന്നാലെ ഒന്നായി ഉയർത്തപ്പെട്ടു. മൂന്ന് ജീവൻ ആ കുരിശുകളിൽ കിടന്ന് അവസാനത്തെ പിടച്ചിൽ പിടയുകയായിരുന്നു. യേശു ഒഴികെ മറ്റു രണ്ടു പേരും ഉറക്കെ നിലവിളിക്കുന്നുണ്ട്. മികച്ച ഒരു കലാപ്രകടനം ആസ്വദിക്കുന്നതുപോലെ റോമൻ പട്ടാളക്കാർ അത് നോക്കിനിന്ന് രസിക്കുകയാണ്. മൂന്നു മനുഷ്യജീവികൾ ഒരുമിച്ച് കുരിശിൽക്കിടന്ന് പിടഞ്ഞുമരിക്കുന്ന ആ അപൂർവ്വമായ കാഴ്ച ആഹ്ലാദത്തോടെ ആസ്വദിക്കുന്നവരിൽ റോമൻ പട്ടാളക്കാർ മാത്രമല്ല ഉണ്ടായിരുന്നത്. അവിടെക്കൂടിയ യഹൂദന്മാരിൽ ഭൂരിപക്ഷത്തിന്റെയും സ്ഥിതിയിതല്ലാതെ മറ്റൊന്നായിരുന്നില്ല. സഹജീവിയുടെ വേദന കണ്ടു രസിക്കുന്ന ഈ മനുഷ്യാധമന്മാരുടെ തലമണ്ട അടിച്ചുപൊളിക്കുവാനുള്ള അമർഷം ശീമോന്റെ ഉള്ളിൽ തിളച്ചു മറിഞ്ഞു.

യേശു എന്തുകൊണ്ടലറി വിളിക്കുന്നില്ലെന്നത് അവരെ ആശ്ചര്യപ്പെടുത്തി. അസഹനീയമായ വേദനകൊണ്ട് ആ ശരീരവും മനസ്സും പുളയുന്നുണ്ടെന്ന് മുഖത്തു വ്യക്തമായിരുന്നു. ആ സമയം ഒരു സംഘം പട്ടാളക്കാർ യേശുവിന്റെ കുപ്പായവും പൊക്കിയെടുത്തു കൊണ്ട് അങ്ങോട്ട് വന്നു. ഒരുവൻ പരിഹാസ സ്വരത്തിൽ വിളിച്ചു പറഞ്ഞു. "ഇതിങ്ങനെ ഉപേക്ഷിക്കപ്പെടേണ്ടതല്ല, യിസ്രായേലിന്റെ രക്ഷകൻ, സാക്ഷാൽ ദൈവപുത്രന്റെ അങ്കിയാണ്. സൂക്ഷിച്ചില്ലെങ്കിൽ അവകാശികൾ പെരുകും, ചുറ്റും കൂടിനിന്നവർ ആ അങ്കി പിടിച്ചു പരിശോധിച്ചു. പലർക്കും യേശുവിനോടില്ലാതിരുന്ന താൽപ്പര്യം യേശുവിന്റെ അങ്കിയോടു തോന്നിത്തുടങ്ങി. അവരിതിനായി നറുക്കിട്ടു, അടിമുതൽ മുടിവരെ കീറലുകളില്ലാതെ, തുന്നി എടുത്ത കമനീയമായ ഒരു വസ്ത്രമായിരുന്നു അത്. അവർ എന്റെ വസ്ത്രങ്ങൾ പങ്കിട്ടു. എന്റെ അങ്കിക്കായി നറുക്കിട്ടു" എന്നൊരു വിശുദ്ധ ലിഖിതം. എവിടെയോ കേട്ടതായി ശീമോനോർമ്മവന്നു.

കുരിശിൽ ഏറ്റപ്പെട്ടവർക്കു കുടിക്കാൻ കയിപ്പും കാടിയും കൊടുക്കുന്ന ഒരു പതിവുണ്ട്. മരണത്തോടു മല്ലിടുന്ന ആ മഹൂർത്തത്തിൽ എന്തു കിട്ടിയാലും ഏതു മനുഷ്യനും കുടിക്കും. യേശുവിന്റെ വായ്ക്കു നേരെ കയ്പ്പു നിറച്ച പാനപാത്രം ഉയർത്തി യേശു രുചിച്ചു നോക്കിയതല്ലാതെ കുടിച്ചില്ല.

കൊല്ലപ്പെട്ട കുറ്റവാളികളുടെ തലയ്ക്കു മുകളിൽ ഒരു കുറ്റപത്രം എഴുതി സ്ഥാപിക്കുന്ന പതിവുണ്ട്. ഗവർണ്ണർ സ്വന്തം കൈയ്യക്ഷരത്തിൽ എഴുതിയതായിരിക്കും അത്. യേശുവിന്റെ ഇടതും വലതും ക്രൂശിച്ചവരുടെ കുരിശിന്റെ അഗ്രഭാഗത്ത് അവരുടെ മേൽ ആരോപിക്കപ്പെട്ട കുറ്റം ചുരുക്കമായി എഴുതിവച്ചിരുന്നു.

യേശുവിന്റെ കുരിശിലെ ആ ഭാഗം ശൂന്യമായിരുന്നു. അതെന്താണിങ്ങനെ? എന്ന് ജനങ്ങൾ തമ്മിൽ പറഞ്ഞാശ്ചര്യം പ്രകടിപ്പിക്കുന്നതിനിടയിൽ ഒരു പടയാളി യേശുവിന്റെ കുരിശിനു മുകൾഭാഗത്ത് ഒരു ഫലകം തൂക്കി. "ഇവൻ യഹൂദന്മാരുടെ രാജാവാകുന്നു" ഇതു മാത്രമായിരുന്നു അതിൽ രേഖപ്പെടുത്തിയിരുന്നത്. ഇതൊരു കുറ്റപത്രമോ? ബഹുമതിപത്രമോ? ജനങ്ങളുടെ സംശയം വർദ്ധിച്ചു. ഗവർണ്ണർ വ്യാജസ്തുതി നടത്തുകയാണോ? റോമാഗവർണ്ണർ യഹോവയുടെ ജനമായ യഹൂദന്മാരെ പരിഹസിക്കുന്നു. യാഥാസ്ഥിതികരായ യഹൂദപ്രമാണികൾ അതു വായിച്ചിട്ട് പല്ലിറുമ്മി ദേഷ്യം അടക്കി.

ഇതിനകം ഇതേക്കുറിച്ച് ചില ജനപ്രതിനിധികൾ പീലാത്തോസിന്റെയടുത്ത് നിവേദനവും ആയിപ്പോയി. ആ കുറ്റപത്രം തിരുത്തണം. ഇത് യഹൂദന്മാരെ ഒന്നടങ്കം ആക്ഷേപിക്കുന്നതിന് തുല്യമാണ്. സ്വന്തം മനസ്സാക്ഷിയുടെ വിലക്കിനെ വകവയ്ക്കാതെ തന്നെ ഒരുവനെ കൊല്ലാൻ വിധിച്ച ന്യായാധിപന്റെ സഹജമായ അസ്വസ്ഥത പീലാത്തോസിനെ വേട്ടയാടിക്കൊണ്ടിരുന്നു. അപ്പോഴാണ് പുരോഹിതസംഘത്തിന്റെ വരവും ആക്ഷേപപ്രകടനവും. കുരിശിലെ മേലെഴുത്തിന് അവർ ഒരു ഭേദഗതി നിർദ്ദേശിച്ചു. "ഇവർ യഹൂദന്മാരുടെ രാജാവാണെന്ന വ്യാജ അവകാശവാദം ഉന്നയിച്ചതിനാണീ വധശിക്ഷ" എന്ന് വേണം എഴുതാൻ. പീലാത്തോസ് ആ നിർദ്ദേശം തള്ളിക്കളഞ്ഞു.

ഉള്ളിൽ നിന്നു തിളച്ചുപൊന്തിയ ധാർമ്മികരോഷത്തെ പുറത്തുവിട്ടുകൊണ്ട് ക്രോധസ്വരത്തിൽ അദ്ദേഹം പ്രതിവചിച്ചു. "റോമിന്റെ ഗവർണ്ണർ യഹൂദ പുരോഹിതന്മാരുടെ കളിപ്പാട്ടമാണെന്നാണോ നിങ്ങളുടെ ധാരണ. കടന്നു പോകൂ പുറത്ത്. പീലാത്തോസ് എഴുതിയത് എഴുതിയത് തന്നെ. മുഖത്തടിക്കുന്നതുപോലുള്ള ആ മറുപടി പുരോഹിതസംഘത്തെ നിരാശരാക്കി. അപ്പോഴാണവരൊരു കാര്യം ഓർമ്മിച്ചത്. മരിച്ച യേശു ജീവിക്കുന്ന യേശുവിനേക്കാൾ അപകടകാരിയാകാൻ സാധ്യതയുണ്ട്. താൻ മരിച്ചാൽ മൂന്നാംദിവസം ഉയർത്തെഴുന്നേൽക്കുമെന്ന് യേശു പറഞ്ഞതു കേട്ടവരുണ്ട്. ആളുകളൊഴിയുന്ന തക്കം നോക്കി യേശുവിന്റെ ശിഷ്യന്മാർ അവനെ കുരിശിൽ നിന്നും രക്ഷപ്പെടുത്തി മൂന്നു

ദിവസം കഴിഞ്ഞു ഗുരു ഉയർത്തെഴുന്നേറ്റിരിക്കുന്നു എന്നൊരു കഥ പ്രചരിപ്പിച്ചാൽ നമ്മൾ വീണ്ടുമൊരു കുരുക്കിലായിരിക്കും അകപ്പെടുക. ഇപ്പോൾ തന്നെ ജനങ്ങളിലൊരുഭാഗത്തിന് അവനോട് അനുഭാവമുണ്ട്. ഇങ്ങനെ ഒരു കഥകൂടി പ്രചരിപ്പിച്ചു കഴിഞ്ഞാൽ ജനങ്ങളൊന്നടങ്കം നമുക്കെതിരാകും. ബുദ്ധിമാനായ അന്നാസ് പുരോഹിതൻ മറ്റ് പുരോഹിതന്മാർക്ക് വിശദീകരിച്ചു കൊടുത്തു. അവർക്കതു ബോധ്യപ്പെട്ടു.

അവരൊന്നടങ്കം വീണ്ടും ഗോഗുൽത്തായിലേക്ക് നടന്നു. യേശു കുരിശിൽ മരിച്ചെന്നുറപ്പു വരുത്തുക. ജഡം ആരെങ്കിലും മോഷ്ടിച്ചു കൊണ്ടു പോകുന്നതു തടയുക. ഇതായിരുന്നു അവരുടെ ലക്ഷ്യം. മദ്ധ്യാഹ്ന സൂര്യന്റെ ചൂടിന്റെ കരുത്തുകുറഞ്ഞിരിക്കുന്നു. കുരിശിൽ ഇഞ്ചിഞ്ചായി മരിക്കുന്ന മനുഷ്യ ദുരിതം കണ്ടു രസിക്കുവാൻ കൂടുതൽ ആളുകൾ എത്തിത്തുടങ്ങിയിരിക്കുന്നു. കൈകാലുകളിൽ ആണിയടിച്ചതുകൊണ്ടു മാത്രം ഒരാളെങ്ങനെ മരിക്കാനാണ്. അസഹനീയമായ വേദന കൊണ്ട് പുളഞ്ഞു പുളഞ്ഞു മരണത്തിന്റെ തീരത്ത് സ്വയമെത്തിച്ചേരുക. അനേകം മണിക്കൂറുകൾ വേണ്ടി വരും മരണത്തിന്റെ പിടിയിൽ വീഴാൻ–മരണം വേഗം സംഭവിക്കാൻവേണ്ടി പട്ടാളക്കാർ ചില ഹേമദണ്ഡങ്ങളൊക്കെ ചെയ്യാറുണ്ട്. കുന്തംകൊണ്ട് ശരീരത്തിലവിടെയും ഇവിടെയും കുത്തി മുറിപ്പെടുത്തുക, കാലിന്റെ അസ്ഥി പിടിച്ചൊടിക്കുക തുടങ്ങിയ പലതും. ഇരുവശത്തുമുള്ള കള്ളന്മാരുടെ മേൽ പ്രയോഗിച്ച പ്രയോഗങ്ങളൊന്നും തന്നെ പട്ടാളക്കാർ യേശുവിന്റെ മേൽ ചെയ്തില്ല. അവർക്ക് യേശുവിനോടു സഹതാപമോ ബഹുമാനമോ എന്തോ ഒന്ന്–ഇത്തരം പക്ഷഭേദത്തിൽ പൊറുതിമുട്ടിയ ഒരു പട്ടാളക്കാരൻ മുന്നോട്ടു വന്ന് യേശുവിന്റെ വിലാവിൽ കുത്തി. യേശു വേദന കൊണ്ടു പുളഞ്ഞു. അതു കണ്ടു നിന്നവരിൽ ചിലർ യേശുവിനെ പരിഹസിച്ചു. ഇതാ ഇസ്രായേലിന്റെ രക്ഷകൻ കുരിശിൽ കിടന്നു പിടയുന്നു. ജനക്കൂട്ടത്തിൽ നിന്നൊരുവൻ വിളിച്ചു പറഞ്ഞു. "നസ്രയേനായ യേശു യിസ്രായേലിന്റെ രക്ഷകൻ" ആരാണതു വിളിച്ചു പറഞ്ഞതെന്ന് വ്യക്തമായില്ല. ആരായിരുന്നാലും അതേറ്റു വിളിക്കുവാൻ ആളുണ്ടായിരുന്നു. സ്ത്രീകളുൾപ്പെടെ ഒരു സംഘം ആർത്തു വിളിച്ചു. നസ്രയേനായ യേശു യിസ്രയേലിന്റെ രക്ഷകൻ. ജനങ്ങൾക്കു സത്യത്തെ ഭയമില്ലെന്നോ ഇത്രയും ധീരതയുള്ള അനുയായികൾ യേശുവിന് അവശേഷിക്കുന്നു എന്നത് പുരോഹിതന്മാർക്കു വിശ്വസിക്കാൻ കഴിഞ്ഞില്ല. ക്രമസമാധാനപാലകർ ജനക്കൂട്ടത്തോടു നിശബ്ദരാകാൻ ആംഗ്യം കാണിച്ചു. അവർ തൽക്കാലം ശബ്ദമടക്കി. അമർഷം ഉള്ളിൽ ഒതുക്കി.

ഒരു യുവ പുരോഹിതൻ ജനക്കൂട്ടത്തോട് ഒരു പ്രസംഗം ചെയ്യാൻ തയ്യാറെടുത്തുകൊണ്ട് മുന്നോട്ട് വന്നു. അയാൾ രോഷത്തോടെകണ്ഠക്ഷോഭം ചെയ്തു. "ഈ കക്ഷിയോ രക്ഷകൻ". അയാൾ തന്റെ ചൂണ്ടുവിരൽ യേശുവിനു നേരെ നീട്ടിയിരുന്നു. ഇവൻ നിങ്ങളിൽ ചിലർ കരുതുന്നതുപോലെ രക്ഷകനെങ്കിൽ ആദ്യം സ്വയം രക്ഷിക്കട്ടെ.......?

ഇടതുവശത്തെ കുരിശിൽ വേദന കടിച്ചമർത്തിക്കൊണ്ട് കിടന്ന മനുഷ്യൻ അതേറ്റു പിടിച്ചു. അയാൾ പറഞ്ഞു. ആ പറഞ്ഞതാണ് ന്യായം. ഇദ്ദേഹം ചിലർ പറയുന്നതുപോലെ ക്രിസ്തുവെങ്കിൽ ആദ്യം സ്വയം രക്ഷിക്കട്ടെ. തുടർന്ന് ഞങ്ങളെയും രക്ഷിക്കട്ടെ. തന്റെ ചങ്ങാതിയുടെ അനവസരത്തിലുള്ള ഈ ഇടപെടൽ വലതുവശത്തെ സുഹൃത്തിനെ സഹിച്ചില്ല-അയാൾ ഒരു താക്കീതിന്റെ രൂപത്തിൽ പറഞ്ഞു. "നീ ദൈവത്തെ ഭയപ്പെടുന്നില്ലേ". നമുക്കും ഈ മനുഷ്യനും ഒരേ ശിക്ഷയാണ് കിട്ടിയിരിക്കുന്നത്. നമുക്ക് കിട്ടിയ ശിക്ഷ പലതുകൊണ്ടും നമ്മൾ അർഹിക്കുന്നു. എന്നാൽ ഇദ്ദേഹമാകട്ടെ അർഹിക്കാത്ത ശിക്ഷയാണനുഭവിക്കുന്നത്. യിസ്രായേലിന്റെ രക്ഷയ്ക്കായുള്ള ആത്മത്യാഗമാണീ കുരിശു മരണം. അതു മനസ്സിലാക്കാൻ കഴിയാത്ത ഈ വിഡ്ഢികളോടൊപ്പം നമ്മളും കൂടുന്നത് കഷ്ടമല്ലേ........?

ചങ്ങാതിയുടെ തത്വോപദേശം അയാൾക്കു രസിച്ചില്ല. അയാൾ വീണ്ടും പരിഹാസവാക്കുകൾ വർഷിച്ചുകൊണ്ടിരുന്നു. "സമയം വൈകിയിട്ടില്ല ഇപ്പോൾ തന്നെ അദ്ദേഹത്തിന്റെ ശിഷ്യനായിക്കൊള്ളൂ". അസഹനീയമായ വേദന കടിച്ചമർത്തിക്കൊണ്ടു ആക്ഷേപവാക്കുകൾ വാരിയെറിയാനുള്ള തന്റെ സുഹൃത്തിന്റെ കഴിവിൽ അതിശയം പ്രകടിപ്പിച്ചുകൊണ്ട് ആ മനുഷ്യൻ തന്റെ ദൃഷ്ടികൾ വളരെ പണിപ്പെട്ട് യേശുവിന് നേരെ തിരിച്ചു. യേശുവതുകണ്ടു, അവരുടെ കണ്ണുകൾ അന്യോന്യം സന്ധിക്കുന്നത്, ആൾക്കൂട്ടത്തിൽ ചിലർ തിരിച്ചറിഞ്ഞു.

പതിനേഴ്

ഹേ മരണമേ, നിന്റെ വിജയം എവിടെ? ഹേ മരണമേ, നിന്റെ വിഷപ്പല്ല് എവിടെ?

"എന്റെ അധരങ്ങൾ അസത്യം പറയുകയില്ല
എന്റെ നാവ് വഞ്ചന ഉരുവിടുകയില്ല.
ഞാനെന്റെ പരമാർത്ഥത ഉപേക്ഷിക്കില്ല
എന്റെ ധർമ്മിഷ്ഠതയിൽ ഞാൻ ഉറച്ചു നിൽക്കും
എന്റെ ജീവിതത്തിലെ ഒരു ദിനത്തെക്കുറിച്ചും
എന്റെ ഹൃദയം എന്നെ കുറ്റപ്പെടുത്തുന്നില്ല."

കുരിശുമരണത്തിനു സാക്ഷിയാകുവാൻ എത്തിയവരുടെ കൂട്ടത്തിൽ അരമഥ്യയായിലെ ജോസഫും ഉണ്ടായിരുന്നു. അയാൾ റോമാഗവൺമെന്റിന്റെ കീഴിൽ ഉയർന്ന ഉദ്യോഗം വഹിച്ചിരുന്ന അപൂർവ്വം ചില യഹൂദന്മാരിൽ ഒരുവനായിരുന്നു. യേശുവിന്റെ ശിഷ്യന്മാരിൽ ചിലർ അദ്ദേഹത്തെ തിരിച്ചറിഞ്ഞു. സമൂഹത്തിൽ വിലയും നിലയുമുള്ളവരിൽ ചുരുക്കം ചിലയാളുകളെ യേശുവിന്റെ സുഹൃദ്വലയത്തിൽ ഉൾപ്പെട്ടിരുന്നുള്ളൂ. അവരിൽ പ്രധാനിയായിരുന്നു ജോസഫ്. അദ്ദേഹം തന്റെ കുതിരപ്പുറത്തിരുന്നുകൊണ്ടു ഒരു രംഗ നിരീക്ഷണം നടത്തി. ഏതോ ഒരു വഴിപോക്കൻ എന്നതിൽ കവിഞ്ഞധികം ആർക്കും ജോസഫിന്റെ പ്രാധാന്യം മനസ്സിലായില്ല. തന്നോടൊപ്പം ഉണ്ടായിരുന്നവർക്കെന്തോ നിർദ്ദേശം കൊടുത്തിട്ട് ജോസഫ് കുതിരപ്പുറത്തുനിന്നിറങ്ങി കുരിശിന്റെയടുത്തേക്കു നടന്നു.

യേശുവുമായുള്ള തന്റെ സൗഹൃദത്തിനു തുടക്കം കുറിച്ച രംഗം ജോസഫിന്റെ ഓർമ്മയിൽ തിളങ്ങി. യഹൂദമതത്തിന്റെ തത്വസംഹിതകളിൽ നിന്നണുവിടപോലും വ്യതിചലിക്കാതെ ജീവിക്കുന്നതിൽ ജോസഫ് അഭിമാനം കൊണ്ടിരുന്നു. പൗരോഹിത്യ മേധാവിത്വത്തിനെ

തിരെ യേശു അഴിച്ചുവിട്ട വിമർശനശരങ്ങളെ സ്വാഗതം ചെയ്യുകയാണ് ജോസഫ് ചെയ്തത്. എത്രയോ കാലമായി താൻ പറയണമെന്നാഗ്രഹിച്ച കാര്യങ്ങളാണ് യേശു പ്രസംഗിക്കുന്നതെന്ന് ജോസഫിനു തോന്നി. പരീശന്മാരായ പല സുഹൃത്തുക്കളും യേശുവിനെതിരെ പറഞ്ഞു നടക്കുന്ന ആരോപണങ്ങൾക്കു കഴമ്പില്ലെന്നു ജോസഫ് സമർത്ഥിക്കുമായിരുന്നു. യേശു തന്റെ ജീവിതത്തിലേക്കു കടന്നു വന്ന സംഭവം ജോസഫ് അനുസ്മരിച്ചു. ഒരിക്കൽ തന്റെ പ്രത്യേക ക്ഷണം സ്വീകരിച്ച് യേശുവും ശിഷ്യന്മാരും വീട്ടിൽ വന്നിരുന്നത് ഓർമ്മിക്കുന്നു. അദ്ദേഹത്തിന്റെ വാദഗതികൾ തികച്ചും യുക്തി ഭദ്രമായിരിക്കുന്നതായി അന്നു തനിക്കനുഭവപ്പെട്ടു. ജീർണ്ണിച്ച പ്രമാണങ്ങളുടെ കുരുക്കിൽ കുടുങ്ങിക്കിടക്കുന്ന മനുഷ്യനെ അതിൽ നിന്ന് സ്വതന്ത്രനാക്കി അവനിലെ മനുഷ്യത്വത്തിന്റെ വികാസത്തിലേക്കവനെ നയിക്കുകയാണ് യിസ്രയേലിന്റെ പ്രവാചകർ ചെയ്തിരുന്ന ജോലി. ആ ധാരയിലെ ഒടുവിലത്തെ കണ്ണിയാണ് യേശു എന്ന കാര്യത്തിൽ തനിക്കു സംശയം ഇല്ലായിരുന്നു.

ന്യായപ്രമാണവും പ്രവാചകഗ്രന്ഥങ്ങളും കേവലം അക്ഷരാർത്ഥത്തിൽ മാത്രം ഉൾക്കൊള്ളുന്നതിന്റെ പോരായ്മകളെക്കുറിച്ച് യേശു പറഞ്ഞപ്പോഴാണ് തനിക്കും ബോദ്ധ്യപ്പെട്ടത്. ഗ്രന്ഥങ്ങൾ മനുഷ്യർക്കു വേണ്ടിയാണ്. അല്ലാതെ മനുഷ്യൻ ഗ്രന്ഥങ്ങൾക്കു വേണ്ടിയല്ലെന്ന് ഈ യേശുവിന്റെ വ്യാഖ്യാനം പരീശന്മാരെ പ്രകോപിപ്പിച്ചെങ്കിലും, തനിക്കത് ബോദ്ധ്യപ്പെട്ടു. ഗ്രന്ഥങ്ങളിലെ മറഞ്ഞിരിക്കുന്ന അക്ഷരങ്ങൾ ജീവനുള്ള ആശയങ്ങളുടെ പ്രതീകങ്ങളാണെന്ന സത്യം തനിക്കു സുഗ്രാഹ്യമായിരുന്നു. ജഡമെടുത്ത വചനം അതായിരുന്നു യേശുവിനെക്കുറിച്ച് തനിക്കു തോന്നിയത്. തിരുവെഴുത്തുകളിലെ നിത്യസത്യങ്ങൾ അന്നു രാത്രി തന്റെ വീട്ടിൽ അതിഥിയായി പാർത്തപ്പോൾ യേശു ഒരു താർക്കികന്റെ വൈദഗ്ധ്യത്തോടെ സമർഥിച്ചത് ഇപ്പോഴും കാതിൽ മാറ്റൊലികൊള്ളുന്നു. തന്റെ സുദൃഢമായ പല മുൻധാരണകളെയും അട്ടിമറിച്ചതായിരുന്നു ആ സംസാരം.

ദൈവം ഇസ്രയേലിനെ തിരഞ്ഞെടുക്കുകയായിരുന്നില്ല. ഇസ്രയേൽ ദൈവത്തെ തിരഞ്ഞെടുക്കുകയായിരുന്നു. തിരഞ്ഞെടുപ്പിന്റെ കാര്യത്തിൽ ഇസ്രയേലിനു ലഭിച്ച ഈ സ്വാതന്ത്ര്യം ലോകത്തിലെ മറ്റു ജനവിഭാഗങ്ങൾക്കും ലഭിക്കേണ്ടതല്ലയോ...? സർവ്വനന്മരുകളുടെയും ഉറവിടമായ ദൈവത്തെ തിരഞ്ഞെടുക്കുക വഴി ജനങ്ങൾ അവരുടെ സ്വാതന്ത്ര്യത്തെ സാക്ഷാത്കരിക്കുകയായിരുന്നു. ഈ അവകാശം ലോകത്തിലെ മുഴുവൻ മനുഷ്യരാശിക്കുമുണ്ട്. ദൈവസന്നിധിയിൽ കടന്നുചെന്ന് ദൈവത്തെ അപ്പാ എന്നു വിളിക്കാനുള്ള സ്വാതന്ത്ര്യം സർവ്വ മനുഷ്യരാശിക്കുമുണ്ട്. ഇത് ചിലർ പറയുന്നതുപോലെ യിസ്രായേലിന്റെ കുത്തകയൊന്നുമല്ല. മനുഷ്യരെ ആ വഴിക്കു നയിക്കുന്നവഴി വിളക്കുകളായി വേണം ന്യായപ്രമാണവും തിരുവെഴുത്തുകളും വ്യാഖ്യാനിക്കപ്പെടാൻ. ആ രാത്രി തനിക്കും തന്റെ കുടുംബത്തിനും തിരുവെഴുത്തുകളുടെ ആ പുതിയ

വ്യാഖ്യാനം യേശു ഹൃദ്യമായ രീതിയിൽ പകർന്നു തന്നു.

ചിന്തകൾ ആ വ്യാഖ്യാനത്തിന്റെ വിശദാംശങ്ങളിലൂടെ സഞ്ചരിക്കുകയായിരുന്നു. പറുദീസയിൽ നിന്നാരംഭിച്ച മനുഷ്യന്റെ യാത്രയിൽ അവന് നേരിടേണ്ടി വന്ന പ്രതിസന്ധികൾ നന്മ തിന്മകളുടെ അറിവിന്റെ ഫലം ഭക്ഷിച്ചതോടെ മനുഷ്യൻ അവന്റെ സ്വാതന്ത്ര്യത്തിലേക്കു വളരുകയായിരുന്നു. പറുദീസ എന്ന മനോഹരമായ പിള്ളത്തൊട്ടിലിൽ നിന്നും സുഖഭൂയിഷ്ഠമായ ഈ ഭൂമിയിലേക്കു പ്രവേശിക്കുന്നതിനു മുമ്പായി ജീവവൃക്ഷത്തിന്റെ ഫലം കൂടി തിന്നാൻ മനുഷ്യനു കഴിഞ്ഞില്ല. അതു കൂടി ഭക്ഷിച്ചിരുന്നെങ്കിൽ മനുഷ്യർ ദൈവതുല്യരാകുമായിരുന്നു. മനുഷ്യൻ അങ്ങനെ ആയിത്തീരണമെന്ന് ദൈവം ആഗ്രഹിക്കുന്നു. ജീവവൃക്ഷത്തിന്റെ ഫലം വച്ചു നീട്ടിക്കൊണ്ട് ദൈവം മനുഷ്യനെ തിരികെ വിളിക്കുന്നു. ലോകത്തിന്റെ ആകർഷണങ്ങളിൽ മനസ്സുമയങ്ങിയ മനുഷ്യന്റെ കാതുകളിൽ ആ വിളി എത്തിച്ചേരുന്നതേയില്ല. ആ ശബ്ദം കൂടുതലാളുകളുടെ കാതുകളിൽ എത്തിച്ചു കൊടുക്കുക എന്നതായിരുന്നു യേശുവിന്റെ ദൗത്യം. പഴയ കാലത്ത് പ്രവാചകന്മാരും അതു തന്നെയായിരുന്നല്ലോ ഉദ്ദേശിച്ചിരുന്നത്. എന്തോ ഇപ്പോഴും സംശയങ്ങൾ ബാക്കി.

ഒരു വശത്തു ദൈവവും മറുവശത്തു പിശാചും മനുഷ്യനെ വേട്ടയാടിക്കൊണ്ടിരിക്കുന്നു എന്ന് തോന്നി. ഒന്നുകിൽ ദൈവത്തിന്റെ പിടിയിൽ അല്ലെങ്കിൽ പിശാചിന്റെ പിടിയിൽ വീഴുകയല്ലാതെ മനുഷ്യനു മറ്റൊരു പോംവഴിയുമില്ല...? ദൈവം മനുഷ്യനെ വിളിക്കുന്നത് ജീവിതത്തിലേക്കോ മരണത്തിലേക്കോ? പിന്നെയും സംശയം. മരണത്തിലേക്കായിരിക്കണം. യേശുവിനോടു തനിക്കു തോന്നിയ അനുഭാവം തന്നെ അവന്റെ കുരിശിന്റെ ചുവട്ടിലെത്തിച്ചിരിക്കുന്നു. ഇതൊരു പക്ഷേ തന്റെ ഉദ്യോഗത്തെ ബാധിച്ചേക്കാം. വരും വരായ്കകളെക്കുറിച്ച് ആലോചിച്ച് ഉറപ്പിച്ചിട്ട് ഒന്നുംചെയ്യാനാവില്ല. ശരിയെന്ന് തോന്നുന്നത് ചെയ്യുക. ജോസഫ് ചില കാര്യങ്ങൾ മനസ്സിൽ നിശ്ചയിച്ചുറപ്പിച്ചു.

ഇസ്രയേലിന്റെ പ്രവാചക പരമ്പരയിൽപ്പെട്ട ഒരു വിശിഷ്ട വ്യക്തിയുടെ ശരീരം ഒരനാഥശവംപോലെ കുരിശിൽ ചീഞ്ഞു നാറാനിടയാകരുത്. പുരോഹിതന്മാർ എതിരാണെങ്കിലും യഹൂദമതാചാരപ്രകാരമുള്ള ഒരു ശവസംസ്കാരം യേശു അർഹിക്കുന്നുവെന്ന് അന്തരംഗം ഓർമ്മിപ്പിച്ചു. ഒലിവുമലയുടെ താഴ്‌വരയിലുള്ള തന്റെ മുന്തിരിത്തോട്ടത്തിന്റെ മൂലയിൽ കരിങ്കല്ലിൽ പണിതീർത്ത ആ പുതിയ കല്ലറയുടെ കാര്യം അപ്പോഴാണ് ഓർമ്മ വന്നത്. ഇതു വരെയും ആരെയും അടക്കിയിട്ടില്ലാത്ത ആ കല്ലറയിൽ യേശുവിന്റെ ശവം സംസ്കരിക്കണം. അവന്റെ ജീവിതകാലത്ത് അവനുവേണ്ടി ഒരുപകാരവും ചെയ്യാൻ തനിക്കു കഴിഞ്ഞിട്ടില്ല. അതിനുവേണ്ടി അവനോ ശിഷ്യന്മാരോ തന്നെ സമീപിച്ചിട്ടുമില്ല. താൻ കയ്യാളുന്ന അധികാരത്തിന്റെ പിൻബലത്തോടെ വേണമെങ്കിൽ എന്തു സഹായവും ചെയ്തുകൊടുക്കാൻ തനിക്കു കഴിയുമായിരുന്നു.

പീലാത്തോസ് യേശുവിന് കുരിശുമരണം വിധിച്ചുവെന്ന് കേട്ടപ്പോ

ഴാണ് അകാരണമായ ഒരു കുറ്റബോധം തന്നെ അലട്ടിത്തുടങ്ങിയത്. യിസ്രയേലിന്റെ പാപമോചനത്തിനായി നിർദോഷികളായ എത്രയോ ആട്ടുകൊറ്റന്മാരുടെയും കാളക്കുട്ടന്മാരുടെയും രക്തം വിധിപ്രകാരം ചൊരിയപ്പെട്ടിരിക്കുന്നു. നിഷ്പ്രയോജനകരമായ ഈ യാഗപരമ്പരയ്ക്ക് അന്ത്യം കുറിക്കപ്പെടുകയാണ്. യിസ്രയേലിനുവേണ്ടി മാത്രമല്ല, മുഴുവൻ മനുഷ്യരാശിക്കും വേണ്ടി ദൈവത്തിന്റെ ജീവനുള്ള കുഞ്ഞാട് അറക്കപ്പെടുകയാണെന്ന് തോന്നി. കുറ്റമില്ലാതെ ഈ രക്തത്തിന്റെ കറ തന്റെ കൈകളേയും പങ്കിലമാക്കിയിട്ടില്ലേ എന്ന് ജോസഫ് സംശയിച്ചു. "അവന്റെ രക്തം ഞങ്ങളുടെ മേലും ഞങ്ങളുടെ മക്കളുടെ മേലും പതിക്കട്ടെ" എന്ന് പറഞ്ഞു യഹൂദവംശമൊന്നടങ്കം ഒരു ശാപം വലിച്ചു തലയിൽ വച്ചിരിക്കുന്നു. അതിന്റെ ഭാരം തന്റെ തോളിലും തൂങ്ങുന്നതായി ജോസഫിനനുഭവപ്പെട്ടു.

ജോസഫ് സാവകാശം യേശുവിന്റെ കുരിശിനെ സമീപിച്ചു. കുരിശിനു സമീപം നിന്നിരുന്ന യോഹന്നാൻ ജോസഫിനെ തിരിച്ചറിഞ്ഞു. അവരുടെ കണ്ണുകൾ തമ്മിൽ സന്ധിച്ചു. കുരിശിനെ തൊട്ടു തന്നെ കരഞ്ഞലമുറയിടുന്ന സ്ത്രീകളുടെ കൂട്ടത്തിൽ യേശുവിന്റെ മാതാവുമുണ്ട്. യേശുവിന്റെ നോട്ടം യോഹന്നാനിലും അമ്മയിലും മാറി മാറി പതിച്ചു. പ്രാണവേദനകൊണ്ട് പിടയുന്നതിനിടയിലും എന്തോ സംസാരിക്കുവാൻ ആ നാവു ചലിച്ചു. കൂടിനിന്നവർ കാതോർത്തു. യേശുവാക്കുകൾക്കുവേണ്ടി പരതുന്നതുപോലെ ആ തൊണ്ടയിൽനിന്ന് വാക്കുകൾ ഉതിർന്നുവീണു. "സ്നേഹിതാ ഇതാ നിന്റെ അമ്മ". യോഹന്നാൻ പെട്ടെന്ന് യേശുവിന്റെ മാതാവിനെ ആലിംഗനം ചെയ്തു. യേശു വീണ്ടും പറഞ്ഞു. "സ്ത്രീയെ ഇതാ നിന്റെ മകൻ". അമ്മയെ നോക്കിയുച്ചരിച്ച ആ വാക്കുകൾ അമ്മയുടെ കണ്ണുനീർ വർദ്ധിപ്പിച്ചു. ഒരുത്തരവാദിത്വം ഏറ്റെടുക്കുന്നതിന്റെ സന്തോഷം യോഹന്നാനെ കോരിത്തരിപ്പിച്ചു. മരണത്തിന്റെ പടിവാതിൽക്കൽ നിന്നുകൊണ്ടൊരു മനുഷ്യൻ ഉച്ചരിക്കുന്ന മൊഴികൾ അയാളുടെ ജീവിത സങ്കൽപ്പങ്ങളിലേക്ക് വെളിച്ചം വീശുന്നു. അതിന്റെ അടിസ്ഥാനത്തിൽ യേശുവിന്റെ വാക്കുകൾ ജോസഫ് ഒരു വിശകലനത്തിന് വിധേയമാക്കി.

അമ്മയും മകനും. ലോകത്തിലേതു മകനാണ് അമ്മയോടുള്ള കടംവീട്ടാൻ കഴിഞ്ഞുവെന്ന സംതൃപ്തിയോടെ ലോകത്തോട് വിട പറയാൻ കഴിയുക. അമ്മ എന്നും ഒരു തീരാകടമാണ്. സ്വന്തം രക്തത്തിൽ നിന്നുള്ള രക്തവും മാംസത്തിൽ നിന്നുള്ള മാംസവുമായി കൺമുമ്പിൽ വളർന്ന് വരുന്ന മകനെ കേന്ദ്രീകരിച്ച് എന്തെന്തു സ്വപ്നങ്ങളായിരിക്കും അമ്മയ്ക്കുണ്ടാവുക.

വേദനകൊണ്ട് പിടയുന്ന യേശുവിന്റെ നോട്ടവും ഭാവവും അടുത്തു നിന്നിരുന്ന പട്ടാളക്കാരന് രസിച്ചില്ലെന്ന് തോന്നുന്നു. അയാളുടെ കയ്യിലുണ്ടായിരുന്ന കുന്തംകൊണ്ട് രക്തം ഒഴുകി കൊണ്ടിരുന്ന മുറിവിൽ ഒരു കുത്തു കൂടി കൊടുത്തു. അസഹനീയമായ വേദന കടിച്ചമർത്തി

ക്കൊണ്ട് യേശു പറഞ്ഞു. "പിതാവേ ഇവർ ചെയ്യുന്നതെന്തെന്നറിയായ്കയാൽ ഇവരോട് ക്ഷമിക്കേണമേ" അതുകേട്ടുനിന്നവരിൽ ചിലർക്ക് ചിരിയാണ് വന്നത്. ചിലർ ചിന്തിച്ചു. ആ വാക്കുകൾ ജോസഫിന്റെ മനസ്സിൽക്കിടന്നോളം വെട്ടി. എന്താണീ പ്രാർത്ഥനയുടെ അർത്ഥം. തന്നെ സ്നേഹിക്കുന്നവരെ സ്നേഹിക്കാനും അവർക്കുവേണ്ടി പ്രാർത്ഥിക്കാനും ആർക്കും കഴിയും. തന്നെ പീഡിപ്പിക്കുന്ന തന്റെ ശത്രുക്കൾക്കു വേണ്ടി പ്രാർത്ഥിക്കാനും അവരെ സ്നേഹിക്കാനും കഴിയുന്ന മനുഷ്യരുണ്ടോ? മനുഷ്യത്വത്തിന്റെ പരമോന്നത വളർച്ചയിലെത്തിയവനേ ഇത് കഴിയൂ. ഒന്നാലോചിച്ചാൽ അറിവുകേടല്ലേ സർവ്വ അതിക്രമങ്ങളുടെയും ഉറവിടം. ശരിയും തെറ്റും തിരിച്ചറിയാൻ കഴിയാത്ത മനുഷ്യർ ശരിയെന്ന് കരുതി പലപ്പോഴും തെറ്റുകൾ തന്നെ ചെയ്യുന്നു. ശരിയും തെറ്റും വ്യത്യസ്ത ഫലങ്ങൾ കായ്ക്കുന്ന വൃക്ഷങ്ങളാണ്. തെറ്റിന്റെ ഫലം വിതയ്ക്കുന്നവൻ തെറ്റുതന്നെ കൊയ്യേണ്ടിവരും. ശരി വിതയ്ക്കുന്നവൻ ശരിയും. ശരിയാണെന്ന ധാരണയിൽ പലരും തെറ്റുകൾ വാരി വിതയ്ക്കുന്നു. അവ പടർന്ന് പന്തലിച്ച് വിഷഫലങ്ങൾ വർഷിക്കുമ്പോഴായിരിക്കും ശരിതെറ്റുകളെക്കുറിച്ചുള്ള തിരിച്ചറിവ് പലർക്കും ഉണ്ടാകുന്നത്.

സ്വന്തം ജനത്തിന്റെ ആത്മീയവും ഭൗതികവുമായ വിമോചനം ലക്ഷ്യമാക്കിയ ഒരു രക്ഷകനെ കുരിശിൽ തറച്ചുകൊല്ലുക. അവന്റെ രക്തം തങ്ങളുടെ മേലും തങ്ങളുടെ മക്കളുടെ മേലും പതിക്കട്ടെയെന്നാർത്തുവിളിക്കു. നീതീകരിക്കാനാവാത്ത ഒരു കൊടുംപാതകത്തിന്റെ ഉത്തരവാദിത്വം ഒരു ജനത ഒന്നടങ്കം ഏറ്റെടുത്തതിന്റെ ഉദാഹരണം ചരിത്രത്തിൽ മറ്റെവിടെയും കാണാനാവില്ല. എന്തൊരു ജനങ്ങൾ. ജോസഫ് ആലോചിച്ചു. അല്ലെങ്കിൽ ജനങ്ങളെയെന്തിനു കുറ്റപ്പെടുത്തണം. ജനങ്ങളെന്നതും ഒരമൂർത്തസങ്കല്പമാണല്ലോ. നദികൾ ഒറ്റയ്ക്കൊറ്റയ്ക്ക് ഒഴുകുമ്പോൾ അവയ്ക്കവയുടേതായ വ്യക്തിത്വമുണ്ട്. ആ നിലയിൽ ശ്രദ്ധിക്കപ്പെടുകയും ചെയ്യും. എല്ലാ നദികളും ചേർന്ന് സമുദ്രമായിക്കഴിഞ്ഞാൽ പിന്നെ നദികളില്ല, സുമുദ്രങ്ങളെയുള്ളൂ. അതുപോലെയാണ് ജനക്കൂട്ടവും വ്യക്തികളും. ഒറ്റയ്ക്കൊറ്റയ്ക്കെടുത്താൽ അധികംപേരും നല്ലവർ. ജനക്കൂട്ടമെന്ന സമുദ്രത്തിൽ ലയിച്ചുകഴിയുമ്പോൾ സ്വന്തം നന്മകളെ മൂടിവയ്ക്കാൻ നിർബന്ധിതരാകുന്നു. ജനക്കൂട്ടത്തിന് മുഖമില്ല. അവർക്ക് ശരീരമേയുള്ളൂ. അവർക്ക് വിചാരങ്ങളില്ല. വികാരങ്ങളേയുള്ളൂ. അവിടെ ഉറക്കെപ്പറയുന്നവരും ഒടുക്കം പറയുന്നവരുമാണ് ശ്രദ്ധിക്കപ്പെടുക. മുമ്പിൽ നിൽക്കുന്നവൻ എത്ര വിഡ്ഢിയായാലും അവന്റെ കാൽപ്പാടുകളെ പിന്തുടരുന്നതിലാണ് ആൾക്കൂട്ടത്തിന് താൽപ്പര്യം. നേതാവിന്റെ ചിന്തകൾ സ്വന്തം മസ്തിഷ്കത്തിൽ ചുമന്നുകൊണ്ട് നടക്കേണ്ടിവരുമ്പോൾ സ്വന്തം മസ്തിഷ്കം വന്ധ്യമായിപ്പോകുന്നത് അവർ അറിയുന്നില്ല. നേതാവിന്റെ കാലടിപ്പാടുകളെ പിന്തുടരുവാനുള്ള തിരക്കിനിടയിൽ ചവിട്ടിയരയ്ക്കപ്പെടുന്ന സത്യങ്ങളവരുടെ ശ്രദ്ധയിൽപ്പെടാറേയില്ല. ഈ ജനക്കൂട്ടം അർഹിക്കുന്നത് വെറുപ്പോ സഹതാപമോ തീർച്ച

യായും സഹതാപം തന്നെ. അതല്ലെ യേശുവിന്റെ വിചിത്രമായ ഈ പ്രാർത്ഥനയുടെ അർത്ഥം.

താൻ സ്നേഹിച്ച ജനങ്ങൾ ഒരു തരത്തിലും കഷ്ടപ്പെടരുതെന്ന് യേശു ആഗ്രഹിച്ചിരുന്നു. അവരുടെ അറിവുകേടാണ് അവരെ തനിക്കെതിരെ തിരിച്ചുവിട്ടത്. കാലം അവരുടെ ബോധതലത്തിൽ സത്യത്തിന്റെ പ്രകാശം നിറയ്ക്കുമ്പോൾ തന്റെ ജീവിതത്തിന്റെയും മരണത്തിന്റെയും അർത്ഥം അവർക്ക് മനസ്സിലാകും. ഒരിക്കൽ ഒരു സ്വകാര്യസംഭാഷണത്തിൽ യേശു ഇക്കാര്യം തന്നോട് സൂചിപ്പിച്ചത് ജോസഫിന് ഓർമ്മ വന്നു. ആദ്യം തനിക്കും മനസ്സിലായിരുന്നില്ല. ആവർത്തിച്ച് വിശദീകരിച്ചപ്പോൾ യേശു ഉദ്ദേശിക്കുന്നതെന്തെന്ന് തനിക്ക് ബോധ്യപ്പെട്ടു.

വ്യക്തികൾക്ക് മാത്രമല്ല വിവിധ മനുഷ്യ സമൂഹങ്ങൾക്കും അവയുടെ ശൈശവബാല്യ കൗമാര യൗവനാദികളെ പിന്നിടേണ്ടതുണ്ടെന്ന് യേശു പറഞ്ഞു തന്നു. മനുഷ്യ സമൂഹത്തിന്റെ പക്വതയാർന്ന യൗവനത്തിന് മാത്രമേ യേശുവിനെ ഉൾക്കൊള്ളാൻ കഴിയൂ എന്ന് തനിക്ക് നേരത്തെ തോന്നിയിട്ടുള്ളതാണ്. യൗവനം ഉത്തരവാദിത്വവും വർദ്ധിച്ച ജാഗ്രതയുമാണാവശ്യപ്പെടുന്നത്. അതിന് തയാറില്ലാത്ത വ്യക്തികൾ യൗവനത്തിലും ബാല്യത്തിന്റെ ദൗർബല്യം പ്രകടമാക്കുന്നു. ഒരിക്കലും മടങ്ങി വരാത്തവിധം ശൈശവബാല്യാദികൾ തങ്ങളിൽ നിന്നകന്നുപോയിരിക്കുന്നുവെന്ന സത്യം പലരും അംഗീകരിക്കുന്നതേയില്ല. അവർ യൗവനത്തിലും ശൈശവത്തിന്റെ പിടിവാശികളാവർത്തിക്കുന്നു. യഹൂദജനത യേശുവിന് വിധിച്ച ഈ കുരിശാരോഹണം ഇത്തരമൊരു പിടിവാശിയുടെ ആവർത്തനമാണെന്ന് ജോസഫിനു തോന്നി. അതിനാൽ യേശു കുരിശിൽ കിടന്ന് ഉച്ചരിച്ച ആ പ്രാർത്ഥനയിൽ ജോസഫും പങ്കാളിയായി. അയാൾ ദൃഷ്ടികൾ ആകാശത്തിലേക്കുയർത്തി. ഗോളാന്തരങ്ങൾക്കപ്പുറത്തെവിടെയോ ഒളിച്ചിരിക്കുന്ന ദൈവത്തെ മനസ്സിൽ ധ്യാനിച്ചു. ചുണ്ടുകൾ ചലിച്ചു. “പിതാവേ ഇവർ ചെയ്യുന്നതെന്തെന്നിവർ അറിയായ്കയാൽ ഇവരോട് ക്ഷമിക്കേണമേ”.

കുരിശിൽനിന്ന് വീണ്ടുമൊരു ഞരക്കം ഉയർന്നപ്പോൾ ജോസഫ് ധ്യാനത്തിൽനിന്ന് ഞെട്ടിയുണർന്നു. യേശുവിന്റെ വലതുവശത്തെ കുരിശിൽ ആണികൾ തറയ്ക്കപ്പെട്ടു കിടക്കുന്ന യുവാവിന്റെ ശബ്ദം. കുറേ സമയമായി ആശയവിനിമയത്തിലേർപ്പെട്ടിരിക്കുന്നു. ചില പ്രത്യേക സന്ദർഭങ്ങളിൽ നാവിനേക്കാൾ സമർത്ഥമായി കണ്ണുകൾക്ക് സംസാരിക്കാൻ കഴിയുമല്ലോ. അവർ എന്തായിരിക്കും പറഞ്ഞിട്ടുണ്ടാവുക. ആ മനുഷ്യൻ പറയുന്നതെന്തെന്ന് ജോസഫ് ശ്രദ്ധിച്ചു. “യേശുവെ നീ രാജത്വം പ്രാപിച്ചു വരുമ്പോൾ എന്നേയും ഓർക്കേണമേ”. മരണാസന്നമായ ഒരു മനുഷ്യന്റെ അവസാന അഭ്യർത്ഥന. ഈ ലോകത്തിൽ നിന്ന് മാത്രമല്ല, മറ്റുള്ളവരുടെ ഓർമ്മകളിൽ നിന്നുപോലും തങ്ങളെ മായിച്ചുകളയാൻ മരണം സമർത്ഥമാണെന്ന കാര്യം എല്ലാവർക്കും അറിയാം. തങ്ങളുടെ ഭൗതികശരീരം നഷ്ടപ്പെടുന്നുവെന്നത് മാത്രമല്ല തങ്ങളെ

സംബന്ധിച്ച ഓർമ്മകളും തുടച്ചുമാറ്റപ്പെടുമെന്നതിനാലല്ലേ മരണത്തെ സർവ്വരും ഭയപ്പെടുന്നത്. മറ്റ് മനുഷ്യരുടെ ഓർമ്മകളിൽ കൂടുകൂട്ടുന്നതിന് കഴിയുക എന്നത് തീർച്ചയായും രസമുള്ള ഒരു കാര്യമാണ്. ഹ്രസ്വമായ ഈ ജീവിതത്തിൽ അതിനവസരം കിട്ടുന്നവർ എത്രയോ ചുരുക്കം. അഥവാ കിട്ടിയാൽത്തന്നെ എത്രകാലം പരമാവധി മരണം വരെ ചിലപ്പോൾ മരണശേഷം കുറെ ദിവസങ്ങൾ, ഏറിയാൽ ഒന്നോ രണ്ടോ വർഷങ്ങൾ. അതിനുശേഷം മരണത്തിൽ മറഞ്ഞുപോയ വ്യക്തികൾ പാടെ വിസ്മരിക്കപ്പെടുന്നു. മറ്റുള്ളവരുടെ ഓർമ്മകളിൽപ്പോലും അവർക്കു സ്ഥാനം കിട്ടുന്നില്ല.

മരണം ജീവിതത്തിന്റെ വിരാമമല്ലെന്ന മതബോധം ഈ യുവാവിലും തെളിഞ്ഞു നിൽക്കുന്നു. ഇയാളെ തനിക്കറിയാം. ഇസ്രയേലിന്റെ സ്വാതന്ത്ര്യം റോമൻ ഭരണാധികാരികൾക്കെതിരായ അക്രമത്തിലൂടെയും അട്ടിമറിയിലൂടെയും നേടിയെടുക്കാൻ കഴിയുമെന്ന് വിശ്വസിച്ചിരുന്ന സ്വാതന്ത്ര്യ ദാഹികളായ രണ്ട് ചെറുപ്പക്കാരാണ് യേശുവിന്റെ ഇരുവശങ്ങളിലുമായി കുരിശിൽ തറക്കപ്പെട്ടു കിടക്കുന്നത്. ഒരർഥത്തിൽ ഈ കുരിശാരോഹണങ്ങളും സ്വാതന്ത്ര്യത്തിന്റെ ബലിപീഠത്തിൽ അർപ്പിക്കപ്പെട്ട ഹോമയാഗങ്ങളല്ലേ? രണ്ടെണ്ണം ഇസ്രയേലിന്റെ രാഷ്ട്രീയ സ്വാതന്ത്ര്യത്തിന് വേണ്ടിയർപ്പിക്കപ്പെട്ടവയാണെങ്കിൽ ഒരെണ്ണം മുഴുവൻ ലോകത്തിന്റെയും സ്വാതന്ത്ര്യത്തിനു വേണ്ടിയർപ്പിക്കപ്പെട്ട ഹനനയാഗം, സ്വാതന്ത്ര്യം ലക്ഷ്യമാക്കി മൂന്ന് വിഭിന്ന കേന്ദ്രങ്ങളിൽ നിന്ന് പുറപ്പെട്ട മൂന്ന് നദികൾ ഒരേ കേന്ദ്രത്തിൽ സന്ധിച്ചിരിക്കുന്നു. ആ സന്ധിക്കലിന് സാക്ഷ്യം വഹിച്ചുകൊണ്ട് യേശു പറഞ്ഞ വാക്കുകൾ അന്തരീക്ഷത്തിലലയടിച്ചു. “നീ ഇന്ന് എന്നോടു കൂടി പറുദീസയിലിരിക്കും”. യേശുവിന്റെ വാക്കുകൾ ജോസഫിന്റെ ചിന്തകളിൽ ചൂടുപകർന്നു. പാപം മനുഷ്യനെ പറുദീസയിൽനിന്ന് പുറത്താക്കി. പാപമോചനം അവനെ വീണ്ടും പറുദീസയിൽ പ്രവേശിപ്പിക്കുന്നു. നല്ല സങ്കൽപ്പം. പറുദീസാനഷ്ടവും പറുദീസാ പ്രാപ്തിയും രണ്ടിന്റെയും സാദൃശ്യങ്ങൾ ഈ ലോകത്തിൽ സുലഭമല്ലേ? ഓരോരുത്തരും അവരവരുടെ പറുദീസ സ്വയം പണിയുന്നു. അതുപോലെ തന്നെ സ്വയം പറുദീസയിൽനിന്ന് ബഹിഷ്കൃതരാകുന്നു. പക്ഷേ തങ്ങളാണിതിന് ഉത്തരവാദികളെന്ന സത്യം പലരും ഓർമ്മിക്കുന്നില്ല. തന്നിൽനിന്ന് ബാഹ്യമായ ശക്തികളിൽ അവർ പറുദീസയുടെയും പാതാളത്തിന്റെയും ഒക്കെ കാരണങ്ങൾ ആരോപിക്കുന്നു. ഉത്തരവാദിത്വങ്ങളിൽനിന്നൊളിച്ചോടാൻ ദൈവത്തേയും പിശാചിനെയുമൊക്കെ തരംപോലെ മനുഷ്യൻ കൂട്ടു പിടിക്കുന്നു. ഈ പരമ്പരാഗത പതിവിനെതിരെയുള്ള താക്കീതല്ലേ യേശുവിന്റെ ഈ പ്രഖ്യാപനം? പറുദീസയെക്കുറിച്ച് കഥകൾ മെനയാനല്ലാതെ പറുദീസ ജനങ്ങൾക്ക് വാഗ്ദാനം ചെയ്യാൻ മറ്റാരും തയാറായിട്ടില്ല. യേശു അത് ധൈര്യപൂർവ്വം വാഗ്ദാനം ചെയ്തിരിക്കുന്നു. മരണം ഉത്തരമില്ലാത്ത ഒരു സമസ്യയല്ലെന്ന് വിശദീകരിക്കുകയായിരുന്നില്ലേ ആ വാക്കുകളിലൂടെ അദ്ദേഹം ചെയ്തത്? മര

ണത്തിനുമപ്പുറം ഒരു ജീവിതം കൊതിക്കാത്തവരാരാണുള്ളത്? യേശുവിന്റെ വാക്കുകൾ ആ ജീവിതത്തിനുള്ള ഉറപ്പുതന്നെയെന്ന് ജോസഫിനു തോന്നി.

ഈ ജീവിതം തന്നെ മരണവുമായുള്ള ഒരു മൽപ്പിടുത്തമല്ലേ? മനുഷ്യൻ ജനിക്കുമ്പോൾ മുതൽ മരണം ഒരു നിഴൽ പോലെ അവനെ പിന്തുടരുന്നു. എപ്പോഴെവിടെ വച്ച് എങ്ങനെ മരണം തങ്ങളെ പിടിക്കും എന്നാർക്കും അറിഞ്ഞുകൂടാ. മരണത്തിന്റെ വായിൽ പതിച്ചില്ലാതാവാനുള്ളതാണോ ജീവിതം? മരണം ജീവിതത്തിന്റെ അന്ത്യമല്ല! അതൊരു വഴിത്തിരിവു മാത്രമാണെന്ന സങ്കൽപ്പം തീർച്ചയായും ജീവിതത്തിന്റെ രസം വർദ്ധിപ്പിക്കും.

യേശുവിന്റെ ശരീരം പൂർണ്ണമായും മരണത്തിന് കീഴ്പ്പെട്ടിട്ടില്ല. മരിച്ചുകഴിഞ്ഞാൽ സന്ധ്യയ്ക്ക് മുമ്പ് ശവം കുരിശിൽ നിന്നിറക്കി സംസ്കരിക്കണം. പകലവസാനിച്ച് കഴിഞ്ഞാൽ ശാബദ് ആരംഭിക്കുകയായി. ശാബദിൽ ശവശരീരം സംസ്കരിക്കാതെ അവശേഷിക്കുന്നത് ശാബദിനെ നിന്ദിക്കലാണ്. ജോസഫ് ഇങ്ങനെ ചിന്തിച്ചു നിൽക്കുമ്പോഴാണ് ഒരു റോമൻ സൈനികോദ്യോഗസ്ഥൻ കുതിരപ്പുറത്ത് സഞ്ചരിച്ചുകൊണ്ടങ്ങോട്ട് കടന്നു വന്നത്. യേശുവിന്റെ ശവസംസ്കാരത്തെക്കുറിച്ച് ജോസഫ് ആ സൈനികോദ്യോഗസ്ഥനുമായി ആലോചിച്ചു. വധശിക്ഷയ്ക്ക് വിധിക്കപ്പെട്ട ഒരു കുറ്റവാളിയുടെ ശവം ബന്ധുക്കൾക്ക് വിട്ടുകൊടുക്കണമെങ്കിൽ ഗവർണ്ണറുടെ രേഖാമൂലമായ സമ്മതം വേണമത്രെ. എന്താണ് ചെയ്യേണ്ടത്. ജോസഫ് ആലോചിച്ചു. യേശു അപ്പോഴും കുരിശിൽക്കിടന്നു മരണവുമായുള്ള പോരാട്ടത്തിലായിരുന്നു. തോൽവി സുനിശ്ചിതം എന്നറിഞ്ഞു കൊണ്ടുതന്നെ ജീവിതം മരണത്തോടു യുദ്ധം പ്രഖ്യാപിക്കാറുണ്ടല്ലോ?

പതിനെട്ട്

"ഏൽ ഏൽ ലമ്മാ ശബക്താനി"

"കവാടങ്ങളെ നിങ്ങൾ തലയുയർത്തുക
പഴയ വാതിലുകളെ ഉയരുക ഉയരുക
മഹത്വത്തിന്റെ രാജാവ് പ്രവേശിക്കട്ടെ
ആരാണ് മഹത്വത്തിന്റെ രാജാവ്
അവൻ ബലവാനും ശക്തനുമായ സൈന്യങ്ങളുടെ യഹോവ
അവനത്രെ മഹത്വത്തിന്റെ രാജാവ്"

യേശുവിന്റെ അന്ത്യരംഗത്തിന് സാക്ഷ്യം വഹാക്കാനെത്തിയതിൽ ജോസഫിന് ചാരിതാർഥ്യം തോന്നി. അടുത്ത ശിഷ്യന്മാർപോലും ഓടിയൊളിച്ച ഘട്ടത്തിൽ അദ്ദേഹത്തിന്റെ സമീപത്ത് നിൽക്കുവാൻ കഴിഞ്ഞതിൽ സ്വയം അഭിനന്ദിച്ചു. തന്റെ സാമീപ്യം യേശു മനസ്സിലാക്കിയിരിക്കുന്നു. അദ്ദേഹത്തിന്റെ നോട്ടം തന്റെ മേൽ ആവർത്തിച്ചാവർത്തിച്ച് പതിയുന്നുണ്ട്. മരണത്തോട് മല്ലിടുന്ന ഒരു മനുഷ്യന് സ്നേഹിതന്മാരുടെ സാമീപ്യം എത്രമാത്രം ആശ്വാസം പകരുന്നുണ്ടായിരിക്കും. താൻ സ്നേഹിച്ചവരും തന്നെ സ്നേഹിക്കുന്നവരുമായവർ മരണസമയത്ത് അടുത്തുണ്ടായിരിക്കുക ആശ്വാസകരമാണ്. ഏകനായി മരിക്കേണ്ടിവരിക ദാരുണമാണ്. അത്തരമൊരവസ്ഥ സങ്കല്പിക്കാനേ കഴിയുന്നില്ല. ജനിച്ചുവീഴുമ്പോൾ മുതൽ മരിക്കുന്ന നിമിഷം വരെയും മനുഷ്യൻ മറ്റുള്ളവരുടെ സാമീപ്യം ആഗ്രഹിക്കുന്നു. സ്നേഹിക്കാനാരുമില്ലാതെ വരുമ്പോൾ ജീവിതം അസഹനീയവും വിരസവുമാകുന്നു. അത്തരമൊരവസ്ഥയിൽ എത്താത്തവർക്ക് തങ്ങളുടെ മരണംപോലും രസകരമായ ഒരനുഭൂതിയായിരിക്കും. യേശു തന്റെ ജീവിതത്തെ എന്നപോലെ മരണത്തേയും ഒരനുഭൂതിയാക്കാൻ ശ്രമിക്കുകയാണെന്ന് ആ മുഖഭാവം വിളിച്ചുപറയുന്നത് പോലെ തോന്നി.

ഇടയ്ക്കിടെ യേശുവിന്റെ കണ്ണുകൾ മേല്പോട്ടുയരുന്നുണ്ട്. ആ ദൃഷ്ടികൾ ലക്ഷ്യമാക്കുന്നത് സ്വർഗ്ഗത്തെയായിരിക്കുമെന്ന് വ്യക്തം. തങ്ങൾക്ക് കാണാൻ കഴിയാത്തത് വല്ലതും യേശുവിന് കാണാൻ കഴിയുന്നുണ്ടായിരിക്കുമോ..? ആർക്കറിയാം. ഓരോരുത്തരുടെയും കാഴ്ചയുടെ പരിധി അവർക്കല്ലേ അറിയൂ. സ്വന്തം കാഴ്ചയുടെ പരിധിക്കുള്ളിൽ നിന്നുകൊണ്ട് അന്യരുടെ കാഴ്ചയെക്കുറിച്ച് വിലയിരുത്തൽ നടത്തുന്നതിന്റെ ശരിതെറ്റുകളെക്കുറിച്ച് ജോസഫിന് സംശയം തോന്നി. കാഴ്ച കാണാൻ എത്തിയവരിൽ ഏറിയ പങ്കും പിരിഞ്ഞു തുടങ്ങി. കുരിശിനു ചുറ്റും ഒരു ചെറിയ സംഘം ആളുകൾ മാത്രം. ആളുകൾ ഒഴിഞ്ഞുപോകുന്നതും കാത്തായിരിക്കണം ഒന്നുരണ്ടു കഴുകന്മാർ കുരിശിനു ചുറ്റും വട്ടമിട്ട് പറക്കുന്നു. മരണത്തിന്റെ ഗന്ധം ശവം തീനിപ്പക്ഷികൾക്കറിയാം. ശവത്തിന്റെ ജീവൻ വെടിഞ്ഞ ശരീരം തങ്ങൾക്കവകാശപ്പെട്ടതാണെന്നവർക്കറിയാം. ശവത്തിന്റെ കണ്ണുകളും മറ്റ് മൃദുല ഭാഗങ്ങളും അവ ആർത്തിയോടെ കൊത്തിത്തിന്നു. ജീവിക്കുന്ന മനുഷ്യനെ അകാരണമായി കൊല്ലുന്ന അവനെ വേദിയിലേക്ക് തള്ളിയിടുന്നതിൽ ആനന്ദം കൊള്ളുന്ന മനുഷ്യനെന്ന ജീവിയെക്കാൾ എത്രയോ ഭേദമാണീ ശവം തീനി പക്ഷികൾ. ചിന്തകൾക്ക് ചൂട് പിടിച്ചു തുടങ്ങിയപ്പോൾ ദയനീയമായ ഒരു നിലവിളിയുടെ അകമ്പടിയോടെ യേശുവിന്റെ ശബ്ദം കുരിശിൽ നിന്ന് മുഴങ്ങി. “പിതാവേ എന്റെ ആത്മാവിനെ ഞാൻ നിന്റെ കൈകളിൽ ഭാരമേൽപ്പിക്കുന്നു”.

തന്റെ നിമിഷങ്ങൾ എണ്ണപ്പെട്ടു കഴിഞ്ഞുവെന്ന് യേശുവിന് ബോധ്യപ്പെട്ടിരിക്കണം. “ഒരുവൻ ലോകം മുഴുവൻ നേടിയിട്ടും തന്റെ ആത്മാവിനെ (ജീവിതത്തെ) നഷ്ടപ്പെടുത്തിയാൽ അവനെന്തുപ്രയോജനം?” എന്ന ഏറെ പ്രസിദ്ധമായ യേശുവിന്റെ വചനം ഓർമ്മവന്നു. ശരീരം ഭൂമിയിൽനിന്നും ആത്മാവ് ദൈവത്തിൽനിന്നും ഉത്ഭവിക്കുന്നുവെന്നാണ് തങ്ങളുടെ വിശ്വാസം. ഭൂമിയിൽ നിന്നുള്ളത് ഭൂമിയിലേക്കും ദൈവത്തിൽ നിന്നുള്ളത് ദൈവത്തിലേക്കും മടങ്ങിപ്പോകുന്ന പ്രതിഭാസമാണ് മരണം. ആത്മാവ് ദൈവത്തിന്റെ ദാനമാണെന്ന് യേശു പഠിപ്പിച്ചിരുന്നു. മനുഷ്യന് ദൈവത്തിൽനിന്നുള്ള പൈതൃകാവകാശമാണ് ജീവൻ. പൈതൃക സ്വത്ത് ധൂർത്തടിക്കുന്നവൻ ഭോഷനായ മകനാണ്. സമർത്ഥനായ മകൻ സ്വന്തം അദ്ധ്വാനസമ്പത്തും കൂട്ടിച്ചേർത്ത് പിതൃസ്വത്തിനെ വികസിപ്പിച്ച് അടുത്ത തലമുറയ്ക്ക് കൈമാറും. ഈ ദൗത്യം യേശു ഭംഗിയായി നിറവേറ്റിയിരിക്കുന്നുവെന്ന് ജോസഫിന് തോന്നി. മാലിന്യജഡിലമായ ലോകജീവിതത്തിന്റെ അഴുക്കും കറയും പുരളാത്ത നിർമ്മലമായ ഒരാത്മാവിനെ തന്റേടത്തോടെ പിതാവിനെ മടക്കിയേൽപ്പിക്കുവാൻ അതും യുവത്വം നിറഞ്ഞു നിൽക്കുന്ന ഈ പ്രായത്തിൽ ആർക്കു കഴിയും. ആർക്കും കഴിയാത്ത പലതും യേശുവിന് കഴിഞ്ഞിരിക്കുന്നു. അവിടെയാണ് യേശുവിന്റെ വിജയം. വിജയപരാജയങ്ങളെക്കുറിച്ച് വ്യത്യസ്ത പാഠങ്ങൾ അഭ്യസിച്ച ജനസമൂഹത്തിന് ഈ വിജയം തിരിച്ചറിയാൻ കഴിഞ്ഞില്ലെന്ന് വരും.

ആത്മാവിന്റെ അമരത്വം യഹൂദന്മാർക്കൊരു സംശയ വിഷയമാ

യിരുന്നു. റോമാക്കാരുമായുള്ള സഹവർത്തിത്വം യഹൂദന്മാരുടെയിടയിൽ യവനചിന്തകൾ പ്രചരിക്കുന്നതിനിടയായി. സാധൂക്യകക്ഷിക്കാരായ യഹൂദന്മാർ ആത്മാവിന്റെ പുനർജീവനത്തിലും ദൈവദൂതന്മാരുടെ അസ്തിത്വത്തിലും വിശ്വസിച്ചിരുന്നില്ല. ഒരു സാധൂക്യ പക്ഷക്കാരനായിട്ടായിരുന്നു യേശുവിന്റെയും അരങ്ങേറ്റം. ക്രമേണ യേശു അവരിൽനിന്നു അകന്ന് പോകുകയായിരുന്നു. ഒരു യഹൂദനെന്ന നിലയിൽ തനിക്കും സാധൂക്യപക്ഷത്തോടായിരുന്നു ആഭിമുഖ്യം. ജോസഫ് വിചാരിച്ചു. ഈ വിഷയത്തിൽ ഒരാശയ വ്യക്തതയ്ക്കു വേണ്ടി താൻ പലപ്രാവശ്യം യേശുവുമായി സംസാരിച്ചിട്ടുണ്ട്. പക്ഷെ കൂടുതൽ സംശയങ്ങൾക്കും വഴിയൊരുക്കുന്നതായിരുന്നു യേശുവിന്റെ വിശദീകരണങ്ങൾ. എങ്കിലും ഒരു ഗുരു എന്ന നിലയിൽ യേശുവിന് തന്നിലുള്ള സ്ഥാനം വർദ്ധിക്കുകയാണ് ചെയ്തത്. സംശയങ്ങൾ പരിഹരിക്കുന്നതിൽ മാത്രമല്ലല്ലോ ഒരു ഗുരുവിന്റെ മഹത്വം. പുതിയ സംശയങ്ങൾ ശിഷ്യന്മാരുടെ മനസ്സിൽ സൃഷ്ടിക്കുന്നതും ഗുരുവിന്റെ മഹത്വത്തിന് നിദർശനമല്ലേ. അതേയെങ്കിൽ ആദ്യത്തെ അർത്ഥത്തിലല്ല രണ്ടാമത്തെ അർത്ഥത്തിലാണ് യേശു തനിക്ക് കൂടുതൽ ആദരണീയനായിരിക്കുന്നത്.

യേശുവിന്റെ മരണപരാക്രമം അനുനിമിഷം വർദ്ധിച്ചു വരികയാണ്. തെല്ലൊരലർച്ചയോടെ ശബ്ദത്തിൽ യേശു വിളിച്ചു പറഞ്ഞു.

"എനിക്ക് ദാഹിക്കുന്നു".

ചുറ്റും നിന്നവരിൽ ചിലർ ജലത്തിനുവേണ്ടി പരക്കം പാഞ്ഞു. എന്താണ് കുടിക്കാൻ കൊടുക്കേണ്ടതെന്നവർ തമ്മിലാലോചിച്ചു. മരണശിക്ഷയ്ക്ക് വിധിച്ചതിനു ശേഷം രണ്ടാം പ്രാവശ്യമാണ് യേശു കുടിക്കാൻ ചോദിക്കുന്നത്. ആദ്യം ചോദിച്ചത് കാൽവരിയിലേക്കുള്ള യാത്രാമദ്ധ്യേയാണ്. കുരിശിൽ തറച്ചുകൊല്ലാൻ പോകുന്നവർക്ക് കയ്പ്പ് കലർത്തിയ മദ്യം കുടിക്കാൻ കൊടുക്കുന്ന ഒരു പതിവുണ്ട്. ആ പതിവ് അനുസരിച്ച് ഒരു പാനപാത്രം നിറയെ കയ്പ്പ് കലർന്ന മദ്യം അവർ യേശുവിന് വച്ചുനീട്ടി. യേശു അത് രുചിച്ചു നോക്കിയതല്ലാതെ കുടിച്ചില്ല. ഇപ്പോൾ ദാഹംകൊണ്ട് തൊണ്ടവരളുന്നുണ്ടാവും. ജലാംശം തീർത്തും വറ്റിപ്പോയ ആ നാവ് പുറത്തേക്ക് നീണ്ടുവന്നു. ഇപ്പോൾ ആ നാവിൽ അല്പം ജലം തൊട്ടു കൊടുത്താൽ അതെന്തൊരാശ്വാസമായിരിക്കും. ലോകത്തിന്റെ ആത്മീയ ദാഹം ശമിപ്പിക്കുവാൻ തന്റെ വചനങ്ങളാകുന്ന വീഞ്ഞ് പകർന്നുതന്ന ആ നാവ് വറ്റിവരണ്ടിരിക്കുന്നു. അതിപ്പോൾ അല്പം നനവിനുവേണ്ടി കേഴുന്നു. ആരോ ഒരാൾ ഒരു പാത്രം വിന്നാഗിരി കൊണ്ടുവന്നു. അതെങ്ങനെ യേശുവിന്റെ വായിലെത്തിച്ചുകൊടുക്കും. ഒരു ഈസോപ്പു ചെടിയുടെ തണ്ടിൽ പഞ്ഞിവെച്ചുകെട്ടി. അത് വിന്നാഗിരിയിൽ മുക്കി യേശുവിന്റെ വായിലേക്ക് ഉയർത്തിക്കൊടുത്തു. ആ പഞ്ഞിയിലൂടെ ഊറിവന്ന പാനീയം നുണച്ചിറക്കിയപ്പോൾ യേശുവിന്റെ വിമ്മിട്ടത്തിന് നേരിയ ആശ്വാസം അനുഭവപ്പെട്ടതുപോലെ തോന്നി. ആ കണ്ണുകളിൽ തിളങ്ങി നിന്നിരുന്ന തിളക്കത്തിന് മങ്ങൽ വീഴുന്നതുപോലെ, എന്തോ പറയുവാൻ ഒരുക്കം കൂട്ടുന്നതുപോലെ തൊണ്ടയിൽ ഒരനക്കം. കുരിശിന്റെ ചുറ്റും നിന്നവർ ആകാംക്ഷയോടെ കാതോർത്തു.

"ഏൽ ഏൽ ലമ്മാശബക്താനി" എന്റെ ദൈവമേ എന്റെ ദൈവമേ നീയെന്നെ കൈവിട്ടതെന്ത്? എന്താണ് പറഞ്ഞതെന്ന് എല്ലാവർക്കും വ്യക്തമായി കേൾക്കാൻ കഴിഞ്ഞില്ല. ചിലർ പറഞ്ഞു "അവൻ ഏലിയാവിനെ വിളിച്ചു പ്രാർത്ഥിക്കുകയായിരുന്നു. ഏലിയാവ് ഇറങ്ങിവന്ന് ഇവനെ രക്ഷിക്കുന്നത് നമുക്കു കാണാം." ശരീരത്തോടെ സ്വർഗ്ഗത്തിലേക്ക് എടുക്കപ്പെട്ടു എന്ന് വിശ്വസിക്കപ്പെടുന്ന ഏലിയാ പ്രവാചകനെ ക്രിസ്തു ധ്യാനിക്കുകയായിരുന്നു എന്ന് ചിലർ അഭിപ്രായപ്പെട്ടു. ഒരു പരിഹാസച്ചിരിയോടെ എന്തോ അത്ഭുതം കാണാനെന്നോണം അവർ കാത്തുനിന്നു. ഇത്തരമൊരു സന്ദർഭത്തിലും പരിഹാസച്ചിരി മുഴുക്കുവാൻ കഴിയുന്ന ഇവർ മനുഷ്യരോ മൃഗങ്ങളോ?. യേശുവിന്റെ ഹൃദയമിടിപ്പിന്റെ വേഗത വർദ്ധിച്ചുവന്നു. കിതപ്പിന്റെ ശബ്ദം വളരെ ദൂരെ കേൾക്കാവുന്ന ഉച്ചത്തിലായിരിക്കുന്നു. അണയാൻ പോകുന്ന ദീപത്തിന്റെ ആളിക്കത്തൽ ആണതെന്ന് വ്യക്തമായിരുന്നു. കിതപ്പിന്റെ ശബ്ദം താണുതാണു വന്നു. നെഞ്ചിടിപ്പ് നിലച്ചു വരുന്നു. വായിൽ നിന്നൊരു വാക്കുകൂടി പുറത്തു വന്നു. "എല്ലാം നിവൃത്തിയായി".

മരണം യേശുവിനെ ഏറ്റുവാങ്ങിയെന്ന് വ്യക്തമായപ്പോൾ കൂടിനിന്നിരുന്ന സ്ത്രീകൾ വാവിട്ടുകരയുകയും അലമുറയിടുകയും ചെയ്തു. ഉപചാരപ്രകടനത്തിന് പലരും മുന്നോട്ടുവന്നു. അവർ യേശുവിന്റെ ശരീരം കുരിശിൽ നിന്നും വലിച്ച് താഴത്തിടുമെന്ന് തോന്നി. പട്ടാളക്കാർ ലാത്തിവീശി അവരെ പിറകോട്ടോടിച്ചു. ആകാശത്തിൽ നിന്നും ഒരു ഇടിമുഴക്കം. പ്രകൃതിയുടെ നിലവിളി പോലെ തോന്നി. കാർമേഘങ്ങൾ ഓടിയെത്തി സൂര്യപ്രകാശത്തെ മറച്ചുകളഞ്ഞു. വീഞ്ഞ് കുടിച്ച് ലഹരി പിടിച്ചാലെന്നതുപോലെ ജോസഫിന് തലയ്ക്കൊരു മന്ദതയനുഭവപ്പെട്ടു. മങ്ങിയ വെളിച്ചത്തിൽ അയാൾ തന്റെ കുതിരപ്പുറത്ത് ചാടിക്കയറി പട്ടണത്തെ ലക്ഷ്യമാക്കി സഞ്ചരിച്ചു.

അസാധാരണമായി എന്തോ സംഭവിച്ചതിന്റെ പ്രതീതി. ജനങ്ങളുടെ മുഖത്താകെ ദൃശ്യമാണ്. പലരും പലതും പറയുന്നു. ചെറിയ തോതിൽ ഭൂമികുലുക്കം അനുഭവപ്പെട്ടതുപോലെ തോന്നുന്നു. ജനങ്ങളാകെ പരിഭ്രാന്തരാണ്. യേശുവിന്റെ ശവസംസ്കാരത്തിനു വേണ്ട ഏർപ്പാടുകൾ ചെയ്യുക എന്നതായിരുന്നു തിടുക്കത്തിലുള്ള ആ യാത്രയുടെ ലക്ഷ്യം. പോകുംവഴി ദേവാലയത്തിൽ കയറണം. തന്റെ സുഹൃത്തുക്കളായ ഒന്നു രണ്ടു പുരോഹിതന്മാരുണ്ട്. മുറപ്രകാരമുള്ള മതകർമ്മങ്ങളോടെ യേശുവിനെ സംസ്കരിക്കുന്നതിന് അവരുടെ ആരുടെയെങ്കിലും സേവനം കിട്ടുമോയെന്ന് തിരക്കണം. ജോസഫ് മനസ്സിൽ വിചാരിച്ചു. ദേവാലയപരിസരത്തെത്തിയപ്പോൾ ആളുകൾ കൂട്ടംകൂടി നിന്ന് പലതും സംസാരിക്കുന്നു. അവർ പറഞ്ഞ വിചിത്ര വാർത്തകൾ ജോസഫിനെ ഞെട്ടിച്ചു. ഇസ്രയേലിൽ ഒന്നടങ്കം എന്തോ അത്യാപത്ത് സംഭവിക്കാൻ പോകുന്നുവെന്നതിന്റെ സൂചന. ദേവാലയത്തിലെ കാഹളങ്ങൾ തനിയെ ശബ്ദിച്ചിരിക്കുന്നു. അതിവിശുദ്ധ സ്ഥലത്തെ വിശുദ്ധസ്ഥലത്തു നിന്നും മറച്ചിരുന്ന തിരശ്ശീല നടുവെ ചീന്തിപ്പോയിരിക്കുന്നു. പതിവില്ലാതെ ഉണ്ടായ ഇരുട്ടു കണ്ട രാത്രി സഞ്ചാരികളായ പക്ഷിമൃഗാദികൾ അവയുടെ

താവളം വിട്ടിറങ്ങി. പെട്ടെന്ന് ഇരുൾ നീങ്ങി പ്രകാശം പരന്നപ്പോൾ ആ ജീവികൾ വെകളി പിടിച്ച് നാലുപാടും ഓടി. വന്യജീവികളുടെ ആക്രമണത്തിനിരയായി പലരും മരിച്ചു. പ്രകൃതി അതിന്റെ മൂകഭാവം വെടിഞ്ഞ് പ്രതികരിക്കാൻ തുടങ്ങിയാൽ മനുഷ്യനെങ്ങനെ ജീവിക്കും. ജോസഫ് ആശ്ചര്യപ്പെട്ടു. യേശുവിനെ അന്യായമായി കൊലചെയ്തത് പ്രകൃതിയെപ്പോലും ക്ഷോഭിപ്പിച്ചിരിക്കുന്നു. ജോസഫ് നേരത്തെ നിർദ്ദേശിച്ചിരുന്നതിനനുസരിച്ച് അദ്ദേഹത്തിന്റെ സ്നേഹിതൻ നിക്കോദമസും പീലാത്തോസിന്റെ അരമനയിൽ എത്തിയിരുന്നു. അവരിരുവരും ചേർന്നു പീലാത്തോസിനെ അഭിവാദ്യം ചെയ്തു. പീലാത്തോസ് അവരെ ഉപചരിച്ചിരുത്തി.

പീലാത്തോസ് നൽകിയ അനുവാദപത്രവുമായി അവർ ഒരു സംഘം അനുചരരോടുകൂടി ഗോഗുൽത്തായെ ലക്ഷ്യമാക്കി നീങ്ങി. കുരിശിൽ നിന്നിറക്കിയ ശവശരീരം അവർ കൊണ്ടുവന്നിരുന്ന പട്ടുശീലയിൽ പൊതിഞ്ഞു. സുഗന്ധക്കൂട്ടുകളുടെ പൊതി തുറന്നു. നൂറ് റാത്തൽ മീറയും അകിലും കുന്തിരിക്കവും ശവശരീരത്തിൽ വിതറി. എന്നിട്ട് ശീലയിൽ പൊതിഞ്ഞ് ശവസംസ്കാരവേളകളിൽ ആലപിക്കാറുള്ള സങ്കീർത്തനഗീതങ്ങൾ ഈണത്തിൽ ആലപിച്ചുകൊണ്ട് അവർ നടന്നു നീങ്ങി. ജനങ്ങൾ വഴിയരികിൽ നിന്നു കൗതുകത്തോടെ നോക്കി. ചിലർ ഏതോ അബോധധാരണയാൽ നീതരായിട്ടെന്നവണ്ണം ആ വിലാപയാത്രയിൽ പങ്കാളികളായി. കുരിശിൽ തറച്ചുകൊല്ലപ്പെടുന്ന ഒരുവന് ഇത്ര ആദര പൂർണ്ണമായ ഒരു ശവസംസ്കാരം ലഭിക്കുന്നത് ഇതാദ്യമായിട്ടായിരുന്നു.

കുരിശുമരണത്തോടെ യേശുവിന്റെ കഥ അവസാനിച്ചുവെന്ന് കരുതിയിരുന്ന പുരോഹിതന്മാരുടെ പ്രതീക്ഷക്കേറ്റ ആദ്യത്തെ ആഘാതമായിരുന്നു ഒരു വലിയ ജനക്കൂട്ടം പങ്കെടുത്ത ആ ശവസംസ്കാരം. സമൂഹത്തിൽ വിലയും നിലയുമില്ലാത്ത മത്സ്യം പിടുത്തക്കാരായ പത്രോസും അന്ത്രയോസുമൊക്കെയല്ലാതെ അരമഥ്യ ജോസഫും നഥാനിയേലും നിക്കോദമസും പോലുള്ള സമ്പന്നന്മാർ യേശുവിന്റെ മൃതശരീരം ചുമക്കുവാൻ അണിനിരക്കുമെന്ന് കരുതിയിരുന്നില്ല.

പോയ ശാബദിൽ യെരുശലേമിലേക്ക് യേശു കഴുതപ്പുറത്ത് നടത്തിയ വിജയാഘോഷയാത്രയിൽ പങ്കെടുത്തതിനേക്കാൾ കൂടുതൽ ആളുകൾ ഈ വിലാപയാത്രയിൽ പങ്കെടുത്തിരിക്കുന്നു! യേശുവിന് ഒരു രക്തസാക്ഷിയുടെ പരിവേഷം ലഭിച്ചിരിക്കുന്നു. രക്തസാക്ഷികൾക്കു വേണ്ടി നടത്തപ്പെടുന്ന വിലാപയാത്ര മറ്റൊരർഥത്തിൽ ഒരു പ്രതിഷേധയാത്ര തന്നെയാണ്. ജനഹൃദയത്തിൽ നീറിപ്പുകയുന്ന പ്രതിഷേധത്തിന്റെ അഗ്നി ചെറിയ ഒരു കാറ്റടിച്ചാൽ ആളിക്കത്തിയേക്കും. ആ കത്തലിൽ കൊട്ടാരങ്ങളും ദേവാലയങ്ങളും കത്തിച്ചാമ്പലായെന്ന് വരും. ഇസ്രായേലിന്റെ മേൽ സംഭവിക്കാൻ പോകുന്ന ഒരു ഭീകരദുരന്തത്തിന്റെ മുന്നോടിയാണ് ആ വിലാപയാത്രയെന്ന് അതിന് സാക്ഷ്യം വഹിച്ച പലർക്കും തോന്നി.

ഗോഗുൽത്തായുടെ താഴ്‌വാരത്തിൽനിന്ന് അധികം അകലെയല്ലാ

തുള്ള ആ ഒലിവുമരത്തോട്ടത്തിലെ പുതിയ കല്ലറയുടെ സമീപം വിലാപയാത്രയെത്തി. അതുവരെ ആരേയും സംസ്കരിച്ചിട്ടില്ലാത്ത പുതുതായി പണിതീർത്ത കല്ലറ. കരിങ്കല്ലിൽ വെട്ടിയെടുത്ത ആ ശവക്കുഴിയിൽ യഥാവിധിയുള്ള ആചാരാനുഷ്ഠാനങ്ങളോടെ യേശുവിന്റെ ശരീരം പ്രതിഷ്ഠിച്ചു. കൂടിനിന്നവർ കണ്ണുനീർ വാർത്തുകൊണ്ട് തങ്ങളുടെ ഗുരുവിന് ആദരാഞ്ജലികളർപ്പിച്ചു. പുരോഹിതപ്രമാണിമാരുടെ കിങ്കരന്മാർ എല്ലാം സൂക്ഷ്മമായി നിരീക്ഷിച്ചുകൊണ്ട് ആ ശവസംസ്കാര യാത്രയെ പിന്തുടരുന്നുണ്ടായിരുന്നു. യേശുവിന് കുരിശുമരണം വിധിക്കുന്നതിൽ തങ്ങൾ വിജയിച്ചെങ്കിലും അതിന് ശേഷമുള്ള സർവകാര്യങ്ങളും തങ്ങളുടെ പിടിയിൽ നിന്ന് വഴുതിപ്പോകുന്നതായി പുരോഹിതന്മാർക്ക് തോന്നി. നസ്രേത്തിലെ യേശു യഹൂദന്മാരുടെ രാജാവെന്നുള്ള മേലെഴുത്ത് കുരിശിൽ തൂക്കിയത്, ബഹുമാനാദരവുകളോടുകൂടിയ ശവസംസ്കാരം നടന്നത് ഇവയിലെല്ലാം യേശുവിന്റെ അനുയായികൾ പ്രതീക്ഷിക്കാത്ത വിജയം നേടിയിരിക്കുന്നു.

ഇവയൊക്കെ തന്ത്രപൂർവ്വം തടയുന്നതിന് പുരോഹിത വൃന്ദം തങ്ങളുടെ സ്വാധീനം പീലാത്തോസിന്റെ മുമ്പിൽ പ്രയോഗിച്ചു നോക്കുകയുണ്ടായി. അദ്ദേഹം ലേശവും വഴങ്ങിയില്ലെന്നു മാത്രമല്ല പുരോഹിതന്മാർ ഒന്നടങ്കം അദ്ദേഹത്തിന്റെ അപ്രീതിക്ക് പാത്രങ്ങളാകുകകൂടി ചെയ്തു. അരുതാത്തതെന്തോ ചെയ്ത ഭാവത്തിലായിരുന്നു, പീലാത്തോസ്. നീണ്ട കാലത്തെ തന്റെ ഔദ്യോഗികജീവിതകാലത്തിനിടയ്ക്ക് എത്രയോ പേരെ വധശിക്ഷയ്ക്ക് വിധിച്ചിരിക്കുന്നു. അന്നൊന്നും അനുഭവിച്ചിട്ടില്ലാത്ത അസ്വസ്ഥതയാണയാളിന്ന് അനുഭവിക്കുന്നത്. മനസ്സിന്റെ ഭാരം ഇറക്കിവയ്ക്കാനൊരു സ്ഥലം കാണാതെ വിഷമിച്ചു കഴിയുമ്പോഴാണ് വീണ്ടും കയ്യാഫസും സംഘവും ഗവർണ്ണരുടെ സന്നിധിയിലേക്ക് കടന്നു ചെന്നത്. യേശുവിനെ സംസ്കരിച്ച കല്ലറയ്ക്ക് കാവലേർപ്പെടുത്തണമെന്നതാണിപ്പോൾ അവരുടെ ആവശ്യം.

പീലാത്തോസ് എത്ര ആലോചിച്ചിട്ടും അതെന്തിനെന്ന് മനസ്സിലായില്ല. യേശു മരിച്ചുകഴിഞ്ഞിട്ടും ഇവർ അയാളെ ഭയപ്പെടുന്നതെന്തിന്? മരിച്ച ഒരു മനുഷ്യൻ കല്ലറയിൽ നിന്നെഴുന്നേറ്റ് വരികയെന്നത് ഇതുവരെയും ഒരിടത്തും സംഭവിച്ചതായി കേട്ടിട്ടില്ല. എന്താണിവർ ഈ പറയുന്ന വിഡ്ഢിത്തത്തിന്റെ അർത്ഥം. പീലാത്തോസ് ചോദ്യശരങ്ങൾ കൊണ്ടവരെ വീർപ്പുമുട്ടിച്ചു. മൂന്നാം ദിവസം ഉയിർത്തെഴുന്നേൽക്കും എന്നവൻ പ്രവചിച്ചിട്ടുണ്ട്. അവന്റെ അനുയായികൾ ശവക്കല്ലറയിൽ നിന്ന് മോഷ്ടിച്ചിട്ട് അവനുയർത്തെഴുന്നേറ്റു എന്നൊരു കഥ പ്രചരിപ്പിച്ചാൽ ഇസ്രയേലിന്റെ സൈ്വര്യവും സമാധാനവും തകരും. അതൊഴിവാക്കാൻ മൂന്ന് രാത്രിയും മൂന്ന് പകലും കല്ലറയ്ക്കരികിൽ ശക്തമായ കാവലേർപ്പെടുത്തണം. കയ്യാഫസ് സമർഥിച്ചു.

പീലാത്തോസിനവരുടെ ആവശ്യം ഒരു തമാശയായിട്ടാണ് തോന്നിയത്. എങ്കിലും അദ്ദേഹം അവരുടെ ആവശ്യം അനുവദിച്ചു കൊടുത്തു.

www.ingramcontent.com/pod-product-compliance
Lightning Source LLC
LaVergne TN
LVHW090401051026
849518LV00006B/2198
* 9 7 8 8 1 2 6 2 0 0 6 3 4 *